நந்தி நாயகன்

மங்களம் ராமமூர்த்தி (28.10.1928 - 24.10.2009)

சிதம்பரம், தஞ்சாவூர் அருகிலுள்ள வல்லம்படுகை என்னும் ஊரில் பிறந்தவர். நாயக்கர் கால வரலாற்றில் அவருக்கு ஏற்பட்ட தீவிர வேட்கையின் விளைவே இந்நாவல். வரலாறோடு சேர்த்து கர்நாடக இசையிலும் அவருக்கு ஆர்வம் இருந்தது. கோயில்களின் புராணங்களைத் தேடிப் பிடித்து வாசிப்பதில் அவர் ஈடுபாடு கொண்டிருந்தார். இலக்கியம், இலக்கண வரைமுறை, தத்துவக் கோட்பாடுகள் ஆகியவை அவர் ஆர்வம் செலுத்திய பிற துறைகள். கவிதை, சிறுகதை, குறுநாவல், மொழிபெயர்ப்பு ஆகிய களங்களிலும் அவர் இயங்கி இருக்கிறார். அவர் எழுதி வெளியிட்ட ஒரே சரித்திர நாவல் இதுவே.

நந்தி நாயகன்

மங்களம் ராமமூர்த்தி

கிழக்கு

நந்தி நாயகன்
Nandhi Naayagan

Kizhakku First Edition: August 2017
304 Pages

ISBN 978-93-86737-05-2
Kizhakku - 1014

Kizhakku Pathippagam
177/103, First Floor,
Ambal's Building, Lloyds Road,
Royapettah, Chennai - 600 014.
Ph: +91-44-4200-9603

Email : support@nhm.in
Website : www.nhm.in

kizhakkupathippagam
kizhakku_nhm

Cover Illustration: Shanmugavel

Kizhakku Pathippagam is an imprint of New Horizon Media Private Limited.

நாயக்கர் தொடர்ந்தார்...
'இன்னும் ஒரு செய்தியை உங்களிடம்
பகிர்ந்து கொள்ளவேண்டும்.
நான் தஞ்சை பெருஉடையார்க்கோயிலில்
லிங்கத்திற்குச் சமமாக ஒரு பெரிய நந்தி
செய்யவேண்டுமென்று விரும்புகிறேன்.
அதற்கு வேண்டிய பெரிய பாறைகளும் சிற்பியும்
தேடவேண்டும். உங்களில் யாருக்காவது...'

உள்ளே

இரண்டாம் பாகம்: நந்தி புராணம்

அணிந்துரை

வாசகர்களே.

வணக்கம். ஒரு விதமான முரண்பட்ட நெகிழ்ச்சி யுடன் இந்த முன்னுரையை நான் எழுதத் தொடங்கு கிறேன்.

ஒரு பக்கம் மட்டற்ற மகிழ்ச்சி, ஓர் அருமையான வரலாற்று நவீனம் முழுமை பெற்றதென்று. மற்றொரு பக்கம் சொல்லொணா வருத்தம், நவீனத்தைச் செம்மையாக முடித்த ஆசிரியை காலத்தால் முடிக்கப்பட்டாரே என்று.

கசப்பான உண்மை இதுதான். இந்த நூலின் படைப்பாளி இன்று நம்முடன் இல்லை. மறைந்த ஆசிரியை மங்களம் ராமமூர்த்தி அவர்கள் என் அருமை மாமியார் மட்டும் அல்ல. என் இலக்கிய சகாவாகவும் தோழியாகவும் இருந்தவர். என்னை விட வயதிலும் அனுபவத்திலும், அறிவாற்றலிலும் எத்தனையோ முதிர்ந்தவர். முற்றும் பழுத்தவர். ஆயினும், என்னைத் தன்னுடைய நெருங்கிய, சமத்துவம் பெற்ற தோழனாகவே கருதிப் பழகினார்.

இலக்கியத்தைப் பற்றியும், இலக்கண வரைமுறை களைப் பற்றியும், தத்துவக் கோட்பாடுகளைப் பற்றியும் நாங்கள் தீவிரமாக விவாதிப்போம். தர்க்கம் புரிவோம். வாதங்களில் ஈடுபடுவோம்.

எனக்கு இன்றும் பசுமையாக நினைவிருக்கிறது. நவீனத்தை எழுதி முடிக்கும் தருவாயில், மங்களம்

மாமி தனக்கே உரித்தான பாணியில், என்னிடம் ஒரு விண்ணப்பம் செய்தார். ‘எனக்கு ஒரு உதவி வேண்டுமே’ எனக் கேட்டார். என்ன என்று நான் கேட்கையில், ‘நீ இந்த நூலுக்கு முன்னுரை எழுதினால் நன்றாக இருக்குமே. உன்னால் முடியுமா? அவகாசம் இருக்குமா?’ என்று வினவினார்.

‘அது என்னுடைய பாக்கியம்’ என்று சற்றே உணர்ச்சி வசப்பட்டு நான் அந்தப் பணியை ஏற்றுக்கொண்டேன்.

இப்பொழுது நான் இந்த இனிய பணியை ஒருவிதமான இன்ப வேதனையுடன் என் மனமார்ந்த சிரத்தாஞ்சலியாக சமர்ப்பணம் செய்கிறேன்.

என் இனிய மாமியின் நினைவாக, இலக்கியத் தொண்டாக இதைச் செய்கிறேன்.

ஒரு சின்ன ரகசியம் உங்களுடன் பகிர்ந்து கொள்ள இருக்கிறது. இந்த நவீனத்தின் தொடர்ச்சியாக அடுத்த பகுதி ஒன்றை எப்படி உருவாக்கலாம் என்று யோசனை செய்யத்தொடங்கி இருந்தார் மங்களம் மாமி அவர்கள். நினைப்பதெல்லாம் நடந்துவிட்டால் என்று நான் பெருமூச்சு விடுகிறேன்.

இந்த மாதிரி, வாழ்க்கை எனும் துடிப்பை விடாமல் முடுக்கி, சாவி கொடுத்து அசுர வேகத்தில் ஓட்டிக்கொண்டிருப்பது அவருடைய இன்றியமையாத பொழுதுபோக்கு. வயதாகிக் கொண்டிருக்கலாம். உடல்நலம் குன்றியிருக்கலாம். ஆயினும், மாமி அவர்களின் அறிவுத்தேடலும் கற்பனை ஆர்வமும், இரு துள்ளும் குதிரைகளாக, ஸ்தூல இடைஞ்சல்களை எல்லாம் துச்சமாக மதித்து எங்கெல்லாமோ திரிந்தன.

மகத்தான அயர்லாந்து கவிஞன் வில்லியம் பட்லர் யேட்ஸின் அமர வரிகளின் நடமாடும் உதாரணமாகத் திகழ்ந்தார் மங்களம் மாமி. இதோ அந்த வளமான வரிகள்:

> ‘உடலெனும் கருவி நைந்து நைந்து கிழி பட, ஜீவன்
> ஆத்மா கைகொட்டி பாடுகிறது, கான மழை பொழிகிறது.’

இந்தப் புத்தகம் பலத்த முயற்சியின் விளைவு. ஏற்கெனவே கவிதை, சிறுகதை, குறுநாவல், மொழிபெயர்ப்பு ஆகிய களங்களில் தேர்ச்சிபெற்ற மங்களம் மாமி அவர்கள், இம்முறை வரலாற்றையும் கதை முறையையும் கலந்தால் எப்படி இருக்கும் எனச் சிந்திக்கத் தொடங்கினார். கல்கி, சாண்டில்யன், ஜெகசிற்பியன், அகிலன்

ஆகியோரின் வாசகியாகவும் மானச மாணவியாகவும் பயிற்சி பெற்ற மாமி, இந்த முயற்சியில் ஈடுபடலானார்.

நாயக்கர்களைப் பற்றி எழுதுவதற்குப் பல காரணங்கள். கருநாடக இசை ஒரு காரணம். மற்றொன்று கோவிந்த தீட்சிதர் எனும் கதாபாத்திரம். மற்றுமொன்று கோவில்கள் பற்றிய ஸ்தல புராணங்கள். இன்னும் ஒன்று சிற்பக்கலை. இதற்கெல்லாம் மேலாக, இந்தக் கதையின் மூலமாக ஆசிரியை தன்னுடைய பூர்வ ஆச்ரம (அவர்கள் பிறந்து வளர்ந்தது வல்லம்படுகை, சிதம்பரம், தஞ்சாவூர் அருகில்) மண் வாசனையைக் கற்பனை மூலமாக மறுபடி நுகர முனைந்தார். அதுதவிர, இந்த நாயக்கர் வரலாற்றில் பல இழைகள் இயற்கையாகவே பின்னி இருந்தன. வீரம், காதல், வாத்சல்யம், தேசபக்தி, இறைபக்தி, ஆன்மிகம், இயற்கைச்சூழல், ராஜதந்திரம், ஆண் பெண் உறவுமுறை மற்றும் கருத்து வேறுபாடுகள், ஒரு விதமான ஆண்ட காலத்துப் பெண்ணியம், இயல், இசை, இத்யாதி, இத்யாதி. மொத்தமாகச் சொல்லப் போனால், நாயக்கர் காலம் ஒரு பலவண்ண, பலதரப்பட்ட, பன்முகக் கோலம். இந்தக் கோலத்தை போடும் கையாவதே மங்களம் மாமி அவர்களின் அவா.

முழு மூச்சுடன் ஆராய்ச்சியில் இறங்கினார் ஆசிரியை. பலமுறை என்னுடனும், குடும்பத்தின் மற்ற அங்கத்தினருடனும் மாமி அவர்கள் வரலாற்று விவரங்களை எவ்வாறு (அதாவது இலக்கியம் என்ற பெயரால் உண்மை தவறாமல், அதே சமயம் நடந்ததுதான் உண்மை என்ற வறண்ட யதார்த்தவாத புரிதலால் கற்பனைச் சிறகு முறியாமல்) புனைவாக மொழிபெயர்ப்பது என்ற பிரச்சினை பற்றிக் கலந்தாலோசனை செய்தார்.

எல்லாக் கதாபாத்திரங்களையும் வரலாற்று வரைமுறைகளை அனுசரித்துப் படைக்கத் தீர்மானித்திருந்தாலும், அவ்வப்பொழுது, இலக்கிய ரசனையின் பெயரிலும், அங்கதம் மற்றும் நகைச்சுவையின் பெயரிலும், இந்தக் கட்டுப்பாட்டை சற்றே மீறினால்தான் என்ன என்ற எண்ணங்கள் ஆசிரியையின் ஆழ் மனத்திலே முளைக்கத்தான் செய்தன. அதன் விளைவுதான் ரோகணன் ரோகினி போன்ற ரசிக்கத்தக்க கதாபாத்திரங்கள். பலமுறை எங்களுக்கெல்லாம் வெவ்வேறு அத்தியாயங்களைப் படித்துக் காண்பித்து, எங்கள் கருத்துகளைக் கோருவார்கள். ‘வீணையின் நாதம்’ என்ற தலைப்புள்ள அத்தியாயம் அவருக்கு மிகவும் பிடித்த ஒன்று.

இவ்வாறு படிப்படியாக முன்னேறி, இதோ இந்தப் படைப்பு உங்கள் கரங்களில்.

எங்கள் குடும்பத்தினர் எல்லோர் சார்பிலும், இந்தப் படிப்பு விருந்தை உங்களுக்குப் படைக்கவிருக்கும் இந்தக்கணத்தில் சற்றே அண்ணாந்து பார்க்கிறேன். அதோ! எங்குமில்லாத அங்கிருந்து ஆசிரியை மங்களம் ராமமூர்த்தி அவர்கள் புன்னகையுடன் நம் எல்லோரையும் வாழ்த்திக்கொண்டே இருக்கிறார்.

நன்றி.

ரா. ராதாகிருஷ்ணன்.
Irvine, California.

முன்னுரை

இந்த நாவல் சுமாராக 16வது நூற்றாண்டின் மத்தியில் நடந்த சம்பவங்களை வைத்துப் பின்னப் பட்டது. விஜயநகர சாம்ராஜ்யத்தின் மகோன்னத காலமான கிருஷ்ணதேவராயர் காலம் முடிந்த பிறகு, அவர் பேரன் அச்சுததேவராயர் காலத்தில் அவரது பலம் குன்றிவிடவில்லை எனினும் அங்கங்கே அதிகாரிகளிடையே சிறு சிறு பூசல்கள் தலையெடுத்திருந்தன. திருவடி தேசம் மிக்க தொல்லை தந்தவண்ணமிருந்தது. சிற்றரசர்கள் பலரும் ஒருவருடன் ஒருவர் சேர்ந்தும், ஒருவரை ஒருவர் பகைத்தும் சதி செய்தவண்ணம் இருந்தனர். இந்த நிலையில் ஆந்திரதேசத்திலிருந்து வந்தவர்களான நாயக்கர்கள் என்று சொல்லப்படும் தெலுங்கு பேசும் அதிகாரிகள் கிருஷ்ணதேவராயர் அரசாங்கத்தில் மிகமுக்கியமான பதவிகளை வகித்து வந்ததுடன் அவரிடத்தில் உண்மையான விசுவாசத்துடன் உழைத்து வந்தனர். 'அடைப்பம்', 'வாசல்' போன்ற சில முக்கியமான பதவிகள் இவர்கள் கைவசமிருந்தன. இவர்கள் மற்ற தெலுங்கு பேசுபவர்களைப் போலன்றி தமிழர்களுடன் இணைந்து நாட்டின் ஒற்றுமைக்குப் பாடுபட்டனர்.

இவ்வாறு வந்தவர்களில் திம்மப்ப நாயக்கர் அடப்பம் என்ற பதவியை வகித்து வந்தார். இவர் தீர்க்கசைலம் என்னும் நெடுங்குன்றத்தைச் சேர்ந்த கவரை நாயுடு இனத்தைச் சேர்ந்தவர். அப்பொழுது விஜயநகரத்தின் பேரரசரான கிருஷ்ணதேவராயர் காலத்திலேயே அவரது மைந்தர்களான பெத்த மல்லப்பர் மற்றும் சின்ன மல்லப்பர் என்பவர்கள்

முன்னே கூறிய வாசல், அடைப்பம் ஆகிய பெரிய பதவிகளை வகித்து வந்தனர். அச்சுத ராயர் பட்டத்திற்கு வந்ததுமே அவரது மைத்துனர்களான சலகம் பெரிய திருமலையும் சின்ன திருமலையும் மந்திரி பிரதானியாகவும் மகாமண்டலேசுவரராகவும் பதவியேற்றனர். ஆயினும் இவர்கள் நாட்டின் நன்மையைக் கருதாமல் எப்பொழுதும் சொந்த லாபத்திலேயே குறியாய் இருந்தனர். ஆனால் அச்சுத ராயர் திறமைமிக்க அரசராயிருந்ததினால் நாயக்கர்களின் பதவிக்கு எந்தக் கேடும் வரவில்லை.

அந்நாட்களில் கோயில் பட்டர்கள்வேறு அரசியலில் சம்பந்தப் பட்டு, சிலசமயங்களில் மிகுந்த குழப்பங்கள் உண்டுபண்ணி வந்தனர்.

இந்த நிலையில் தனக்குத் திருவடி தேசத்தில் ஏற்பட்ட ஒரு பெரிய தோல்விக்குப் பிறகு அச்சுத ராயர், தஞ்சை, செஞ்சி மற்றும் மதுரை ஆகிய இடங்களில் முறையே வீர நரசிங்கராயர் என்னும் செவ்வப்ப நாயக்கர், வையப்பநாயக்கர், விசுவநாத நாயக்கர் என்பவர்களை சுதந்திரத்துடன் ஆண்டு வரும்படி நியமித்தார். அவர்கள் மூவருமே தங்கள் தங்கள் நாடுகளை நலம்படப் பேணிப் பாதுகாத்ததுடன் விஜயநகர அரசுக்கும் உறுதுணையாயிருந்தனர்.

இந்த நவீனம் தஞ்சையில் நாயக்க அரசை நிலைநாட்டிய செவ்வப்ப நாயக்கரைப் பற்றியதாகும். செவ்வப்பரின் மனைவி அச்சுததேவராயரின் இரண்டாவது மனைவியான திருமலாம்பாவின் சகோதரியான மூர்த்திமாம்பா என்பவர். செவ்வப்பரைப் புகழ்ந்து வேங்கடகவி என்பவர் எழுதிய 'விஜயவிலாசம்' என்னும் நூலிலும், கோவிந்த தீட்சிதரின் மைந்தன் யக்ஞநாராயண தீட்சிதர் எழுதிய 'சாகித்யரத்னாகரம்' என்னும் நூலிலும் ''சிவபெருமானுக்கு பார்வதி போலும், திருமாலுக்கு மலர்மகள் போலும், பிரமனுக்கு கலைவாணி போலும் செவ்வப்பருக்கு மூர்த்திமாம்பா'' என்று கண்டிருக்கிறது. அதுமட்டுமின்றி திருவரங்கத்திலுள்ள கல்வெட்டுகளிலும் செவ்வப்பர் மூர்த்திமாம்பாவைப் புகழ்ந்து கூறப்பட்டுள்ளது.

இங்கு நாயக்க வம்சத்துப் பெண்டிரைப் பற்றி ஒன்றைக் குறிப்பிடவேண்டும். அவர்கள் கல்வி கேள்விகளில் வல்லவர் களாயிருந்தனர். திருமலாம்பா, மூர்த்திமாம்பா இருவருமே பல காவியங்கள் இயற்றியுள்ளனர்.

அதன்பிறகு தஞ்சை நாயக்கத்தானம் பலவகையிலும் மேம்பட்டு விளங்கலாயிற்று. தஞ்சை பெரிய ஆவுடையார் கோயிலில் பெரிய லிங்கத்திற்குச் சமமாக பெரிய நந்தி எடுத்தது செவ்வப்ப

நாயக்கர்தான். மேலும் அவர் பல கோயில்களைச் செப்பனிட்டு மானியம் வழங்கினார். மேலும் இவற்றைத்தவிர, திருவண்ணா மலையில் பதினொரு நிலைகளில் மிக உன்னதமான ராஜகோபுரம் எடுத்துத் திருப்பணி செய்தார். இந்தத் திருப்பணியில் வீரநரசிங்கராயர் என்று புகழ்பெற்ற செவ்வப்பரின் திருக்குமாரர் அச்சுதப்ப நாயக்கரும் பங்கெடுத்துக்கொண்டதாகத் தெரிகிறது. மேலும் நல்ல நீர்ப்பாசன வசதிகள், பாதைகளைச் செப்பனிடுதல் முதலியவைகளையும் கவனித்து ஆவன செய்தார். சுருங்கச் சொன்னால் ஒரு நல்ல அரசன் தன் குடிமக்களுக்குச் செய்ய வேண்டிய நற்பணிகளில் எந்தக் குறையும் வைக்காமல் மிக்க தீர்க்கதரிசனத்துடன் செயல் பட்டாரென்றே தெரிகிறது.

இந்தச் சமயங்களில் பேரரசின் நிலை, அஸ்திவாரமே தகர்ந்துவிடும் அளவுக்கு ஆடிப் போயிருந்தது. திடீரென்று நிகழ்ந்த அச்சுத ராயர் மரணத்திற்குப்பின் அவரது மைத்துனரான சின்ன திருமலை சொந்தச் சகோதரியின் மகனையே கொன்று அரசைப் பிடிக்க முயன்றார். ஆனாலும் அது நடக்கவில்லை. கிருஷ்ணதேவராயர் மாப்பிள்ளை அரவீட்டு ராமராயர் என்பவர் இந்த நாயக்க அரசுகளின் துணையுடன் அச்சுத ராயரின் தம்பி மகனை அரசராக்கினார்.

அதன் பிறகு நாயக்கர்களின் அரசுகள் விஜயநகரத்திற்குக் கப்பம் கட்டுவதை நிறுத்தி முழுதும் சுதந்திரமாகச் செயல்படத் தொடங்கின.

இங்கு கோவிந்த தீட்சிதர் என்னும் பண்டிதரின் பங்கு மிக முக்கியமானது. இவரைக் கோவிந்த சூரி என்றும் கூறுகிறார்கள். இவர் பெரிய மகான். இளவயதிலேயே சகல சாஸ்திரங்களையும் கற்றுணர்ந்தவர். இவர் கிட்டத்தட்ட மூன்று தலைமுறைகளுக்கு தஞ்சை நாயக்க மன்னர்களுக்குக் குருவும் மந்திரியுமாய் இருந்திருக்கிறாரென்று தெரிகிறது. இவருடைய மைந்தர்கள் யக்ஞநாராயண தீட்சிதர் மற்றும் வேங்கடமகி இருவரும் வடமொழியிலும் சங்கீதத்திலும் மிகத்தேர்ச்சி பெற்றவர் கள். வேங்கடமகி தற்காலிக சங்கீத சாஸ்திரத்திற்கு பிதாமகரைப் போன்றவர். இன்று கர்நாடக வித்வான்கள் இசைக்கும் அனைத்து ராகங்களின் பாகுபாடுகள் எல்லாமே வேங்கடமகி அமைத்த எழுபத்திரண்டு மேளகர்த்தா முறையைச் சேர்ந்ததுதான். யக்ஞநாராயண தீட்சிதர் தன் ‘இரகுநாதப்யுதயம்’ என்னும் நூலில் தஞ்சை நாயக வம்சத்து அரசர்களைப் பற்றி விரிவாக எழுதியுள்ளார்.

மேலும் சிற்சில சூழல்களிலிருந்தும் நாம் நாயக்க அரசர்களைப் பற்றிய பெருமைகளைப் பார்க்கலாம்.

அவைகளை அவ்வப்பொழுது நவீனத்தில் வரும் சந்தர்ப்பங்களில் காணலாம்.

கதையில் வரலாற்றுக் கதாபாத்திரங்கள் அச்சுத ராயர், வரதாம்பிகை, மூர்த்திமாம்பா, செவ்வப்பர் என்னும் வீரநரசிங்கராயர், அவர் மைந்தன் அச்சுதப்ப நாயக்கர், சலகம் பெரிய திருமலை, சின்ன திருமலை, கோவிந்த தீட்சிதர், தழுவக்குழைந்தான் பட்டர் முதலியவர்கள் முக்கியமானவர்கள். கற்பனைப் பாத்திரங் களுக்கும் குறைவில்லை.

கதைச்சுருக்கத்திற்கு இவ்வளவு போதுமானது எனத் தோன்றுகிறது.

மங்களம் ராமமூர்த்தி

புகுமுன்

ராமராயர்	-	கிருஷ்ண தேவராயரின் மருமகன், (மறுபெயர்கள் - அரவீட்டி ராமராயர், அளியராமராயர்)
அச்சுத ராயர்	-	இன்னொரு பெயர் அச்சுதப்ப நாயக்கர், செவ்வப்பரின் குமாரர், கிருஷ்ண தேவராயரின் பேரன்.
வரதாம்பிகை	-	பட்டத்து ராணி, அச்சுத ராயரின் மனைவி.
திருமலாம்பாள்	-	அரசர் அச்சுத ராயரின் இரண்டாவது மனைவி.
சிக்க வேங்கடாத்திரி	-	அச்சுத ராயரின் மகன், இளவரசன்.
சலகம் சகோதரர்கள்	-	பெரிய திருமலை சலகராஜு, சின்ன திருமலை சலகராஜு. பட்டமகிஷி வரதாம்பிகையின் சகோதரர்கள். அச்சுத ராயரின் மைத்துனர்கள்.
கல்யாணி	-	சலகம் சின்ன ராஜுவின் மனைவி.
கோவிந்த ராஜு	-	சலகம் சின்ன ராஜுவின் மகன்.
வேங்கடப்பன்	-	சலகம் பெரிய திருமலையின் மகன்.
பெத்த மல்லப்ப நாயக்கர்	-	அடப்பம் பதவி வகிப்பவர்.
ரேவதி	-	பெத்த மல்லப்பரின் குமாரத்தி.
சின்ன மல்லப்ப நாயக்கர்	-	பெத்த மல்லப்ப நாயக்கரின் தம்பி.
ராஜப்பன்	-	சின்ன மல்லப்ப நாயக்கரின் குமாரன்.
செவ்வப்ப நாயக்கர்	-	மல்லப்ப நாயக்கர்களின் தம்பி, தஞ்சையில் நாயக்க அரசை உறுதிபடுத்தியவர்.

மூர்த்திமாம்பா	-	செவ்வப்ப நாயக்கரின் மனைவி, திருமலாம்பாவின் சகோதரி.
மாரப்ப நாயக்கர்	-	மூர்த்திமாம்பா மற்றும் திருமலாம் பாவின் சித்தப்பா.
லக்ஷ்மம்மா	-	மல்லப்ப நாயக்கர்களின் கடைசி தங்கை.
கோவிந்த தீட்சிதர்	-	பெரிய மகான், தஞ்சை நாயக்க மன்னர்களின் குரு, மந்திரி. இன்னொரு பெயர் கோவிந்த சூரி.
பொன்னம்மா	-	மருத்துவச்சி.
தழுவக்குழைந்தான் பட்டர்	-	காஞ்சி ஏகாம்பரேசுவர் கோயில் தேவகன்மி.
திருவடி தேசம்	-	தற்கால கேரள நாடு.
ஸலீம்	-	பரங்கிப்பேட்டை துறைமுக அதிகாரி.
காளிங்க ராயர்	-	சிற்றரசர்.
பங்காரு அம்மாள்	-	காளிங்க ராயரின் மனைவி.
ரோகிணி	-	காளிங்கராயரின் மகள்.
பாலாஜி, ராமராயன்	-	காளிங்கராயரின் குமாரர்கள், ரோகிணியின் அண்ணன்கள்.
செல்லப்பா	-	தழுவக்குழைந்தான் பட்டரின் குமாரர்.
ரோகணன்	-	செல்லப்பாவின் மகன், தழுவக்குழைந்தான் பட்டரின் பேரன்.
கலைச்செல்வி அம்மாள்	-	ரோகணனின் அத்தை, செல்லப்பாவின் சகோதரி.
'ராயசம்' வெங்கண்ணா	-	முக்கிய மந்திரி.
வீராசாமி	-	'ராயசம்' வெங்கண்ணாவின் மெய்க்காப்பாளன்.
சங்கிலி	-	குதிரை லாயக்காரன்.
கந்தப்பா	-	பரங்கிப்பேட்டை சத்திரத்தின் காவற்காரன்.
நாராயண தீட்சிதர்	-	கோவிந்த தீட்சிதரின் குரு.
நாகம்மா	-	நாராயண தீட்சிதரின் மகள், கோவிந்த தீட்சிதரின் மனைவி.

சத்ருக்கினன்	-	சேனாதிபதி.
மார்த்தாண்டவர்மன்	-	திருவடித் தேச அரசன்.
ராஜீவி	-	மார்த்தாண்டவர்மனின் சகோதரி.
மாறவர்மன்	-	திருவடி தேசத்தின் சேனாதிபதி.
குஞ்சுண்ணி	-	திருவடி தேசத்தின் சேனாதிபதி.
முத்துக் குமர பக்தர்	-	பொற்கொல்லன்.
வடிவேலன்	-	பொற்கொல்லன், முத்துக் குமர பக்தரின் தம்பி.
வல்லாளத் தேவர்	-	சேனாதிபதி.
சங்கரத் தேவன்	-	வல்லாளத் தேவரின் தம்பி, படைக்காரன்.
நகுலன்	-	குதிரை வைத்தியன்.
வீரா	-	செவ்வப்பனின் குதிரை.
தாயம்மா என்ற செல்லத்தாயி	-	தாதி.
மாயா	-	செல்லத்தாயின் பேத்தி.
பொன்னா	-	கிராமவாசி, மலைவாழ் சித்தரின் சீடன்.
பெரியண்ணன்	-	தெருக்கூத்து, நாட்டிய நாடகம் நிகழ்த்துபவர்.

முதல் பாகம்

செவ்வப்ப நாயக்கர் புராணம்

1

பல்லக்குப் பயணம்

சூரியனின் பொற்கிரணங்கள் இன்னும் முழுமையாகத் தென்படவில்லை. கீழ்வானம் சிவந்து கிடந்தாலும் இரவின் குளிர்ச்சி இன்னும் இதமாகப் பரவியபடிதான் இருந்தது. ஓரிரண்டு பட்சிஜாலங்கள் தங்கள் மதுரமான குரலில் கூவி ஆதவனை வரவேற்கத் தயாராகிக்கொண்டிருந்தன. அந்த மென்மையான மந்தமாருதத்தை அனுபவித்தபடி ஓர் இளைஞன் வந்தவாசி - சிதம்பரம் ராஜபாட்டையில் சென்று கொண்டிருந்தான். சுகமாக இருந்தாலும் காற்றின் சிலுசிலுப்பு இன்னும் குறையவில்லையாதலால் தன் உத்தரீயத்தை நன்றாய் உடலை மூடிப் போர்த்தியிருந்தான். தோளில் ஒரு ஜோல்னா பையும் கையில் ஒரு சிறு தடியும் வைத்திருந்தான். அவன் முன்குடுமியையும், கழுத்திலும் கையிலும் அணிந்திருந்த ருத்திராட்சங்களையும், நெற்றியிலும் கைகளிலும் பட்டை பட்டையாய்த் தரித்திருந்த விபூதியையும் காணும்பொழுது, அவன் நல்ல உயர்குலத்திலிருந்து வந்த சைவ பிராம்மணனாயிருக்கலாமென்று ஊகிக்க இடமிருந்தது.

ராஜபாட்டையில் வெகுவேகமாக எந்தப்பக்கமும் பார்க்காமல் ஒரே குறியாக நடந்துகொண்டிருந்தவன் திடீரென்று நின்றான். தான் ஏன் நின்றோம் என்றே அவனுக்குப் புரியவில்லை. சுற்றுமுற்றும் கழுத்தைத் திருப்பிப் பார்த்தும் அவனுக்கு ஏதும் புலப்படவில்லை.

மறுபடியும் அவன் நடையைத் தொடர்ந்தான். இப்போது ஒரு முனகல் சப்தம் பாட்டையின் ஓரத்தில் அடர்ந்து கிடந்த ஆடா தொடைச் செடிகளின் மத்தியிலிருந்து தெளிவாகக் கேட்டது. இந்தச் சன்ன ஒலிதான் சற்றுமுன் தன்னை நிறுத்தியிருக்கவேண்டுமென்று புரிந்துகொண்டான்.

சுற்றுமுற்றும் பார்த்தான். யாருமே தென்படவில்லை. மெதுவாக அந்தச் சத்தம் வந்த திசையைக் கண்டுபிடிக்க முயன்றான். நிதானமாகப் பார்த்துக்கொண்டே வரும்பொழுது புதர் போன்ற ஆடாதொடைச் செடிகளுக்குப் பின்னால் ஏதோ பெயருக்குப் போட்டிருந்த வேலியைத் தாண்டி ஒரு மனிதன் கிடந்தது நம் இளைஞன் நின்ற இடத்திலிருந்தே தெரிந்தது. எட்டிப்பார்த்த பொழுது அவனுக்குத் தூக்கிவாரிப்போட்டது.

அங்கு யாரோ ஒரு மனிதன் பத்துகை தூரத்தில் குப்புறப் படுத்துக் கிடந்தான். தலையிலிருந்து உதிரம் கொட்டிக்கொண்டிருந்தது.

அவனுடைய முனகலிலிருந்து அவன் உயிருடன்தான் இருக்கிறா னென்றும் உடனே சரியாக மருத்துவம் செய்தால் பிழைத்துக் கொள்வானென்றும் அவனுக்குத் தோன்றியது.

ஆனால் படுத்திருப்பவனை எப்படி அடைவது? பலமான வேலி என்று சொல்ல முடியாவிட்டாலும் அங்கு இருந்த வேலி மூங்கில் முட்களாலானது. தாண்டிப் போவதே சிரமம். அவனை எப்படி வெளியே கொணர்வது? நம் இளைஞனின் ஆகிருதி சிறியது. படுத்திருந்தவனோ ஆஜானுபாகுவாகத் தெரிந்தான்.

இளைஞன் சற்று நின்று நிதானித்துத் தீவிரமாக யோசித்தான். பிறகு தன் தோளில் தொங்கிய பையிலிருந்து தேடித் துழாவி ஒரு சூர்க்கத்தியை எடுத்தான். அந்த முள்வேலியில் ஏற்கெனவே விட்டுப்போயிருந்த இடத்திலிருந்து நிதானமாக முட்களை அகற்றி ஒரு வழி ஏற்படுத்தத் தொடங்கினான். முட்கள் மிகக் கூர்மையாயிருந்தன. இரண்டு மூன்றுமுறை அவன் கைகளில் பட்டு இரத்தம் பீரிடத்தொடங்கியது. வேலை மிக மெதுவாகப் போவதாகத் தோன்றியது. யாராவது ஒத்தாசைக்கு இருந்தால் நல்லது என்றும் தோன்றியது. தான் இவ்வளவு மெதுவாக அவனைச் சென்று அடைவதற்குள் அவன் உயிர் பிரியாமலிருக்க வேண்டுமே என்ற கவலையாலும், சரீரப் பிரயாசையாலும் இந்தக் காலை நேரத்திலும் அவனுக்கு வியர்த்துக் கொட்டியது.

மெதுவாக முள்வேலியின் நடுவில் ஓர் ஆள் செல்லும் அகலத்திற்கு இடைவெளி ஏற்பட்டது. கூடவே வழிமறைத்திருந்த சில ஆடாதொடைச் செடிகளையும் வெட்டி எறிந்தான்.

பிறகு காயமடைந்தவனை அணுகுவதில் எந்தச் சிரமமும் இருக்கவில்லை. என்ன செய்யப்போகிறோம் என்று தெரியாமலேயே குப்புறப்படுத்திருந்தவனை மெல்லத் திருப்பினான்.

அவனுக்கு மறுபடியும் தூக்கிவாரிப்போட்டது. படுத்திருந்தவன் சாதாரணமானவனாகத் தெரியவில்லை. முகத்தில் ராஜகளை பளிச்சிட்டது. வீரனுக்குரிய உடைகள் மற்றும் விலையுயர்ந்த ஆபரணங்கள் உடலை அலங்கரித்தன. ஆதலால் அவனை அடித்தது சாதாரணத் திருட்டை உத்தேசித்து இல்லை என்று துல்லியமாகத் தெரிந்தது. மேலும், அந்த இடத்திற்கு நேராகச் சாலையிலும் சில இரத்தத் துளிகளைப் பார்த்தது நினைவிற்கு வந்தது. ஆதலால் அவனைச் சாலையிலேயே அடித்து, பிறகு வேலிக்கு அப்பால் தூக்கி எறிந்திருக்கவேண்டுமென்று நம் இளைஞனுக்குத் தோன்றியது. இக்காரியத்தை ஒருவராகச் செய்திருப்பது சாத்தியம் இல்லை. எது எப்படி இருந்தாலும் இவனைச்சாலைவரை தூக்கிப் போயாகவேண்டும்.

யோசித்துக்கொண்டிருக்கும்பொழுதே பக்கத்துக் கிராமத்தில் பொன்னம்மா என்ற மூதாட்டி வசித்து வந்தது நினைவிற்கு வந்தது. அவருக்குக் கொஞ்சம் மூலிகை வைத்தியம் தெரியும்.

முதலில் கொட்டிக்கொண்டிருக்கும் இரத்தத்தைக் கொஞ்சமாவது கட்டுக்குள் வைக்கவேண்டியது அவசியம். அவன் உடனே தன் தோள்பையிலிருந்து நீளமான ஒரு துணியை எடுத்து, அதை நீளவாட்டத்தில் கிழித்து, படுத்திருந்தவன் தலைக்காயத்தில் அங்கு மண்டிக்கிடந்த சில ஆடாதொடை இலைகளைப் பறித்து, அழுந்தப் பதித்து அமுக்கி வைத்து, பலமாகக் கட்டுப் போட்டான். பிறகு நிதானமாக அவனுடைய ஆபரணங்களை ஒவ்வொன்றாகக் கழற்றத் தொடங்கினான். அத்தனை விலையுயர்ந்த ஆபரணங்களுடன் பாரவண்டியிலோ வேறு எதிலோ எடுத்துச்செல்வது உசிதமல்ல. எப்படியும் அவனுக்கு எதிரிகள் இருக்கிறார்கள். அதுவும் அரசியல் எதிரிகள். அந்த நிலையில் அவனை யாரும் அடையாளம் தெரிந்துகொள்ளாமலிருப்பதே நல்லது. ஏற்கெனவே தலையில் கட்டுப்போடுவதற்குக் கிழித்த துணியிலேயே இன்னொரு துண்டு கிழித்து அவ்வாபரணங்களை அதில் வைத்துக் கெட்டியாக முடிந்து தன் ஜோல்னாப் பையில் போட்டான். (அப்பையில் இன்னும் என்னவெல்லாம் இருக்குமோ யார் கண்டது?)

பிறகு மெதுவாக அவனைத் தூக்கப் பார்த்தான். அசைக்கக்கூட முடியவில்லை.

''ஐயோ, என்ன செய்வேன்!'' என்று தனக்குத்தானே புலம்பிக் கொண்டான். பிறகு ஒரு யுக்தி தோன்றியது. தன் கையிலிருந்த

தடியை நோக்கினான். அது இவன் பாரத்தைத் தாங்க முடியாது எனப் பட்டது. சுற்றுமுற்றும் நோட்டமிட்டதில் ஒரு பலமான மூங்கில் கழி தென்பட்டது. அது இவனை அடித்த கழியாகவே இருந்தாலும் இருக்கலாமென்று தோன்றியபொழுது அந்த அசந்தர்ப்பத்திலும் அந்த பிராம்மணனின் முகத்தில் ஒரு புன்னகை வெளிப்பட்டது. சுற்று முற்றும் கிடைத்த சில அழுத்தமான கொடிகளைப் பறித்து படுத்திருந்தவனுடைய இரண்டு கைகள், இரண்டு கால்களைக் கன்றுக்குட்டியைப்போலத் தனித்தனியாக இறுக்கிக் கட்டினான். இடையில் அந்தப் பெரிய கம்பைக்கொண்டு அவனைத் தன் தோளில் தூக்க முயன்றான். மிகுந்த பிரயாசையாயிருந்தாலும் சாத்தியமாகவே இருந்தது. மெதுவாக முக்கி முனகி அவனைச் சாலைக்குக் கொண்டுவந்து கொஞ்ச தூரத்தில் இருந்த கல் மேடையில் அவனைக் கிடத்தினான். ''உஸ், அப்பாடா'' என்று பெருமூச்சு விட்டுக்கொண்டான்.

அந்த நாளில் நெடுந்தூரம் கால்நடையாகவே நடந்துபோகும் பிரயாணிகள் சற்று உட்கார்ந்து இளைப்பாறுவதற்கு வசதியாக ஆங்காங்கே கற்பாறைகளினால் மேடைகள் கட்டப்பட்டிருக்கும். அது நம் பிரயாணிக்கு ரொம்ப வசதியாகி விட்டது. பிறகு பரபரவென்று கைகளிலும் கால்களிலும் கட்டப்பட்டிருந்த கொடி முடிச்சுகளை அகற்றினான். அது அவ்வளவு சுலபமாயில்லை. சிலவற்றைக் கத்தியைக் கொண்டுதான் அறுக்கவேண்டியிருந்தது. கட்டியபொழுது சுலபமாயிருந்தவை கழியைக் கொடுத்துத் தூக்கியபொழுது இறுகி இருக்கவேண்டும். அவசர அவசரமாக அவன் எல்லாவற்றையும் அறுத்து எறிந்தபொழுது தூரத்தே சில மனிதர்கள் வரும் சப்தம் கேட்டது. அத்துடன் 'ஹைக்கும், இழும்' என்ற ஒலிகளும் கேட்டன.

ஏதோ பல்லக்கு வருகிறது என்று புரிந்தது. அடிபட்டவனுக்கு அதனால் எந்த லாபமும் இருக்குமென்று தோன்றவில்லை. இருந்தாலும் அவர்கள் அருகில் வரும்பொழுது கையசைத்து அவர்களை நிறுத்தினான்.

அதற்குள் நன்றாகப் பொழுது விடிந்திருந்தது.

''என்ன வேண்டும் ஐயா?'' பல்லக்குத் தூக்கியவர்களில் ஒருவன் கேட்டான். மேடையில் தலையில் கட்டுடன் படுத்திருந்தவனைக் கண்டதும் பல்லக்கை இறக்கி வைத்தார்கள்.

''பல்லக்கில் யாரப்பா போகிறார்கள்?''

''பல்லக்கில் யாரும் இல்லை ஐயா, சிதம்பரத்தில் இருக்கும் இளையராணியை அழைத்து வருவதற்காகப் போகிறோம்.''

''யாரோ தலையில் கட்டுடன் படுத்திருக்கிறாரே...'' என்றான் ஒருவன்.

''ஆமாம். அவருக்காகத்தான் நிறுத்தினேன். இவரை அடுத்த கிராமத்திலுள்ள பொன்னம்மா என்ற மூதாட்டியிடம் அழைத்துப் போய்விட்டால் உடனடியாக ஏதாவது வைத்தியம் செய்யலாமே என்று பார்த்தேன்.''

''தலையில் கட்டு யார் போட்டது?'', ''யார் இவர்? உங்களுக்கு இவர் சொந்தமா?'' என்ற கேள்விகள் சரமாரியாகப் புறப்பட்டன.

''என் பெயர் கோவிந்தன். எனக்குத் தெரிந்தவர்தானப்பா.''

''இவ்வளவு தீவிரமாக அடிபட்டிருக்கிறதே... பாவம், நினைவுகூட இல்லைபோலிருக்கிறதே! எப்படி நேர்ந்தது?''

''ஐயோ! அதை ஏன் கேட்கிறீர்கள்? ஒரு முரட்டுக்குதிரையை அடக்குவதாகச் சொல்லி நேற்று இரவே ஓட்டிக்கொண்டு வந்தார். நான் சிதம்பரம் போகவேண்டியவன். இரவு முழுவதும் இவர் திரும்பாததினால் போகும் வழியில் தேடிக்கொண்டே போகலாமென்று மெதுவாக வந்துகொண்டிருந்தேன். பார்த்தால் இங்கே கிடக்கிறார். தலையில் அடிபட்டிருந்தது. மெதுவாகத் தூக்கி மேடையில் போடுவதற்குள் போதுமென்றாகிவிட்டது.'' இது பொய்யல்லவா என நினைத்துக்கொண்டான். 'இது யாரோ தெரியாது. ஆபத்திலிருந்து காப்பாற்றுவதுடன் அவனைச் சதியிலிருந்தும் காப்பாற்றவேண்டியது அவசியம். பொய்மையும் வாய்மை இடத்த புரை தீர்ந்த நன்மை பயக்கும் எனின்'- என்பதை நினைத்தான். ''நீங்கள் சற்று உதவினால்...''

''நாங்கள் என்ன உதவி செய்யமுடியும்?''

''பக்கத்துக் கிராமம் வரையில் இவரை இந்தப் பல்லக்கில் போட்டு...''

''ஐயையோ! அது எப்படி முடியும்?'' அவர்கள் ஒன்றாகக் கூவினார்கள்.

''இளையராணிக்குத் தெரிந்தால்...''

''நான் போய்ச் சொல்லமாட்டேன். ஆனாலும் தெரிந்தால் தானென்ன? அடிபட்டுக்கிடக்கும் ஒரு மனிதனுக்கு உதவி செய்ததாகத் தெரிந்தால் அவர்கள் ஒன்றும் சொல்ல மாட்டார்கள். அவர்கள் மிகுந்த கருணை உள்ளம் கொண்டவர்கள் என்று நான் கேள்விப்பட்டிருக்கிறேன். சற்று தயவுசெய்யுங்களப்பா...''

அவன் குரலில் இருந்த ஆதங்கம் அந்த நான்கு பேரையும் அரைமனதாக ஒப்புக்கொள்ளவைத்தது.

ஆனால் ஒருவன் மட்டில் எதிலும் சம்பந்தப்படாமல் தெரு ஓரத்தில் போய்க் குத்துக்காலிட்டு உட்கார்ந்துகொண்டிருந்தான்.

''அது எப்படி நீங்கள் ஐந்து பேர் வந்திருக்கிறீர்கள்? பொதுவாக நான்கு அல்லது ஆறு பேர்தானே வருவது வழக்கம்?''

''அதோ குந்தி இருப்பவர் பல்லக்குத் தூக்குபவர் இல்லை. தனியாகப் பயணம் செய்வதாகச் சொல்லி வழித்துணைக்காக வருவதாகச் சொன்னார். வழித்துணை என்பதைவிட பேச்சுத்துணை என்றாலே சரியாக இருக்கும் போலிருக்கிறது. ஏதோ பேசிக்கொண்டும் கேள்வி மேல் கேள்வி கேட்டுக்கொண்டும் வருகிறார்'' என்றான் அவர்களில் தலைவனாகத் தோன்றிய ஒருவன்.

''உங்கள் பெயர் என்ன தம்பி?''

''மொடக்கண்ணி.''

''மொடக்கண்ணியா! விசித்திரமான பெயராயிருக்கிறதே!''

''ஆமாம். எனக்கு முக்கண்ணன் என்பது இயற்பெயர். ஆனால் சிறுவயதில் செல்லமாக ஏதோ கூப்பிடப்போக அதுவே நிலைத்துவிட்டது.''

எல்லோரும் மெதுவாக அடிபட்ட மனிதனைத் தூக்கிப் பல்லக்கில் படுக்க வைத்தார்கள். இவ்வளவு நேரமும் தனக்கு எந்தச் சம்பந்தமும் இல்லாததுபோல் தூரத்தில் அமர்ந்திருந்தவன் அருகில் அவசர அவசரமாக வந்து படுத்திருந்தவனைக் கூர்ந்து நோக்கினான். ஆனால் நம் இளைஞன் முன்யோசனையுடன் உடம்பு முழுவதையும் மூடிப் போர்த்தியிருந்தான். தலைக்கட்டில் பாதி முகவாயும் முகமும்கூட மறைந்துவிட்டிருந்தது.

''அவுங்க இருவரும்கூடக் கொஞ்சம் தூக்கினால் சௌகரிய மாயிருக்குமே...'' என்றான் பல்லக்குத் தூக்கிகளில் ஒருவன்.

''ஆகா, நான் தயார்'' என்று நம் இளைஞன் தயாரானான். அந்த இன்னொருவனும் வேண்டாவெறுப்பாகத் தூக்கத் தொடங்கினான்.

'இமூம்' ஒலியுடன் பல்லக்கு நகரத் தொடங்கியது.

2

ஒரே மாதிரியான ஆபரணங்கள்

அவர்கள் பெருநடையாகச் சென்றதினால் பக்கத்து கிராமத்திற்குச் செல்வதில் அதிக நேரமாகவில்லை. பொன்னம்மாவின் குடில், கிராமத்திற்கு வெளியே தனித்து நின்றதால் எந்தச் சிரமமும் இன்றி வெகு சீக்கிரமாகவே சென்று விட்டனர். பல்லக்கைக் கீழே இறக்கி வைத்ததும் இதுவரை அரைமனதாகப் பல்லக்கைத் தூக்கிவந்தவன், ''என்னை விட்டு விடுங்கள். நான் என் வழியைப் பார்த்துக்கொண்டு போகிறேன். இன்னும் கொஞ்ச நேரம் இங்கிருந்தால் மூட்டைதூக்கச் சொன்னாலும் சொல்லுவீர்கள்'' என்றவாறு நடையைக் கட்டினான்.

மற்ற எல்லோரும், 'போகட்டும். அதுவும் நல்லதற்குத்தான்' என்று நினைத்துக்கொண்டார்கள். நம் இளைஞன் வாயிற்கதவின் அருகில் சென்று, ''அம்மா'' என்று குரல் கொடுத்தான். இரண்டு மூன்று முறை குரல் கொடுத்த பின்னரே உள்ளே இருந்து ''யாரங்கே?'' என்று கேட்டபடி ஒரு மூதாட்டி வெளியே வந்தாள். அவளை ரொம்ப வயதானவள் என்று கூற முடியாது. அதே சமயம் யுவதியும் இல்லை. நல்ல உயரம். கட்டுமஸ்தான தேகம். தலையைத் தூக்கி முடிந்து பின்னால் செருகுக்கொண்டை போட்டிருந்தாள். அப்பொழுதுதான் நீராடிவிட்டு வந்திருக்கவேண்டும். நெற்றியில் விபூதியும்

குங்குமமும் பளிச்சிட்டன. இந்தச் சிறுவீட்டில் வசித்தாலும் அவள் மிகுந்த மரியாதைக்குரியவளாகத் தோற்றமளித்தாள்.

''என்ன வேண்டும்?'' என்று கேட்டுக்கொண்டே வெளியில் வந்தாள்.

''தீட்சிதரையாவா! வரவேண்டும், வரவேண்டும். என்ன இந்தக் காலை வேளையில் இந்த ஏழையின் குடிசையை நாடி...'' என்று கூறியவள் பல்லக்கைப் பார்த்ததும் சற்றுக் குரலைத் தாழ்த்திக் கொண்டு, ''பல்லக்கில் யார்?'' என்றாள்.

அதற்குள் மொடக்கண்ணி 'தீட்சிதரையா' என்ற பெயரைக்கேட்டுச் சிலிர்த்துக்கொண்டான்.

''நீங்கள் கோவிந்த தீட்சிதராகத்தான் இருக்கவேண்டும். பெயர் சொன்னாலும்கூடப் புரிந்துகொள்ளாத முட்டாளாகி விட்டேனே!'' என்றபடி மொடக்கண்ணி நெடுஞ்சாண் கிடையாக தீட்சிதர் காலில் விழுந்தான்.

''மகாராஜாவே மதிக்கும் ஒருவரை பல்லக்குத் தூக்க வைத்து விட்டேனே! பாவி சமிக்கோணும் ஐயா, இது மகாராஜாவிற்குத் தெரிந்தால்...'' அவன் அழவே ஆரம்பித்துவிட்டான்.

''அப்பா, இப்போது அது முக்கியமல்ல. ஒரு சமயத்தில் மகான் திருநாவுக்கரசர்கூடப் பல்லக்குத் தூக்கியிருக்கிறார். உன் மனம் சமாதானமடையவேண்டி சொல்கிறேன். நான் பல்லக்குத் தூக்கியதை எல்லோரும் இத்துடன் மறந்துவிடுங்கள்'' என்றவர் தொடர்ந்து,

''அம்மா, கீழேவிழுந்து தலையில் அடிபட்டிருக்கும் ஒருவர் அந்தச் சிவிகையில் படுத்திருக்கிறார். அவரை சிகிச்சைக்காக இங்கே கொண்டுவந்தேன். அவரை உள்ளே கொண்டு வரலாமா?'' என்றார்.

''ஆகா! வாருங்கள் சுவாமி. இதோ படுக்கை தயார் செய்கிறேன். சற்று இருங்கள்.''

பொன்னம்மாள் உள்ளே சென்றபொழுது தீட்சிதரும் (நாமும் அவரை இனி மரியாதையாக தீட்சிதர் என்றே அழைக்கலாம்) கூடவே உள்ளே சென்று, ''அவர் படுக்கும் அறை சற்று ஒதுக்குப் புறமாக இருந்தால் நல்லது என நினைக்கிறேன்'' என்றார்.

''அப்படியே ஆகட்டும் ஐயா.''

தீட்சிதரும் பொன்னம்மாவும் சேர்ந்து ஐந்தே நிமிடங்களில் படுக்கையைத் தயார் செய்துவிட்டார்கள். தீட்சிதர் வெளியே வந்து,

''இவருக்குப் படுக்கை தயாராகிவிட்டது. வாருங்கள். மெதுவாகத் தூக்கிச்செல்வோம்'' என்றார்.

எல்லோரும் அவனை மெதுவாகத் தூக்கினார்கள். ஆனால் அவனுக்கு ஸ்மரணை ஏதும் இருப்பதாகவே தெரியவில்லை.

பொன்னம்மா நோயாளியைப் பரிசோதித்துக்கொண்டிருக்கும் பொழுது, தீட்சிதர் வெளியே வந்தார். தான் போவதாகச் சொன்ன அந்த வேற்று ஆள் வேறு எங்கேயும் போகாமல் தூரத்தில் ஓர் மரத்தின் மறைவில் உட்கார்ந்து இந்த வீட்டையே கவனித்துக் கொண்டிருப்பதைக் கண்டார். அவர் நெற்றி சுருங்கியது.

அது மொடக்கண்ணியின் கண்களுக்கும் தப்பவில்லை என்பதையும் அவர் கண்டார். அவர் எல்லோரையும் அருகில் அழைத்து, ''இந்தச் சம்பவத்தை நீங்கள் எல்லோரும் முழுவதுமாக மறந்துவிடுங்கள். இளையராணிக்குக்கூடத் தெரியவேண்டாம். உன் ஆட்களிடமும் சொல்லிவை.'' இந்தக் கடைசி வாக்கியத்தை அவர் தனியாக மொடக்கண்ணியிடம் மட்டும் கூறினார்.

''அப்படியே ஆகட்டும் ஐயா. மேலும் தங்களுக்கு என்ன ஊழியம் வேண்டும் என்றாலும் இந்த ஏழை செய்யக் காத்திருக்கிறேன் ஐயா. நினைவில் வைத்துக்கொள்ளவேணும்.''

தீட்சிதர் சற்று யோசித்து, ''அப்படியானால் உன் திட்டம் என்ன? பல்லக்குடன் எப்போது திரும்புவாய்?''

''இல்லை ஐயா, நான் பல்லக்குடன் திரும்புவதற்கில்லை. நான் புவனகிரி சென்று என் பெற்றோரைப் பார்த்துவிட்டு அடுத்த வாரம் திரும்புவதாக ராயசத்திடம் அனுமதி வாங்கி வந்திருக்கிறேன்.''

''அப்படியானால் நீ நாளை இங்கு வரமுடியுமா? இல்லை புவனகிரிக்குப் போய்த்தான் ஆகவேண்டுமா?''

''அவசியம் வருகிறேன் சுவாமி, புவனகிரியை அப்புறம் பார்த்துக் கொள்ளலாம். தாங்கள்...''

''நான் நாளை முழுதும் இங்குதான் இருப்பேன். என் நண்பரின் உடல்நிலையைப் பொருத்துத்தான் நான் எதையும் தீர்மானிக்க வேண்டும். என்ன, நாளை வருகிறாயா?''

''விடிந்து நாலு நாழிக்குள்ளாறவே வந்துடறேன்.''

''உன் வழித்துணை மறுபடி உங்களுடன் வந்தாலும் வரலாம். எதற்கும் உஷாராக இருங்கள். முக்கியமான தகவல் எதுவும் வெளிவரவேண்டாம்.''

''அப்படியே ஆகட்டும் சுவாமி'' என்றபடி மொடக்கண்ணி தன் ஆட்களை அழைத்துக்கொண்டு பல்லக்கைத் தூக்கியபடி கிளம்பிச் சென்றான்.

அவர்களின் வழித்துணை அவர்களுக்குத் தெரியாமல் அவர்களைத் தொடர்ந்து சென்றதை தீட்சிதர் கவனித்தார். அவர் முகம் கவலையைக் காட்டியது.

கோவிந்த தீட்சிதர் திரும்பி உள்ளே வந்தபொழுது பொன்னம்மா பச்சிலை அரைத்துக்கொண்டிருந்தாள். இவரைக் கண்டதும் புன்சிரிப்புடன் கல்லுவத்திலிருந்து பச்சிலையை வழித்து எடுத்தபடி நோயாளியின் அருகில் வந்து உட்கார்ந்தாள். அவர் தலைக்கட்டைப் பிரித்தவாறே, ''சுவாமி, நான் உங்களை ஒன்று கேட்கலாமா?''

''கேளுங்கள்.''

''இது குதிரை மேலிருந்து விழுந்த அடியில்லை.''

''இல்லை.''

''எப்படி ஏற்பட்டது?''

''தெரியாது.''

''யார் என்று சொன்னீர்கள்?''

''ஒன்றும் சொல்லவில்லையே...''

''ஏதோ நண்பனென்று சொன்னதாக...''

''ஆமாம், அதற்கென்ன? உலகில் எல்லாருமே என் நண்பர்கள்தாம். அதுவும் இப்படி அனாதையாய் விழுந்து கிடப்பவன்...''

''பார்த்தால் பெரிய இடத்துப் பிள்ளைபோல் தோன்றுகிறது.''

''ஆமாம். அவனை யாரோ அடித்துப்போட்டு வேலிக்கு வெகுதூரம் அப்பால் வீசி எறிந்திருந்தார்கள். அவனை சாலைக்குக் கொண்டுவருவதே பெரும்பாடாகப் போயிற்று. ஏதோ ஈசுவர சங்கற்பம் இந்தப் பல்லக்கு வந்தது. தூக்குபவர்களின் தலைவனும் மிக நல்லவனாயிருந்தான்.''

கட்டைப்பிரித்து காயத்தைப் பார்த்த அவள் 'உஷ்...' மூச்சை நீளமாக இழுத்து வெளியே விட்டாள். நாடியைப் பிடித்துப் பார்த்தாள். அவள் முகத்தில் கவலை ரேகைகள் படர்ந்தன.

''ஐயா, மூன்று நாடிகளுமே தாறுமாறாகத் துடிக்கின்றனவே. நிறைய ரத்தமும் போயிருக்கின்றது. என்னால் முடிந்ததைச் செய்கிறேன். பிறகு நீங்கள் சொல்லியதுபோல் ஈசுவர சங்கல்பம்.''

''இது ஏதோ அரசியல் சூழ்ச்சி என்றுதான் நினைக்கிறேன். இவன் மன்னர் அச்சுத ராயரின் மந்திரி பிரதானிகளில் யாரோ ஒருவர் வீட்டுப் பையனாக இருக்கலாமென்று எண்ணுகிறேன்.''

''திருடர்களுடைய வேலையாயும் இருக்கலாமில்லையா?''

''ஏன் அப்படிச் சொல்லுகிறீர்கள்?''

''இவர் உடலில் நகைகள் அணிந்திருந்த அடையாளங்கள் காணப்படுகின்றன, சுவாமி. கைகளில் வீர கங்கணம், குண் டலங்கள், மகர கண்டிகை, காலில் வீரக்கழல் எல்லாம் அணிந் திருந்த அடையாளங்கள் துல்லியமாகக் காணப்படுகின்றன.''

தீட்சிதர் பொன்னம்மாவிடம் தன் ஜோல்னாப் பையிலிருந்து நகை முடிச்சை அவிழ்த்துக் காண்பித்தார். அவளுக்குத் தூக்கிவாரிப் போட்டது.

''ஐயோ, என்னிடமும் இதேபோல்...'' என்று சொல்லவந்தவள்,

''சற்று இருங்கள். இவர் மூச்சு விடுவதற்கும் நினைவு திரும்பு வதற்கும் வசதியாக மூலிகைச் சாற்றில் தோய்த்து உலர்ந்த திரி புகை போடவேண்டும். அதை இப்பொழுதே செய்யவேண்டும். இந்த வேலையைச் செய்துவிட்டு மூக்கில் புகையைப் பிடித்தபடியே பேசலாம். நாம் நிறையப் பேச வேண்டியிருக்கிறது.''

கோவிந்த தீட்சிதர், ''ஓம் நமசிவாய'' என்று சொல்லியவாறு அங்கே கிடந்த ஒரு தருப்பைப் புல் ஆசனத்தில் அமர்ந்து கண்மூடி தியானத்தில் ஆழ்ந்தார். அவர்முன் உலகம் மறைந்தது.

பொன்னம்மா சுறுசுறுப்பானாள். வீட்டுக் கொல்லைப் பக்கம் போய் ஏதோ சில கொடிகளையும் சில செடிகளின் வேர்களையும் சேகரித்தாள். ஒவ்வொரு தடவையும் வேரைப் பறிக்கும் பொழுதும் ஏதோ சில மந்திரங்களைச் சொல்லி அவைகளைக் கும்பிட்டு வணங்கியபிறகே அவைகளைப் பறித்தாள். எல்லா வற்றையும் உள்ளே எடுத்துவந்து உரலில் இட்டு இடித்தாள்.

அவை நார்நாராகி வந்ததும் ஏற்கெனவே பிழிந்து வைத்திருந்த மூலிகைச் சாற்றில் முக்கி எடுத்து, சிறு சிறு திரிகளாகத் திரித்து, மறுபடியும் மூலிகைச் சாற்றில் தோய்த்து, அடுப்பு மேலிருந்த மேடையில் சிறு அரச இலைகளைப் பரப்பி உலர்த்தினாள். படுக்கையருகில் இருந்த கணப்புக் குண்டத்தில் எதேதோ குச்சிகளை இட்டுக் கணப்புப் போட்டாள். வீட்டில் புகை சூழ்ந்தது. வேலையை முடித்துவிட்டு, வெளி அறைக்கு வந்து வெளியே எட்டிப் பார்த்தாள். தீட்சிதரின் தியானம் இன்னும் கலையவில்லை.

நான்கு குதிரை வீரர்கள் ஏதோ பேசிச் சிரித்தபடி குதிரைகளை நடத்தியவாறு சென்றுகொண்டிருந்தார்கள். அச்சிறுவீடு ராஜபாட்டைக்குச்சமீபத்திலேயே இருப்பதால் இம்மாதிரி காட்சிகள் அபூர்வமில்லை.

உள்ளே திரிகள் உலர்ந்திருந்தன. பொன்னம்மா ஓர் உயரமான குத்துவிளக்கில் ஏதோவொரு தைலத்தை ஊற்றி விளக்கை ஏற்றினாள். சூரியன் உச்சிக்கு வர இன்னும் இரண்டு நாழிகைகளே இருந்தன. அதற்குள் தொடங்கிவிட வேண்டுமென்று அவள் உலர்ந்த திரி ஒன்றை விளக்குச் சுவாலையில் காட்டினாள். அது பற்றி எரியத்தொடங்கியதும் அதை வாயால் ஊதி அணைத்தாள். பிறகு அதன் புகையைப் படுத்திருந்தவன் நாசித்துவாரத்தின் அருகே பிடித்தாள். புகை வெகுநேரம் நீடித்தது. அதையே மற்ற திரிகளுடன் தொடர்ந்தாள். இடையே கோவிந்த தீட்சிதர் எழுந்து வந்தார்.

பொன்னம்மா அருகிலிருந்த ஓர் ஆசனத்தைக் காட்டி அவரை அமரும்படி சைகை செய்தாள். தீட்சிதர் உட்கார்ந்ததும் அவள் கேட்டாள். ''அவன் உடலிலிருந்து நகைகளைக் கழற்றியது பல்லக்குத் தூக்கிகளுக்குத் தெரியுமா?''

பொன்னம்மாவின் சூட்சுமமான கேள்வி தீட்சிதரை வியப்பிற்குள்ளாக்கியது.

''இல்லை இல்லை. அவனைச் சாலைக்குக் கொண்டுவருவதற்கு முன்னேயே எல்லாவற்றையும் எடுத்துவிட்டேன். அந்த நிலையில் அவன் அவற்றை அணிந்திருப்பது ஆபத்தானது என்று தோன்றியது.''

''நீங்கள் செய்ததுதான் ரொம்ப சரியானது'' என்றவள் தொடர்ந்து, ''சற்று இந்தத் திரியை இவன் மூக்கினருகில் பிடித்துக் கொள்ளுங்கள். நான் இதோ வருகிறேன்'' என்று சொல்லிவிட்டு, உள்ளே சென்று, ஒரு பேழையுடன் திரும்பினாள். பேழையை ஜாக்கிரதையாகக் கீழே வைத்துவிட்டு திரியைத் தன் கையில் வாங்கிக்கொண்டு, ''அந்தப் பேழையைச் சற்றுத் திறந்து பாருங்கள்'' என்றாள்.

தீட்சிதர் மிகச் சிரமப்பட்டு அந்தப் பேழையைத் திறந்தார். திறந்தவர் தன் ஆசனத்திலிருந்து திகிலுடன் எழுந்திருந்து, ''இது என்ன விபரீதம்?'' என்றார். அதற்குமேல் அவருக்கு வார்த்தைகள் வரவில்லை.

3

மறைந்த வீரன்

தலைநகரத்தில் அடப்பம் மல்லப்ப நாயக்கர் வீடு அமளி துமளிப் பட்டது. வேலைக்காரர்கள் அங்கும் இங்கும் போவதும் கூடிக்கூடிப் பேசுவதுமாக நின்றனர். நாயக்கர் மனைவி தருமாம்பா முகத்தில் ஈயாடவில்லை. போதாததற்கு அவள் மகன் சின்னப்பன் வேறு நடுநடுவே வந்து, ''சித்தப்பா எங்கே, சித்தப்பா எங்கே?'' என்று துளைத்து எடுத்துக் கொண்டிருந்தான். மல்லப்ப நாயக்கரின் கடைசி தங்கை லக்ஷ்மம்மா முகத்தைத் தொங்கப்போட்டுக் கொண்டு ஒரு மூலையில் உட்கார்ந்து கொண்டிருந்தாள். உச்சிப்பொழுதாயிற்று. நாயக்கர் காலையிலிருந்து உணவு எதுவுமே எடுக்கவில்லை.

''பெத்தண்ணாவிற்கு செய்தி சொல்லி அனுப்பியதற்கு ஏதாவது பதில் வந்ததா?''

தன் உதவியாளனைக் கேட்டார்.

''ஆம் வந்தது சுவாமி, இன்னும் இரண்டு நாழிகையில் மன்னர் சபையைக் கூட்டப்போகிறார். ஏதோ அவசரச் செய்தியாம். திருவடி தேசத்திலிருந்து தூதன் வந்திருக்கிறாப் போலிருக்கிறது. அப்பொழுது நேரே இதைப்பற்றிப் பேசி நடவடிக்கை எடுக்கலாம் என்று சொல்லி அனுப்பியிருக்கிறார்'' என்றார்.

''ஐயோ, தேவுடா, இது வேறேயா? இந்த மனநிலையில் நான் மன்னர் முன்னிலையில் என்ன சொல்லப் போகிறேன்?'' என அவர் குழம்பினார்.

அச்சுத ராயர் சபை நிறைந்திருந்தது. 'வாசல்' பெத்தமல்ல நாயக்கர், 'அடப்பம்' சின்ன மல்லப்ப நாயக்கர், 'ராயசம்' வெங்கண்ணா மற்றும் மந்திரி பிரதானிகள் அனைவரும் அவரவர் இடத்தில் அமர்ந்திருந்தனர். எள் போட்டால் எள் விழும் என்பார்களே அதுபோன்ற நிசப்தம் குடிகொண்டிருந்தது. தூதர்கள் இருவர் மரியாதையுடன் கைகட்டி நின்றுகொண்டிருந்தனர்.

அரசர் அச்சுத ராயர் ராஜகம்பீரத்துடன் சபையில் நுழைந்தார். அவருடன் பட்டமகிஷி வரதாம்பிகையும், இளையராணி என்று எல்லோரும் மரியாதையுடன் அழைக்கும் அரசரின் இரண்டாவது மனைவி திருமலாம்பாளும் சர்வாபரண பூஷிதைகளாக வந்து கொண்டிருந்தனர்.

எல்லோரும் எழுந்திருந்து 'ஜய விஜயீ பவ' என்று வாழ்த்தினர். கையமர்த்தியபடியே அச்சுத ராயர் தன் ஆசனத்தில் அமர, பாண்டிய குலத்தோன்றல் ராணி வரதாம்பிகையும் அவருடன் அமர்ந்தார். திருமலாம்பா மந்திரிகளுக்காக அமைக்கப்பட்டிருந்த ஆசனமொன்றில் அமர்ந்தார்.

அங்கே வந்திருந்த மந்திரிபிரதானிகள் அனைவரும் மரியாதையுடன் திருமலாம்பாளைக் குசலம் விசாரித்தனர்.

'ராயசம்' வெங்கண்ணாவின் தலையசைப்பைக் கவனித்து அவருடைய மெய்க்காப்பாளன் வீராசாமி அவ்விரு தூதர்களையும் அரசர் முன் கொண்டுவந்து நிறுத்தினான்.

மன்னர் திருமலாம்பாளைக் கேள்விக்குறியுடன் நோக்கினார்.

''விசாரணையைத் தொடங்கலாமா தேவி?''

''இல்லை மன்னா, அதற்குமுன் இவர்களைப் பற்றிய சில விளக்கங்கள் தேவையாகவுள்ளன. அத்துடன் நம் சின்ன மல்லப்ப நாயக்கர் ஏதோ முக்கியமான செய்தியுடன் வந்திருப்பதாகத் தெரிகிறது. அதை முதலில் பார்க்கலாமெனத் தோன்றுகிறது.

ஆதலால் இவர்களை இப்போதைக்குக் காவலில் வைக்குமாறு கட்டளையிடுங்கள். காவல் பலமாயிருக்கட்டும்.''

மன்னரின் நெற்றி சுருங்கியது. அவர் வீராசாமியை நோக்கி கையசைக்கவே அவன் தூதர்களை இழுத்துச்சென்றான். இப்போது அவர்களை இழுத்துச் செல்வதில் வீராசாமியிடம் ஒரு முரட்டுத்தனம் தென்பட்டது. ஒருக்கால் ராணியின் 'காவல் பலமாயிருக்கட்டும்' என்றதன் விளைவோ என்னவோ!

ஆனால் மல்லப்ப நாயக்கருக்குத் தூக்கிவாரிப்போட்டது. இவள் எப்படி...? அவருக்குத் தன் குழப்பமும் கவலையும் திருமலாம் பாளுக்கு எப்படித் தெரிந்தது என்று புரியவில்லை. இருப்பினும் அவர் ராணியை நன்றியுடன் நோக்கினார்.

திருமலாம்பாள் சபைக்குவந்து ஒரு நோட்டம் விட்டதும் எல்லோரையும் கணித்துவிடுவது அங்குள்ள யாருக்கும் புதிதல்ல தான். இருந்தாலும் அவர் தன் கவலையைக் கூடவே சுமக்க வேண்டிய அண்ணனிடம்கூட இன்னும் முழுவிவரம் சொல்ல வில்லை. அதற்குள் இந்த நிறைந்த சபையில் சொல்ல வைத்து விட்டாளே என்று நினைத்தார்... அதுவும் ஒருவிதத்தில் நல்லது தான், யாராவது எங்காவது பார்த்திருக்கலாம்... அவர் இந்த ரீதியில் தன் சிந்தனையை ஓடவிட்டார்.

மன்னரின் குரல் கணீரென்று ஒலித்தது. ''திருமலாம்பா, விசாரணையை ஒத்திப் போட்டதின் உண்மையான காரணம்?''

திருமலாம்பாளின் முகத்தில் புன்னகை. மன்னர் தன் உள்ளக்கிடக்கையை உள்ளபடி அறிந்திருந்ததால் இருக்கலாம்.

''அந்தத் தூதரில் ஒருவன் மட்டுமே தூதன்.''

''இன்னொருவன்?''

''ஒற்றன். அதுவும் நம் நாட்டிற்கு ஏதோ கேடு விளைவித்துவிட்டு வந்திருப்பவன்.''

''எனக்கும் ஏதோ சந்தேகம் தட்டினாற் போலிருந்தது. பெத்த மல்லப்பரே, உங்களுக்கு என்ன தோன்றுகிறது?''

''அந்த ஒல்லியான மனிதன் ஒரேயடியாக பயந்திருப்பது போலவும், ஏதாவது கேட்டால் அழுதுவிடுவான் போலவும் இருந்தது. ஆனால் அந்தக் குண்டன், சபையில் யார் முகத்தையுமே நோக்காமல் எங்கோ ஒரு மூலையைப் பார்த்துக்கொண்டிருந்தான். அதோடு பார்வையில் ஒரு முரட்டுத்தனமும் தெரிந்தது.''

''தேவியும் அவனைத்தான் குறிப்பிட்டாரென்று நினைக்கிறேன். சரிதானா?''

''நம் 'வாசல்' மல்லப்பரின் குறி என்றாவது தப்பியதுண்டா?'' தேவி சிரித்தாள்.

மன்னர், ''அதிருக்கட்டும். இப்பொழுது தேவி குறிப்பிட்ட சின்ன மல்லப்பரின் விஷயத்திற்கு வருவோம். என்ன நடந்தது?''

மல்லப்பர் தயக்கத்துடன் எழுந்து நின்றார். முகம் வாடி இருந்தது.

''பிரபோ, என் குடும்பத்தில் ஒரு பிரளயமே ஏற்படும் போலிருக்கிறது. மன்னா, நேற்றையிலிருந்து என் அருமைத் தம்பி சின்ன செவ்வப்பனைக் காணவில்லை. தெரிந்த எல்லா இடங்களிலும் தேடிப் பார்த்துவிட்டோம். நேற்று அதிகாலையில் சூரியோதயத்திற்கு நான்கு நாழிகை முன்னதாக, அவனுடைய குதிரையில் சேணத்தைப் பூட்டச் சொன்னதாக லாயத்தை மேற்பார்வையிடும் சங்கிலி கூறினான். அதற்கும் முதல்நாள் அவன் தன் அண்ணியிடம் காஞ்சீபுரத்தில் ஏகாம்பரநாதர் தேவகன்மியான தழுவக்குழைந்தான் பட்டரைக் காணப் போகவேண்டுமென்று சொல்லிக்கொண்டிருந்தானாம்.''

''அவன் அப்படித் தேடிப்போயிருந்தால் வருவதற்கு இரண்டு மூன்று தினங்கள்கூட ஆகலாம். இதில் கவலைப்பட ஏதுமில்லையே?''

''இல்லை அரசே, அவனுடைய குதிரை, பூட்டிய சேணத்துடன் காலை பத்து நாழிகைக்குள்ளேயே திரும்பி வந்துவிட்டது. மிகுந்த வருத்தத்துடன் காணப்பட்டது. இன்னொரு குதிரையில் ஒரு வீரனுடன் செவ்வப்பன் குதிரையையும் சேர்த்து அனுப்பினோம். அது வந்தவாசி சிதம்பரம் சாலையில் எங்கோ சென்று நின்றுவிட்டதாம். அது நின்ற இடத்தில் ராஜபாட்டையில் ஒரு கல் மேடையும் அதன் மேல் சில ஆடாதொடை இலைகளும் தவிர வேறு ஒன்றும் தென்படவில்லையாம்.''

''அந்தச் சுற்றுப்புறமெல்லாம் நன்கு தேடிப் பார்த்தாகிவிட்டதா?''

''ஆயிற்று மன்னா, அந்தக்குதிரை ஆகாரம்கூட எடுக்க மறுக்கிறது. வீட்டிலும் ஒரே...''

சொல்லும்பொழுதே சின்ன மல்லப்பருக்குத் துக்கம் தொண்டையை அடைத்தது. பெரிய மல்லப்பர் தம்பியின் முகத்தை

நோக்குவதும் தன் முகத்தை உத்தரீயத்தினால் அழுந்தத் துடைப்பதுமாய் இருந்தார். சபையில் மௌனம் நிலவியது.

சற்று நேரம் பொறுத்து திருமலாம்பாள் திருவாய் மலர்ந்தருளினாள்.

''நீங்கள் இருவருமே கவலைப்படாமல் வீட்டிற்குப் போய் ஓய்வு பெறுங்கள். எங்கே போய்விடப்போகிறான்? அவனைத் தேடிக் கண்டுபிடிக்கும் பொறுப்பு என்னுடையது. சபையில் இதைப்பற்றி யாருக்காவது ஏதாவது தெரியுமா?''

யாருக்கும் எதுவும் தெரியவில்லை. ஆனால் தூதர்களைக் காவலில் வைத்துவிட்டுத் திரும்பிய வீராசாமி மட்டில், ''முதல்நாள் அதிகாலையிலேயே இருட்டுப் பிரிவதற்கு முன்னாலேயே தம்பி குதிரைமீது போய்க்கொண்டிருந்தார். நான் வணக்கம் செலுத்தவும் சிரித்தபடியே கையசைத்தார். குதிரை பறந்துவிட்டது. எங்கோ மிக அவசரமாகப் போவதாகத் தோன்றியது'' என்றான்.

மன்னர், ''தேவி, எனக்கு ஒன்று தோன்றுகிறது. குதிரை நின்ற இடத்தில் அவனுக்கு ஏதோ நேர்ந்திருக்கவேண்டும். அதைப்பற்றி நமக்குத் தெரிவிப்பதற்கு, பாவம் குதிரை, வாயில்லா ஜீவன், அவனை அங்கேயே விட்டுவிட்டு ஓடோடி வந்திருக்கிறது. ஆதலால் அந்த இடத்தைத் தாண்டி முன்னாலும் சென்று ஆட்களைத் தேடிப்பார்க்கச் சொல்லவேண்டும். பக்கத்தில் யாராவது துணை கிடைத்து அழைத்துப் போயிருக்கலாமல்லவா?''

திருமலாம்பா, பெத்த மல்லப்பர், சின்ன மல்லப்பர் எல்லோருக்கும் அதன் சாத்தியக்கூறு புலப்பட்டது.

திருமலாம்பா, ''மன்னா, இப்பொழுதே ஆட்களை அனுப்பி வைக்கிறேன்'' என்று எழுந்தாள். மன்னரும் எழுந்திருக்கவே சபை கலைந்தது. எல்லோரும் தங்களுக்குள் கவலையுடன் 'கசமுச' என்று பேசியபடியே கலைந்து சென்றனர்.

பெத்த மல்லப்பர் தம்பியின் தோளில் கைவைத்து, ''இப்பொழுது நானும் உன்னோடு உன் வீட்டுக்கு வருகிறேன்'' என்று கிளம்பினார்.

எல்லோரும் கலைந்து செல்லும்பொழுது பட்டமகிஷி வரதாம்பிகை சற்று வேகமாக நடந்து திருமலாம்பாளுடன் சேர்ந்து கொண்டாள். திருமலை, ''என்ன அக்கா, ஏதாவது சொல்ல வேண்டுமா?'' என்றாள். வரதாம்பிகை அவளை அன்புடன் அணைத்து, ''எத்தனை பாரம் சுமக்கிறாயடி பெண்ணே! இருக்கும்

வேலைகள் போதாதென்று இன்னும் இழுத்துப் போட்டுக் கொள்கிறாயே! இதுமாதிரி வேலைக்காகவே இருப்பவர்கள் தேடமாட்டார்களா? மன்னருக்கு உன் சிரமங்கள் புரியவே புரியாதா?'' என்றாள்.

திருமலாம்பா சிரித்தபடி, ''மன்னரைக் குற்றம் சொல்லாதீர்கள். அவர் பொறுப்புகளைக் குறைக்கத்தானே நான் பாடுபடுகிறேன்? அவர் மனம் முழுதும் திருவடி தேசத்தைப் பற்றியும், அங்கிருந்து வந்திருக்கும் தூதர்களைப் பற்றியுமான சிந்தனையிலிருக்கிறது. அது நல்லதற்கல்ல என்று அவர் கருதுகிறார். மேலும் செவ்வப்பனைத் தேடுவது நம் முக்கியமான கடமையல்லவா? அந்த இரு சகோதரர்களின் முகங்களைப் பார்த்தீர்களல்லவா? இவ்விதமான மனநிலையில் அவர்களால் எதையும் தெளிவாகச் சிந்தித்துச் செயல்படமுடியுமென்று எனக்குத் தோன்றவில்லை. அதைத்தவிர செவ்வப்பனைப்பற்றி நினைக்கும்பொழுது சற்று கலக்கமாய்த்தானிருக்கிறது. எதிரிகள் நாட்டுக்குள்ளேயே நடமாடு கிறார்களோ எனத்தோன்றுகிறது'' என்றாள்.

அவள் இதைக் கூறும்பொழுது மிகச் சன்னமான குரலில் சுற்றுமுற்றும் பார்த்தபடிதான் பேசினாள். ஆயினும் சாளரத்தின் இடுக்குகளிலிருந்து இரு கொடுங்கண்கள் அவர்களைத் தீவிரமாகக் கண்காணித்தபடி இருந்தன. திருமலாம்பா அதையும் கவனித்து விட்டாளா என்பது நமக்குத் தெரியாது. ஆனால் அவள் நடை மிக வேகமாக அந்தத் தாழ்வாரத்தைக் கடந்து சென்றது. வரதாம்பிகை கொஞ்சம் சிரமத்துடனேதான் அவளைத் தொடர முடிந்தது.

4

பொன்னார் மேனியன்

பொன்னார் மேனியன் விரித்த செஞ்சடையுடனும் புலித்தோலுடனும் ஆடும் பொன்னம்பலம் என்னும் தில்லையம்பலமான சிதம்பரம்.

முக்தி தரும் ஸ்தலங்களில் முக்கியமானது.

சூரியன் மலைவாயிலில் விழுந்துகொண்டிருந்த சமயம். வானம் செக்கர் படர்ந்து கிடந்தது. கோயில் என்றாலே சிதம்பரம் கோயில்தான் என்று பிரசித்தி பெற்ற திருக்கோயிலில் பொன்னம்பலத்தானுக்கு சாயரட்சை தீபாராதனை நடந்துகொண்டிருந்தது. சேமக்கலம், டமரு என்னும் உடுக்கை, எக்காளம், முரசு, திருவாரூரிலிருந்து வந்த பஞ்சமுக வாத்தியம், முழவு, தாளம், மத்தளம், ஆலயமணி என்று சிறப்பாகச் சொல்லும் பெரியமணி, கண்டாமணிகள் என்று கூறப் படுபவையும் சிதம்பரத்திற்கே உரித்தானதும் மற்றும் பலவான்களால் மட்டுமே இழுத்து அடிக்க முடிந்ததும் அதற்கெனவே கட்டப்பட்ட திறந்த அறையின் விட்டத்தில் பொருத்தப்பட்டதுமான பிரும்மாண்ட மான வெண்கல மணிகள். அந்த வெண்கல மணிகள் முழங்கியதில் அந்தக் கனகசபை மற்றும் அந்த உள் பிராகாரமே, ஏன், கோயில் முழுதுமே, 'ஓம் ஓம்' என்று ஓங்காரத்தில் மூழ்கியது. அவ்வொலி ஆழ்ந்து இனிமையூறும் நாதமாய் சஞ்சரித்தது. அத்தனை

ஒலிகளும் சேர்ந்தும் காதுகளுக்குக் கடூரமாயில்லாமல் செவிகளினூடே புகுந்து உடலையும் என்புகளையும்கூட உருக்கி, நாடி நரம்புகளை ஊடுருவி, உள்ளுக்கும் உள்ளே உறைந்துள்ள ஆன்மாவையே தட்டி எழுப்புவது போலிருந்தது.

சாதாரண நாட்களிலேயே சிதம்பரம் சாயரட்சை விசேஷமானது. அதிலும் அன்று பிரதோஷம். நல்ல கூட்டம்.

அரச குடும்பத்தினர் யாரோ விஜயம் செய்திருப்பதாகக் கூறி வழக்கத்தைவிடக் காவல் கெடுபிடியாயிருந்தது. மேலே கனகசபைக்குள் யாரும் அனுமதிக்கப்படவில்லை. சபையைச் சுற்றிலும் சந்நிதியைத் தவிர மற்ற இடங்கள் திரையிடப்பட்டிருந்தன.

சிதம்பர தீட்சிதர் அடுக்கு தீபாராதனையையும் மற்ற தீபாராதனை, ஷோடசோபசாரங்களையும் பயபக்தியுடன் செய்து முடித்தார். இந்த ஷோடசோபசாரம், தீபாராதனை, தூபம், மகாதீபம், நாகதீபம், வ்ருஷபதீபம், ம்ருகதீபம், பூரணக் கும்பம், பஞ்சதீபம், நட்சத்திரதீபம், மேருதீபம், கண்ணாடி, குடை, சாமரம், வ்யஜனம், விசிறி, கற்பூரஹாரத்தி ஆகிய பதினாறு வகை வழிபாடுகளை உள்ளடக்கியதாகும்.

ஒவ்வோர் உபசார திரவியத்திற்கும் ஒரு அதிதேவதை உரியவராவார். மகாதீபத்தில் பதினொரு அடுக்கு பதினொரு ருத்திரர்களையும், ஒன்பது அடுக்கு நவசக்தியையும், ஏழு அடுக்கு சப்தமாத்ரு தேவதைகளையும், ஐந்து அடுக்கு பஞ்ச பிரும்மத்தையும், மூன்று அடுக்கு மும்மூர்த்திகளையும், ஒரு அடுக்கு சிவனையும் குறிப்பனவாகும்.

தூபம் அக்கினிதேவரையும், மகாதீபம் சிவனையும், நாகதீபம் கேதுவையும், விருஷதீபம் தருமதேவனையும், ம்ருகதீபம் விஷ்ணுவையும், பூர்ணகும்பம் ருத்திரனையும், பஞ்சதீபம் பஞ்சபிரும்ம மந்திரங்களையும், நட்சத்திர தீபம் இருபத்தியேழு நட்சத்திரங்களையும், மேருதீபம் பன்னிரு ஆதித்யர்களையும் திருநீறு சிவனையும், கண்ணாடி சூரியனையும், குடை சந்திரனையும், சாமரம் மகாலட்சுமியையும், வ்யஜனம் பிரும்மாவையும், விசிறி வாயுதேவனையும், கற்பூரம் அக்கினி தேவனையும் குறிக்கும்.

ஒவ்வொரு உபசாரத்தின் பொழுதும் அந்தந்த உபசாரத்திற்குரிய அதிதேவதையை வணங்கி வழிபட்ட பிறகே அந்த உபசாரத்தை ஈசனுக்கு அர்ப்பணிப்பது மரபாகும்.

பொதுவாகவே அந்தத் தில்லை தீட்சிதர்கள் பொன்னம்பலத்தானை உபசரிக்கும்பொழுது தங்களையே மறந்துவிடுவது வழக்கம்தான். அதிலும் சிதம்பர தீட்சிதர் மனம் ஒன்றிவிடுவதைக் காணும் பொழுது பக்தர்கள் யாருமே மனம் உருகாமல் இருக்கமுடியாது. பொதுவாக சாயரட்சையின்போது தீட்சிதர்கள் பூஜையை முடிப்பதற்கு ஒரு குறிப்பிட்ட காலக்கெடு உண்டு. சிதம்பர தீட்சிதருக்கு மட்டும் கொஞ்சம் அதிக நேரம் எடுத்துக்கொள்ள உரிமை இருந்தது. பூஜை செய்யும்பொழுது அவர் அதில் லயித்து விடுவார்.

தீபாராதனை முடிந்ததும், ஸ்படிக லிங்கத்திற்கு அபிஷேகம் செய்தபிறகு, வழக்கமாகக் காட்டும் ரகசிய தரிசனத்தை அன்று பொதுமக்களுக்குத் திறந்துவிடவில்லை.

அரச குடும்பத்தினர் என்றால் அக்காலத்தில் விஜயநகரப் பேரரசர்களும், அம்மன்னர்களிடம் இருந்து நாயகத்தானம் பெற்ற தஞ்சை செஞ்சி மதுரை நாயக்கர்களும்தான். அப்போது விஜயநகர சாம்ராஜ்யத்தில் அரசியல் குழப்பம் அதிகமாயிருந்தது. வெளியே இருந்து ஊடுருவும் அன்னிய நாட்டு ஒற்றர்களும் உள் நாட்டிலேயே சதியும் கலகமும் செய்யும் அதிகாரிகளுமாக ஆபத்து நிறைந்ததாக இருந்தது. அரச குடும்பத்தினர் யாராவது சிதம்பரத்திற்குச் சுவாமி தரிசனம் செய்ய வந்தால் அவர்கள் நலமாக தரிசனம் முடிந்து கோயிலை விட்டுத் திரும்பச் செல்லும்வரை பொறுப்பு கோயில் தீட்சிதர்களுடையது. அவர்களுக்குக் கோயிலுக்குள் அரண்மனை வீரர்களின் பாதுகாப்புக் கிடையாது. ஆனால் வழிபாட்டிற்கு வந்தவர்கள் போல மாற்றுடையில் அவர்கள் சஞ்சரித்தபடி இருக்கலாம்.

இருந்தாலும் தீட்சிதர்களுடைய பொறுப்புகளும் சரி, அவர்களுடைய செல்வாக்கும் அதிகாரமும் சரி, அக்கோயிலைப் பொருத்தவரை மகத்தானது. அவர்கள் விருப்பத்திற்கு மாறாக அரசர்கள்கூட கோயிலைப் பொருத்தவரை ஏதும் செய்ய முடியாது. அம்முறை அன்றிலிருந்து இன்றுவரை மாறாமல்தானிருக்கிறது.

சிதம்பரம் தீட்சிதர்களுடைய மகிமையைக் கூறும் செவிவழிக் கதையொன்றுண்டு. ஒருசமயம் துர்வாசர் சிதம்பரத்திற்கு வந்தார். அவர் சிவனுடைய அவதாரம் என்று கூறுவதுண்டு. அவர் சிதம்பர தரிசனத்துடன், கோயில் சரிவர பராமரிக்கப்படுகிறதா, பூஜை முதலிய சடங்குகள் சரிவர நடக்கிறதா, தீட்சிதர் எல்லோரும் நலமாக உள்ளனரா என்று பார்க்கவும் விரும்பினார். துர்வாசருக்கு யாரையும் எதையும் பரீட்சித்துப் பார்ப்பது மிகப் பிடித்தமான ஒன்று.

அவர் கோயிலின் ஆயிரங்கால் மண்டபத்தில் எல்லா தீட்சிதர்களையும் வரவழைத்து எண்ணத் தொடங்கினாராம். 'தில்லை மூவாயிரத்தவர' என்ற அடைமொழி பிரசித்தியாயிற்றே! ஆனால் எவ்வளவு தடவை எண்ணினாலும் ஒன்று குறைவாகவே இருந்ததாம். ஆனால் தீட்சிதர்களோ தாங்கள் எல்லோருமே அங்கு வந்திருப்பதாகக் கூறினார்களாம். கடைசியில் அந்த ஒருவருக்கு என்னவாயிருக்கலாமென்று துர்வாசருக்குக் கவலை ஏற்பட்டது. அவர் இதைப் பற்றி தில்லை அம்பலத்தானாகிய இறைவனையே கேட்டுவிடுவது என்று இறைவனைப் பிரார்த்தித்தாராம். இறைவன் பிரசன்னமாகி துர்வாசரின் கவலையைக் கேட்டதும், ''உன் ஆதங்கத்தில் நம்மை எண்ண மறந்தாயே!'' என்று கூறி மறைந்தனராம். தன்னையே தீட்சிதனாகவும், தீட்சிதர்களையே தன் சொரூபமாகவும் இறைவனே அங்கீகரித்திருக்கையில் அவர்களைப் பற்றி வேறு என்ன கூறமுடியும்? துர்வாசர் கவலை நீங்கி மகிழ்ச்சியுடன் திரும்பிச் சென்றாராம்.

இன்று வழக்கத்தைவிட கெடுபிடி சற்று அதிகமாகத்தானிருந்தது. வழக்கத்தைவிட வெகு சிக்கிரமாகவே தீர்த்தமும் கொடுத்தாகி விட்டது. ஆனாலும் தீட்சிதர்களின் சாமர்த்தியம் இந்த விஷயத்தில் பலிக்கவில்லை. கூட்டம் கலையவில்லை. அரச குடும்பத்தினர் வருகிறார்களென்ற வதந்திதான் காரணம். வந்தால் பார்க்கலாமே என்ற ஆர்வம்.

ஆனால் கோயிலில் கூட்டம் கலைவதற்கு அரச குடும்பத்தினர் காத்திருக்க முடியுமா?

சிற்சபையில் திரையிட்டிருந்த இடத்திற்கு அருகில் நின்ற ஓதுவார், 'ஒன்றியிருந்து நினைமின் காண் உம்தமக்கு ஊனமில்லை' என்னும் நாவுக்கரசர் பதிகத்தை, உள்ளம் உருக தம் கன சாரீரத்தில் இனிமையாகப் பாடி முடித்தார். பிறகு திரைக்குப் பின்னாலிருந்து தேனொழுகும் இனிய குரலில்,

> 'மானாட மழுவாட மதியாட புனலாட
> மங்கை சிவகாமியாட...'

என்று நடராசப்பத்திலிருந்து ஒரு பாடல் வெளிவந்தது. அக்குரலின் இனிமை, எங்கே நடராசர் உள்ளபடி ஆடி வருகிறாரோ என்ற பிரமையை உண்டு பண்ணியது. மனம் லயித்து, மதியும் புனலும் எங்கே உள்ளன என்று ஆண்டவன் சிரஸை அன்றுதான் முதலில் பார்ப்பதுபோல் பக்தர்கள் நோக்கத் தொடங்கினார்கள்.

பாடல் மேலே தொடர்ந்தது.

'மாலாட நூலாட மறையாட திறையாட
மறை தந்த பிரும்மனாட...'

நமது கர்நாடக சங்கீதத்தை மேளகர்த்தா முறையில் வரிசைப் படுத்திய மகான் வேங்கடமகி அப்போது பிறந்திருக்கவில்லை. இந்தப்பாடல் 'சுகி அமிர்தம்' என்ற பண்ணில் அமைந்திருந்தது. உருக்கமாகப் பாடுவதற்கு ஏற்ற அந்தப் பண்ணில் 'மால் ஆட' என்னும் சொல்லைத் திரும்பத் திரும்ப உச்சரித்து உருகியபொழுது வெளியே குழுமியிருந்த பக்தர்கள் அந்தத் திருமாலையே நேரில் கண்டாற்போல் உடலும் உள்ளமும் புளகித்தனர்.

'கோனாட வானுலகு கூட்டமெல்லாமாட
குஞ்சரமுகத்தனாட...'

பிள்ளையார் தொப்பையும் தொந்தியும் குலுங்க ஓடியாடி வந்தார். கையில் மாம்பழத்துடன் அம்மையப்பனைச் சுற்றி வருவது மனக்கண்ணில் உருவானது. அது மட்டுமா? தேவ கின்னர கந்தர்வர்கள் அனைவரும் கூட்டமாய் ஆடிவந்தனர்.

காதைத் தீட்டிக்கொண்டு 'இன்னும் இன்னும்' என்று கூட்டம் காத்திருந்தது வீண் போகவில்லை. நாத இன்பம் மேலும் தொடர்ந்தது.

'குண்டலமிரண்டாட தண்டை புலியுடையாட
குழந்தை முருகேசனாட...'

கணபதியைப் பாடியபிறகு வேலனை விடமுடியுமா அல்லது அப்பனின் அலங்காரத்தைத்தான் கூறாமலிருக்க முடியுமா? தழையும் மகரகுண்டலங்களுடன் கால் தண்டையும் கழலும் குலுங்க புலியுடையும்கூட அப்பனுடன் ஆடுகின்றனவாம்! எப்படி ஆழ்ந்து அனுபவித்து, அவ்வாட்டத்திலேயே அமிழ்ந்து பாடியுள்ளார் கவிஞர்! அதை அப்படியே அனுபவித்துத் தக்க பண் அமைத்துப் பாடும் பாடகிக்குத்தான் எத்துணை உருக்கமான பக்தி!

மேலும் பாட்டு தொடர்கிறது.

'ஞானசம்பந்தரொடு இந்திரர் பதினெட்டு
முனியட்ட பாலகருமாட
நரைதும்பை அருகாட நந்தி வாகனமாட
நாட்டியப் பெண்களாட...'

இப்படி பொன்னம்பலத்தில் கோலாகலமாக ஆனந்த நடனம் நடைபெறும்பொழுது, பதினெட்டு இந்திரர்கள், அஷ்ட திக்பாலர்கள் அதை அனுபவிக்கவேண்டாமா? வந்தார்கள். ஆனால் வந்ததுமே அவர்களும் ஆடத்தொடங்கிவிடுகிறார்கள்! நாட்டியமே உலகாகவும் உயிராகவும் உள்ள நாட்டியப் பெண்களும்கூட ஆடுவது இயல்புதான். ஆனால் இது என்ன? நந்தி மத்தளம் கொட்டுவதைத்தான் நாம் கேள்விப்பட்டிருக்கிறோம். இங்கு அவரும் ஆடுகிறாராமே! ஒருக்கால் மத்தளத்தையும் தூக்கிக் கொண்டு 'தீம் தை' என்று குதிக்கிறாரோ என்னவோ! அதை நினைக்கும்பொழுது, அந்த உருக்கமான லயத்தில் லயிக்கும் பொழுதில்கூட, கொஞ்சம் ஹாஸ்யம்!

பாட்டு முடிகிறது.

'வினையோடு உனைப் பாட எனை நாடி இதுவேளை
விருதோடு ஆடிவருவாய்...'

தன் வினைகளைத் தீர்க்க வரும் அய்யன், தான் மட்டும் வருகை தராமல் விருதோடு ஆடி வரவேண்டுமாம். என்ன ஆசை அவனுக்கு! கடைசியில் இதயம் குவிந்து கூவுகிறான் பக்தன்.

'ஈசனே சிவகாமி நேசனே எனை ஈன்ற
தில்லை வாழ் நடராசனே.'

பாட்டு முடிந்துவிட்டது. அதுகூடத் தெரியாமல் மக்கள் அந்த லயத்தில் தங்களை மறந்து, கூப்பிய கரங்கள் கூப்பியபடி, கண்ணீர் சோர நின்றனர்.

அந்த இளம் பெண்ணும் அவள்கூட வந்திருந்தவரும் கிளம்பினர்.

சிதம்பர தீட்சிதர் தன் பெரும் உடலையும் தன் உடலளவே கனம் தாங்கிய உத்திராட்சங்களையும் சுமந்தபடி, விபூதி, குங்குமம் மற்றும் தேங்காய், பழம், பஞ்சாமிர்தம் நிரம்பிய தட்டுகளையும் கொடுத்தபடியே, ''அம்மா கொழந்தே மூர்த்தி, உன் குரலில்தான் என்ன இனிமை! வெகுகாலம் நீ நன்னா இருக்கணும். புலிக்குப் பிறந்தது பூனையாகுமா? பார்ப்பதற்குக்கூட உன் முகஜாடை சாயல் எல்லாம் ராணி திருமலாம்பாளை அச்சு உரித்து வைத்திருக்கிறது. நல்ல கணவன் வாய்த்து நீ அமோகமாய் வாழணும் அம்மா... நீ பாடும்பொழுது ஒரு கட்டத்தில், இந்த உடலைத் தூக்கிக்கொண்டு ஆடலாமா என்று எனக்குத் தோன்றிவிட்டதம்மா'' என்றார். மூர்த்திமாம்பா கலீரென்று சிரித்தாள். கூட வந்திருந்த அவள் சித்தப்பாவும் புன்னகை பூத்தார்.

அவள், ''ஆருத்ரா தரிசனத்தின்போதும் தேர் வீதிவலம் வரும் போதும் அந்த ஆடலரசன்முன் நீங்கள் பூமிஅதிர ஆடிவருவதை நான் பலதடவை கண்டிருக்கிறேனே, தீட்சிதரய்யா'' என்றாள்.

இன்னும் சில உபசார வார்த்தைகளுக்குப்பின் அவர்களிருவரும் கிளம்பிச் செல்லத்தொடங்கினர்.

அவர்கள் கீழ்சந்நிதி வழியாக வெளியே போய்க்கொண்டிருந்த பொழுது வெளியிலிருந்து இரு இளைஞர்கள் எதையோ தீவிரமாக சம்பாஷித்தபடி வந்துகொண்டிருந்தனர். அவர்களைப் பார்த்ததும் மூர்த்திமாம்பா, அவள் சித்தப்பா மாரப்ப நாயக்கர் இருவருமே தன்னிச்சையாக நின்றனர். அதேபோல் கோயிலுக்கு உள்ளே வந்துகொண்டிருந்தவர்களும் காரணம் தெரியாமல் நின்றுவிட்டு, பிறகு தங்கள் நடையைத் தொடர்ந்தனர். மூர்த்திமாம்பாவின் திடீர் வருகை மின்னல் வெட்டியதுபோலிருந்தது நம் இளைஞனுக்கு. அரச குடும்பத்தினருடன் பரிச்சயம் இருந்தாலும் அரச குடும்பத்துப் பெண்கள் அதிகம் வெளியில் வருவதில்லை. ஆதலால் அவனுக்கு அது யாரென்று புரியவில்லை. ஆனாலும் அது யாரென்று புரிந்துகொள்ளாமல் அங்கிருந்து நகர விரும்பவில்லை. மூர்த்திமாம்பாளுக்கும் தர்ம சங்கடமாய்த்தானிருந்தது. அத்துடன், 'இது என்ன? இப்படியா பெண்களைப் பார்த்து விழிப்பார்கள்?' என்று கோபத்தில் அவளுடைய பிறைநுதல் நெற்றி சற்றுச் சுருங்கியது. அடுத்த நிமிடம் அவள் வெட்கத்துடன் சற்றுத் தலையைத் தாழ்த்திக்கொண்டாள். அந்த வெட்கத்திற்குக் காரணம் 'நானும் அப்படிப் பார்த்ததினால்தானே அவர் பார்த்தது தெரிந்தது' என்ற எண்ணம்தான். கூட வந்த மாரப்ப நாயக்கருக்கு அவள் வெட்கம் சற்றுப் புதுமையாயிருந்தது.

கோவிந்த தீட்சிதர் அவர்களைப் பார்த்து அரச குடும்பத்தினர் என்று புரிந்துகொண்டு முறைப்படி வணக்கம் செலுத்தினார்.

''என் பெயர் கோவிந்த தீட்சிதர். இவர் விஜய நகரப்படையில் ஒரு வீரர்'' என்றார். மாரப்பர் சிரித்தபடியே ''இவர் உடலிலிருக்கும் கட்டுக்களிலிருந்தே அதைப் புரிந்துகொண்டேன். அவ்வப் பொழுது முகம் சுருங்குவதிலிருந்தும் இந்த ரணங்கள் இன்னும் முழுமையாக ஆறவில்லை எனவும் புரிந்துகொண்டேன். அதனால் சமீபத்தில்தான் இந்த விபத்து ஏற்பட்டிருக்கவேண்டும். இப்பொழுது எந்த இடத்திலும் போர் நிகழ்வதாகத் தெரியவில்லையே, எப்படி அடிபட்டது?''

''ஓ அதுவா? குதிரை கீழே தள்ளி குழியையும் பறித்தது'' என்று சொல்லி, பெரிய ஹாஸ்யம் செய்ததுபோல் பெரிதாக நகைத்தான்

அந்த வீரன். அந்த நகைப்பில் காயங்களின் வலி மிக அதிகமாகி விட்டதால் அவனை அறியாமலே ஒரு முனகல் வெளிப்பட்டது.

''ஐயா, என் பெயர் மாரப்ப நாயக்கன். இந்தக் கூட்டத்திற்குத் தலைவன். இவள் மூர்த்திமாம்பா, ராணி திருமலாம்பாளின் சகோதரி. இவர்களுக்கு நான் சித்தப்பாவாகவேண்டும். தூரத்திலிருந்தே கோவிந்த தீட்சிதர் போலிருக்கிறதே என்று யோசித்தேன். தங்களை ஓரிரண்டு முறை அரண்மனையில் கண்டிருக்கிறேன். ஆனால் இவ்வளவு அருகில் பார்த்ததில் ரொம்ப சந்தோஷம். தம்பி பெயர் என்னவோ?''

''செவ்வப்பன்.''

நாயக்கர் வகுப்பில் செவ்வப்பன் என்பது அதிக புழக்கத்தில் உள்ள பெயராதலால் மாரப்பருக்கு எந்தச் சந்தேகமும் வரவில்லை. ஆனால் மூர்த்திமாம்பா துணுக்குற்று சட்டென்று அவனை நிமிர்ந்து பார்த்தாள். அதேசமயம் செவ்வப்பனும் அவளைக் குறிப்பாகப் பார்க்கவே இருவருமே சட்டென்று வேறு திசை திரும்பிக் கொண்டனர். செவ்வப்பன் முகத்தில் புன்னகை அரும்பியிருந்தது. அதில் கேலியும் நிரம்பியிருந்ததாக ஏனோ மூர்த்திமாம்பாளுக்குத் தோன்றியது.

''எங்கு தங்கி இருக்கிறீர்கள்?''

''எங்கும் இல்லை. சுவாமி தரிசனம் செய்துவிட்டுத் தஞ்சாவூருக்குப் போய்க்கொண்டிருக்கிறோம்.''

''எப்படிப் போகிறீர்கள்? இரவு உணவு?''

''குதிரைகளில்தான் வந்தோம். அவைகள் நல்ல சாதிக் குதிரைகள். சிரமம் அதிகம் இருக்காது. உணவை வழியில் பிரம்மபுரம், மாயூரம் எங்காவது பார்த்துக்கொள்வோம். உணவுக்குத் தங்கினால் போய்ச் சேருவதற்குள் அகாலமாகிவிடும்.''

''தீட்சிதர்வாள், நம் மாளிகைக்கு வந்து உணவு அருந்திவிட்டுப் புறப்படலாமே.'' அவர் குரலில் ஒரு வேண்டுதல் தெரிந்தது.

''ஆனால்...''

மூர்த்திமாம்பா வாயைத் திறந்தாள்.

''சிதம்பரத்திலோ, மாயூரத்திலோ எங்கு உணவு எடுத்துக் கொண்டாலும் அதற்கு நேரம் ஆகத்தானே ஆகும்? இப்பொழுதே இருட்டி அரைச் சாமத்திற்கு மேலே ஆகிவிட்டது. தாங்கள்

இருவருமே எங்களுடன் மாளிகைக்கு வந்து, இரவு உணவு அருந்தி, இளைப்பாறிவிட்டு, காலை சூரியோதயத்திற்கு முன்னால் கிளம்பினால் ஆயிற்று.''

அவள் கூறியது மற்ற மூவரையுமே சற்று வியப்பிலாழ்த்தியது. சிந்திக்கவும் வைத்தது. சற்றுத் தயக்கத்திற்குப்பின் அந்தத் தீர்மானம் ஏகமனதாய் நிறைவேறியது.

''ஆனால் குதிரைகள்...''

''அவைகளைப் பற்றி கவலை வேண்டாம். தீட்சிதரையா, எங்கள் லாயத்திலிருக்கும் கந்தப்பன் குதிரைகளை நன்கு கவனித்துக் கொள்வான். அவைகளும் இரவில் இளைப்பாரட்டுமே...'' என்றார் மாரப்பர்.

உள்ளபடி தீட்சிதர், செவ்வப்பன் இருவருமே, குதிரைகளுக்குச் சற்று ஓய்வு கிடைக்கட்டும் என்பதை நினைத்தே தங்குவதற்கு ஒப்புக்கொண்டனர் எனலாம்.

மாளிகையில் விருந்து பலமாக இருந்தது. மாரப்ப நாயக்கர் விருந்தோம்பலில் சளைத்தவர் அல்ல என்பது தெரிந்தது. எல்லாவிதமான பண்டங்களும் பனியாரங்களும் வந்த வண்ண மிருந்தன. ஆனால் மூர்த்திமாம்பா அவர்களுடன் சேர்ந்து உணவருந்தவில்லை.

செவ்வப்பன் அவளைக் காண விரும்பினான். ஆனால் மாளிகைக்கு வந்தபிறகு அவள் கண்ணில் படவே இல்லை. கோயிலுக்குச் சென்ற தினங்களில் அவள் ஏதும் உணவு கொள்வதில்லை எனத் தெரிந்தது.

அதிகாலையில் அவள் எழுந்ததும் அவர்களைப்பற்றி விசாரித்த பொழுது அவர்கள் இருட்டுப் பிரிவதற்கு முன்பே கிளம்பி விட்டதாகத் தெரிந்தது. ஏனோ அது அவளுக்குச் சற்று ஏமாற்றமாயிருந்தது.

மாரப்ப நாயக்கருக்கோ அவர்கள் என்ன விஷயமாகத் தஞ்சாவூர் போகிறார்களென்று தெரிந்துகொள்ள முடியவில்லை. செவ் வப்பன் எவ்வளவோ அன்புடனும் பணிவுடனும் பழகினான் எனினும் அவனைப்பற்றி ஏதோ மர்மம் இருப்பதாகத் தோன்றி அவரை உறுத்திக்கொண்டே இருந்தது.

5

விஜயநகரம்

நமது கதை தொடங்கும் காலத்தில் - அதாவது கி.பி. 15வது நூற்றாண்டில் - விஜயநகரம் மிகச்செழிப்புடன் மாடமாளிகை கூடகோபுரங்களுடன் கூடிய மாநகரமாகத் திகழ்ந்தது. கிருஷ்ணதேவ ராயருடைய முன்னோர்கள் கொடிய முகமதிய சிற்றரசர்களை ஒடுக்கி, சிதறிக்கிடந்த கிராமங்கள் மற்றும் நகரங்களை ஒன்றுசேர்த்து விஜயநகர சாம்ராஜ்யத்தை நிறுவினார்களென்று கூறப்படுகிறது.

சரித்திரச் சான்றுகளின்படி கி.பி. 1307ல் இப்பிரதேசம் முழுவதும் முகமதியர்கள் வசமிருந்ததாகத் தெரிகிறது. மக்கள் அவர்களை எதிர்த்து அடிக்கடிப் போராடிக் கொண்டிருந்ததினால், சுல்தான் அந்தப் பிரதேசத்தைத் தன்னிடம் மந்திரியாயிருந்த தேவராயர் என்பவரிடம் ஒப்படைத்து, அவரை சுதந்திர அரசராக ஆட்சி அமைக்க அனுமதித்தாராம்.

அவர் வேட்டைக்குச் சென்றபொழுது ஓரிடத்தில் ஒரு முயல்குட்டி வேட்டைநாய்களுக்குச் சிறிதும் அஞ்சாமல் அவைகளை எதிர்த்துக் கடித்ததாம்.

இதைக்கண்டு அம்மன்னர் திகைப்படைந்து சுற்றுப் புறங்களில் தேடிப்பார்த்ததில் அங்கு சற்றுத் தூரத்தில் ஒரு மரத்தடியில் ஒரு மகான் தவம் செய்து கொண்டிருந்ததைக் கண்டார். அவர்தான் வித்யாரண்யர் என்னும் மத்வாசாரியர்.

அரசர் அவரை வணங்கித் தன்னை ஆசீர்வதிக்கும்படி வேண்டிய பொழுது அம்மகான் அவரை ஆசிகூறி அந்த இடத்தில் ஒரு பெரிய நகரத்தை ஸ்தாபித்து ஆண்டுவரும்படி திருவாய் மலர்ந்தருளினாராம்.

இன்னொரு சாரார் கூறுவது:

வாரங்கல் அரசரிடம் தனாதிகாரியாயிருந்த பிரதாப ருத்திரரின் உதவியாளர்களான ஹரிஹரர், புக்கர் என்னும் சகோதரர்கள், மகான் வித்யாரண்யரிடம் அடைக்கலம் அடைந்ததாகவும், அவர் அவர்களுக்காக இந்த நகரை ஸ்தாபித்துக் கொடுத்ததாகவும் தெரிகிறது. இதை நிரூபிப்பதுபோல் விஜயநகரத்தில் வித்யாரண் யருக்காகவே முழுதும் கல்லில் குடைந்த கோயில் ஒன்றுள்ளது.

மற்றுமொரு செவிவழித் தகவல்: வாரங்கலில் இருந்த முகமதிய கவர்னர்களிடம் இரண்டு ஹிந்து அதிகாரிகள் செயலாற்றி வந்தனர். இது ஹொய்சள வல்லாளர்களின் அரசாங்கத்தைச் சார்ந்தது. 1309, 1310ல் மலிக்காபூர் என்ற முகமதிய கொள்ளைக்காரன் ஹிந்து தலைநகரான துவாரசமுத்திரம் என்ற தலைநகரைக் கைப்பற்றினான். அப்பொழுது இந்த அதிகாரிகளும் தோற்கடிக்கப்பட்டு மலையடி வாரங்களில் ஒளிந்து திரிந்தபொழுது மத்வாசாரியரை ஆனைகண்டி என்னுமிடத்தில் சந்தித்ததாகத் தெரிகிறது. அவருடைய உதவியுடனும் ஆசியுடனும் விஜயநகரத்தை ஸ்தாபித்ததாகவும் தெரிகிறது.

இதைப்போன்று விஜயநகரத்தின் தோற்றத்தைப் பற்றிப் பல மாறுபட்ட செவிவழிக் கதைகள் உள்ளன.

எப்படியும் 10 அல்லது 11வது நூற்றாண்டில் திரும்பத் திரும்ப முகமதியர்களால் தாக்கப்பட்டும் கொள்ளையடிக்கப்பட்டும் வந்த ஹிந்துத் தலைவர்கள் அங்கு ஒரு பலமான ஹிந்து ராஜ்யத்தை ஸ்தாபிக்கவேண்டுமென்று அங்கு அப்பொழுது மதத்தலைவரா யிருந்த வித்யாரண்யர் என்ற மத்வாசாரியர் மூலமாக கி.பி. 1305ல் ஸ்தாபிக்கப்பட்டதுதான் விஜயநகரம். அது தொடக்கத்தில் முதலாம் ஹரிஹரர், முதலாம் புக்கர் என்பவர்களால் ஆளப்பட்டது.

விஜயநகரம்

சுற்றளவிலும் சரி, பரப்பிலும் சரி, விஜயநகரம் மிகப்பெரியது. ஏழு பெரும் கோட்டை மதில்கள். வெளிப்புறத்தில் பெரும் அரணாக அடுக்கடுக்கான மலைத்தொடர்கள் நகரத்தை வளைத்துக் கொண்டிருந்தன. மறுபுறம் சீறிப்பாயும் அகண்ட துங்கபத்திரா நதி. அவற்றின் இடைவெளியில் அமைந்த வாயில்களின் மூலமாகத் தான் கோட்டைக்குள் செல்லமுடியும்.

ஹரிஹரர் அமைதியாக ஆண்டு வந்தாலும் பல முகமதியர்களைத் தோற்கடித்ததாக ஸங்கமா11ல் கூறப்பட்டிருக்கிறது. அவருக்குப் பிறகு அரசாண்ட அவர் தம்பி புக்கர் காலத்தில்தான் விஜயநகரம் சாதாரண அரசாங்கம் என்ற நிலையிலிருந்து உயர்ந்து ஒரு சாம்ராஜ்யம் என்ற தற்கால அந்தஸ்தைப் பெற்றது. அதைச் சுற்றியிருந்த சிறுசிறு பிரதேசங்களெல்லாம் விஜயநகரத்தின் அதிகாரத்தை ஒப்புக்கொண்டதற்கு, புக்கரின் திறமையும் வீரமும் பெருந்தன்மையும்தான் காரணம். ஒரு சாம்ராஜ்யத்தை ஸ்தாபித்ததுடன் நில்லாமல் அதைக் கட்டிக்காக்கும் திறமையும் நேர்மையும் அவரிடம் மட்டுமின்றி அவருடைய சந்ததிகளிடமும் நிரம்பி இருந்ததினால், கிட்டத்தட்ட நூறு வருடங்களுக்குப் பிறகு, கிருஷ்ணதேவராயர் காலத்திலும் மிகப் பலம் பொருந்திய ஒரு பேரரசாகத் திகழ்ந்தது.

நமது கதை நிகழ்ந்த காலத்தில் கிருஷ்ணதேவராயர் பேரனான அச்சுத தேவராயர் ஆண்டு வந்தபொழுதும் செல்வச்செழிப்பு சிறிதும் குன்றவில்லை. எனினும் உட்பூசல்கள் காரணமாக அரசின் அடித்தள அஸ்திவாரமே சிறிது ஆட்டங்கண்டிருந்ததும் உண்மை. அச்சுத ராயர் மிகத்திறமையும் நேர்மையும் கொண்டவர்தாம். எனினும் எவரையும் எளிதில் நம்பிவிடக்கூடியவர். இதனால், சலகராஜு சகோதரர்கள் வேலியே பயிரை மேய்வதுபோல், உள்ளிருந்தே சாம்ராஜ்யத்தைக் குலைக்க வழி வகுத்தனர். மேலும் மகாராணியின் சகோதரர்கள் என்பதினால் அவர்கள் சர்வ சுதந்திரமாக அரண்மனையிலும் அந்தப்புரத்திலும் நடமாட முடிந்தது. காளிங்க ராயர் போன்ற பேராசையுள்ள சில அதிகாரிகளும் அவர்களுடன் கூட்டுச் சேர்ந்ததால் அரண்மனையில் தங்கள் கைவரிசையைக் காட்டமுடிந்தது. அழிக்கவும் முடிந்தது. அவர்களுடைய எண்ணம் முழுமையாக ஈடேறவில்லை எனினும் கட்டுப்பாடு குலைந்துவிட்டது. மேற்கத்திய நாடான திருவடி தேசத்திடமிருந்தும் பகை கிளம்பியது.

மன்னர் மனங்கலக்கும் அன்பர்கள்

திறமை வாய்ந்த ராணுவமும் விசுவாசமிகுந்த அதிகாரிகளும் இருந்ததால் ஓரளவு கட்டுப்பாட்டுக்குள் வைக்கமுடிந்தது.

தழுவக்குழைந்தான் பட்டர் என்னும் வித்வான் காஞ்சி, ஏகாம்பரேசுவரர் கோயிலின் தேவகன்மியாக இருந்துகொண்டு, அச்சுத ராயருக்கு குருவும் மந்திரியுமாகச் செயலாற்றிவந்தார். ராயசம் வெங்கண்ணா ஸம்ஸ்கிருதம் மற்றும் தெலுங்கு முதலிய வைகளில் கரைகண்ட வித்வான். அதேபோல அரசியலிலும்

மிகத்திறமை வாய்ந்த ராஜதந்திரி. நெடுங்குன்றம் என்ற தீர்க்க சைலத்தைச் சேர்ந்த கவரை நாயுடு இனத்தைச் சேர்ந்தவர்களான பெத்த மல்லப்பர், சின்ன மல்லப்பர்! 'அடப்பம்', 'வாசல்' முதலிய பெரும் பதவிகளை வகித்துவந்ததுடன் அச்சுத ராயருக்கு மிக விசுவாசமாகவும் உழைத்து வந்தனர். எல்லாவற்றிற்கும் மேலாக அவருடைய இளையராணி திருமலாம்பா இலக்கியத்தில் மகாமேதை என்பதுடன் ஸம்ஸ்கிருதம் மற்றும் தெலுங்கு முதலியவற்றில் காவியம் இயற்றி அரும் சாதனைகள் செய்திருக்கிறார். மேலும் அரசியல் அறிவிலும் கரைகண்டவர் என்று பெயர் பெற்றவர். எத்தனை மந்திரி, ராயசம் முதலியவர்கள் இருந்தாலும் மன்னர் தன் இளையராணியைக் கலந்துகொள்ளாமல் எந்த முடிவும் எடுப்பதில்லை.

அச்சுத ராயருக்கு வாரிசாக, சிக்க வேங்கடாத்திரி என்ற மகனும் இருந்தான்.

இவ்வளவு இருந்தும் அவருக்கு நிம்மதி இல்லை. திருவடி தேசம் (தற்கால கேரள நாடு) அவருக்குத் தொல்லை கொடுத்தவாறு இருந்தது. அங்கிருந்து எந்த நிமிடமும் போர் தொடங்கப்படலாம் என்ற நிலை. வடதேசத்திலிருந்தும் கோல்கொண்டா சுல்தான்களின் தொந்தரவு அவ்வப்பொழுது தலைதூக்கியது.

இவ்வளவையும் தாண்டி அவரது மைத்துனர்கள் சலகம் சகோதரர்கள், அதாவது பட்டமகிஷி வரதாம்பிகையின் சகோதரர்கள், தம் அரசைக் கவிழ்க்க முயல்வதாக அவருக்குச் சந்தேகம். இதை மகாராணியிடமோ வேறு மந்திரி பிரதானிகளிடமோ வெளியிட்டுக் கூறமுடியவில்லை. இருந்தாலும் தன் இளைய மனைவி திருமலாம்பாளிடம் தன் சந்தேகத்தை ஓரளவு விளக்கியிருந்தார். அவளும் அதன் உண்மையை மிகுந்த எச்சரிக்கையுடன் கண்டறிவதாகக் கூறியிருந்தாள்.

இவ்வளவிற்கும் மேலாக மிக இளம் வித்வானான கோவிந்த தீட்சிதர் என்பவர் மன்னருக்கு வலதுகையாக விளங்கினார்.

கோவிந்த தீட்சிதர் இளவயதுடையவர். 16 வயதிற்குள்ளேயே சகல சாஸ்திரங்களையும் கற்று, தர்க்க சாஸ்திரம், வியாகரணம், மீமாம்ஸம் ஆகியவற்றில் பண்டிதராக இருந்தது மட்டுமின்றி தமிழ், தெலுங்கு மற்றும் ஸம்ஸ்கிருதம் ஆகிய மொழிகளிலும் - அவைகளில் காவியம் இயற்றுமளவிற்குத் திறமை பெற்றிருந்தார். இவருடைய இரு மகன்களும் பிற்காலத்தில் மிகப் பிரசித்தி அடைந்தனர். இவருடைய இரண்டாவது மகன் வேங்கடமகி என்பவர்தான், கர்நாடக சங்கீதத்தில் மிகத்தேர்ச்சி பெற்று, அவைகளை எழுபத்திரண்டு மேளகர்த்தா ராகங்களாகப் பிரித்து, பின்வந்த சந்ததிகளுக்கு வடிவமைத்துக் கொடுத்த பிதாமகராவார்.

கோவிந்த தீட்சிதரின் குரு புவனகிரியில் வசிந்து வந்த நாராயண தீட்சிதர். பிற்காலத்தில் தீட்சிதர் தன் குருவின் மகளை மணந்ததாகக் கூறப்படுகிறது.

இவர் திறமையையும் அரசியலில் இவருக்கு இருந்த கூர்மையான அறிவையும் மன்னர் உணர்ந்திருந்தார். இவர் தலைமையில் அச்சுத ராயருக்காக ஓர் ஒற்றர் படையே வேலை செய்துகொண்டிருந்தது. அவரிடம் மன்னர் மதிப்பு வைத்திருப்பது எல்லோருக்கும் தெரிந்தாலும், புலவர் மற்றும் சாஸ்திர விற்பன்னர் என்பதால் மட்டுமே அவருக்கு மரியாதை என்றே பலர் நினைத்திருந்தனர், அவர்கீழ் ஒற்றர் படை ஒன்று வேலை செய்வது பலருக்குத் தெரியாது.

ஆயினும், தன்னையும் தீட்சிதரையும் தவிர யாருக்கும் தெரியாது என்று மன்னர் நினைத்திருந்ததற்கு மாறாக, ஒவ்வொருவருக்கும் அவரவர்க்குரிய தனித்தனி ஆட்களும் நிறைந்த அரண்மனையில், யாருக்கு எவ்வளவு தெரியும் என்றே அறுதியிட்டுக் கூறமுடியாத நிலை.

மன்னருடைய மற்றொரு அந்தரங்கமான மனிதர் ஏகாம்பரேசுவர் கோயிலின் தேவகன்மியான தழுவக்குழைந்தான் பட்டர். வெங்கண்ணா என்பவர் மந்திரி பதவியிலிருந்தாலும், பல சமயங்களில் பட்டரே குருவாகவும் மந்திரியாகவும் செயலாற்றி வந்தார்.

ஆதவனின் காலைக்கிரணங்களின் ஒளி உப்பரிகையிலுள்ள மன்னருடைய அந்தப்புர அறையின் சுவர்களில் தங்கமுலாம் பூசியிருந்தது. வழக்கம்போல் மன்னர் அதிகாலையில் எழுந்து நீராடி பூஜை புனஸ்காரங்களை முடித்துக்கொண்டு, முக்கியமான அதிகாரிகள் வந்து சந்திக்குமிடத்திற்கு சீக்கிரத்திலேயே வந்து அமர்ந்துவிட்டார். ராணி திருமலாம்பாளுக்கு இது அதிசய மாயிருந்தாலும் யாரிடமிருந்தாவது ஏதாவது செய்தியை எதிர்பார்க்கிறார் போலும் என்று எண்ணிக்கொண்டாள்.

அது உண்மையே.

தழுவக்குழைந்தான் பட்டர் ஏதோ அவசர காரியமாக மன்னரைக் காணவேண்டுமென்று செய்தி அனுப்பியிருந்தார். பட்டர் என்றும் மன்னரைக் காணவரும்பொழுது குறித்த நேரத்திற்குச் சற்று முன்பாகவே வந்துவிடுவது வழக்கம். காவலர் எவரும் மன்னரைக்

காணச்செல்லும் பட்டரை நிறுத்தும் வழக்கம் என்றுமே கிடையாது. மேலும் பட்டர் வந்தால் அவரை உடனே அழைத்து வரும்படி கட்டளை வேறு பிறப்பிக்கப்பட்டிருந்தது.

மன்னர் காத்திருப்பதைக் கண்டதும் - அது வழக்கமே இல்லை - பட்டருக்குச் சற்று ஆச்சரியமாகவே இருந்தது. மன்னரைக் காக்க வைத்துவிட்டோமே என்று சற்றுக் கூச்சமாகவும் இருந்தது.

''வாருங்கள் பட்டரே, அமருங்கள். நீங்கள் என்னவோ சரியான நேரத்திற்குத்தான் வந்திருக்கிறீர்கள். எனக்குத்தான் அவசரம். நீங்கள் சொல்லப்போகும் செய்தி மிகமிக முக்கியமானதாக இருக்கும் என்பது என் ஊகம், சரிதானே?''

''ஆம் மன்னவா, மிகவும் முக்கியமானதுதான். இல்லாவிடில் இவ்வளவு அரசாங்க வேலைகள் காத்திருக்கும்பொழுது உங்களைத் தொந்தரவு செய்வேனா?''

''சொல்லுங்கள் பட்டரே.''

''இரண்டு நாளைக்குமுன் ஈசுவரனுக்கு அணிவிக்கும் நாகாபரணத்தில் பழுது ஏற்பட்டிருந்ததைக் கண்டு அதை உடனுக்குடன் சரிசெய்யவேண்டி அதை நம் அரண்மனை பொற்கொல்லராகிய முத்துக் குமர பத்தரிடம் எடுத்துச் சென்றேன். அங்கு எனக்கு ஒரு பெரிய ஆச்சரியம் காத்திருந்தது.''

''ஆச்சரியமா?''

''ஆம்; ஆச்சரியம், திகைப்பு இரண்டும்தான். அவரை சரி செய்யச் சொல்லி அந்த நகையைக் கூடவே இருந்து வாங்கிக்கொண்டு போய்விடலாமென்று காத்திருந்தேன். அவர் பேச்சு வாக்கில் நாலைந்து தினங்களுக்குமுன் தான் செய்த நகைகளெல்லாம் சரியாயிருக்கின்றனவா என்றும், யாருக்காக அவை செய்யப்பட்டன என்றும் விசாரித்தார்.

'நான் யாருக்கு என்று தெரியாமலா நகையைச் செய்தீர்கள்' என்று கேட்டேன்.

'ஆம், எல்லாம் வீரர்களுக்குரிய நகைகள்தாம். கழல்,கண்டி மாலை இவைதாம். முழுமையாக ஒரு வீரனுக்குரிய அனைத்தையும் செய்யச் சொன்னார்கள். இவை அனைத்தையும் செய்வதென்றால், எனக்குத்தெரிந்த வரையில் மணமுடிக்கும் பொழுதோ அல்லது போருக்குச் செல்லும் பொழுதோதான் செய்வார்கள். இப்பொழுது அப்படி எதுவும் தெரியவில்லையே, அதனால் கேட்டேன்' என்று சொன்னதாகச் சொன்னார்.

'நீங்கள் அவர்களிடம் இதுகுறித்துக் கேட்கவில்லையா?' என்று நான் பொற்கொல்லரிடம் கேட்டேன்.

அதற்கு அவர், 'கேட்டேன் ஐயா கேட்டேன். யாருக்கு என்று தெரிந்து கொள்ளாமல் செய்யமாட்டேனென்றுகூடச் சொன்னேன். ஆனால் அவர்களிடம் முத்திரை மோதிரம் இருந்தது. பொற்கழஞ்சு களைக் கொடுத்து அதை உருக்கிச் செய்யச் சொன்னார்கள். என் கூலியையும் அந்தக் கழஞ்சுகளிலிருந்தே எடுத்துக்கொள்ளச் சொன்னார்கள். அவர்கள் மிக முரடர்களாகத் தோற்றம் அளித்தனர். இருவர் வந்தனர். அவர்களிடம் மோதிரம் எப்படி வந்திருக்க முடியுமென்று நானே யோசித்தேன். ஆனால் அது அரண்மனை முத்திரை மோதிரம் அல்ல. மந்திரி பிரதானிகளுடைய முத்திரை தான். ஆனால் அது அவர்களுக்குத் தெரிந்ததாகத் தோன்றவில்லை. நானும் சொல்லவில்லை. மந்திரி பிரதானிகளுக்குரிய ஆபரணங் களையே செய்து கொடுத்தேன். என் கூலியையும் தாண்டி இரண்டு பொன் கழஞ்சுகள் உபரியாக இருந்தன. அதை நான் வாய்திறக்காமல் இருப்பதற்கு வைத்துக்கொள்ளும்படிச் சொல்லிப் போய்விட்டார்கள். எத்தனை தடவை கேட்டும் யாருக்கு என்று சொல்லவில்லை. நகைகளின் எடையையும் பரிசோதிக்கவில்லை. உரைத்தும் பார்க்கவில்லை. அவர்களுக்கு ஒரே அவசரம்' என்றார்.

'இது நடந்து எவ்வளவு நாட்கள் இருக்கும்?' என்று கேட்டதற்குப் பொற்கொல்லர், கிட்டத்தட்ட பத்து நாட்கள் இருக்கும் ஐயா' என்றார்.

'பத்து நாட்கள் வரை பேசாமலிருந்திருக்கிறீர்களே! சந்தேகாஸ்பதமாய் இருந்திருக்கையில் யாரிடமாவது அறிவிக்க வேண்டாமா?'

'சந்தேகப்படுவதற்கு இதில் முகாந்திரமே இல்லையே! முத்திரை மோதிரம் காண்பித்து இருக்கிறார்கள். நான் செய்யவேண்டியது தானே! ஆனால் அவர்களது தோற்றம் சந்தேகத்திற்கிடமாயிருந்தது உண்மைதான்.'

'அவர்கள் பேச்சிலிருந்து ஏதாவது தெரிந்துகொள்ள முடிந்ததா? எந்த ஊரைச் சேர்ந்தவர்கள் என்றாவது தெரிந்ததா?'

'இல்லை ஐயா, என்னெதிரில் அவர்கள் எதுவும் பேசவில்லை. ஆனால் சற்றுத் தூரம் அவர்கள் பேசிக்கொண்டே செல்லும் பொழுது என் தம்பி அவர்களைக் கண்டானாம். அவன் யாரென்று அவர்களுக்குத் தெரியாது. 'தவறு நடந்தால் காளிங்க ராயர் கொன்றுவிடுவார்' என்று பேசிக்கொண்டார்களாம். மேலும், திருவடி தேசம் செல்லப்பா என்ற பெயர்கள் அடிபட்டதாகவும் சொன்னான்.'

நான், 'உங்கள் தம்பியை நான் பார்க்கவேண்டுமே...' என்றேன்.

'அவன் ஊரிலில்லை. மாமனார் வீட்டிற்குப் போயிருக்கிறான்.'

'அவன் பெயர் என்ன? எந்த ஊருக்குப்போயிருக்கிறான்? எப்பொழுது திரும்பி வருவான்?'

'பெயர் வடிவேலன். அவனும் திருவடி தேசம்தான் போயிருக்கிறான். எப்பொழுது திரும்பி வருவானென்று தெரியாது. இங்கே என்கூடத்தான் வேலை செய்துகொண்டிருந்தான். ஆனால் இங்கே இரண்டு பேருக்கு வேலை இல்லை. ஆதலால் அங்கேயே பட்டறை போடலாமே என்று யோசனை. அவன் மாமனாரும் இதில் உதவி செய்வதாகச் சொன்னாராம். அவரும் எங்கள் வகுப்பைச் சேர்ந்தவர்தாம். ஆனால் பட்டறையோ கடையோ எதுவும் இல்லை. சொத்து பத்து இருக்கும் போலிருக்கிறது.'

''இவ்வளவுதான் ஐயா அவர் கூறியது. எதற்கும் உங்கள் காதில் போட்டுவிடலாமென்றுதான்...'' என்று அத்தனையையும் கூறி முடித்தார் தழுவக்குழைந்தான் பட்டர்.

''திருவடி தேசமா?'' மன்னர் புருவத்தைச் சுருக்கி யோசனையிலாழ்ந்தார். பிறகு திடீரென்று, ''உள்ளபடியே யாராவது அதிகாரிகள் ஆபரணங்கள் செய்திருக்கலாமில்லையா?''

''எதற்கு அரசே? ஏதாவது ஒன்றிரண்டு என்றால் சரிதான், ஒட்டுமொத்தமும் செய்வதென்றால்? யாராவது அதிகாரிகளின் வாரிசு வயதிற்கு வந்திருப்பதாகவும் தெரியவில்லையே! அப்படி வீரக்கழல் முதலிய... அணிவதாயிருந்தால் உங்களுக்கு, ஏன் எனக்கும்தான், தெரியாமலா இருக்கும்?''

''சற்று இருங்கள் பட்டரே, இதைத் தீவிரமாக விசாரிக்கவேண்டும்'' என்று கூறி கையை பலமாகத் தட்டினார்.

அடுத்த கணத்திலேயே ஒரு ஏவலாளன் பிரசன்னமானான். அரண்மனையில் பேசப்படும் விஷயங்கள் ஏன் சீக்கிரத்தில் பொதுச் சொத்தாகிவிடுகிறது என்று புரிந்துபோயிற்று என்று நினைத்தார் பட்டர். மன்னரிடம் இதை சூசகமாக உணர்த்தவேண்டுமென்று நினைத்தார்.

மன்னர் வந்தவனிடம் கை ஜாடையுடன் சற்று இரைந்தே, ''அந்தப்புரம் சென்று இளையராணியிடம் பட்டர் வந்திருப்பதாகக் கூறு'' என்றார்.

''தவறாகப் புரிந்துகொண்டிருக்கிறீர்கள் பட்டரே...''

தான் ஏதோ சொல்ல வந்ததும் மன்னர் பேசியதைக் கேட்ட பட்டர், ''என்ன தவறாகப் புரிந்துகொண்டிருக்கிறேன்?''

''இந்தச் செவிடனால் எந்தத் தகவலும் வெளியே போக முடியாது. ஜாடையில்லாமல் இவனுக்கு எந்தப் பேச்சும் காதில் விழாது. மேலும் நிரம்ப விசுவாசமானவன். கையைத் தட்டி அவனை அழைப்பதுகூட பலசாலிகளால்தான் முடியும். அவ்வளவு பலமாகத் தட்டவேண்டும்!''

பட்டருக்குத் திகைப்பும் கூச்சமும் ஒருங்கே உண்டாயின. எனினும் அவருக்கு முழுத்திருப்தி உண்டாகவில்லை. அரசர் அதைக் கண்டுகொள்ளவில்லை. அவர்கள் பிறகு சமீபத்தில் யார்யார் வீரக்கழல் அணிந்தார்கள் என்று பார்க்கத் தொடங்கினார்கள். சமீபத்தில் வீரக்கழல் அணிந்தது செவ்வப்பன்தான். அதை நினைத்ததும் இருவருக்கும் மனம் சங்கடப்பட்டது.

''செவ்வப்பனைப் பற்றி ஏதாவது தெரிந்ததா அரசே?'' என்று பட்டர் வினவுவதற்கும் ராணி திருமலாம்பாள் அங்கு வருவதற்கும் சரியாக இருந்தது. ராணியைக் கண்டதும் பட்டர் தன் இருக்கையை விட்டு எழுந்து மரியாதை செலுத்தினார்.

''வாருங்கள் பட்டரே, நலமாயிருக்கிறீர்களா? ஏது இவ்வளவு காலையில்?'' என்றவள் தொடர்ந்து, ''செவ்வப்பனைப் பற்றிப் பேசிக்கொண்டிருந்தாற்போலிருந்தது. அவரைப் பற்றி நம்பிக்கைக்கு உரிய சில துப்புக்கள் கிடைத்திருக்கின்றன.''

''என்ன, என்ன?'' என்று இருவரும் ஏககாலத்தில் கேட்டனர்.

''மன்னா, நீங்கள் கூறியபடி குதிரை நின்ற இடத்தைத் தாண்டியும் ஒற்றர்களை அனுப்பித் தேடச்சொன்னேன். அதற்கு அடுத்த கிராமத்தில் மருத்துவம் பார்க்கும் பொன்னம்மா என்ற மூதாட்டி யாருக்கோ மூலிகை வைத்தியம் பார்த்து வருவதாகத் தெரியவந்தது. பள்ளன் ஒருவனுக்கு அம்மை வார்த்திருப்பதாகவும் குடியிருப்பில் இருக்கவேண்டாமென்று தனியே வைத்திருப்பதாகவும் வதந்தி. வீட்டு வாசலில் வேப்பிலை செருகியிருக்கிறதாம். அவன் செவ்வப்பனாக இருக்கலாமென எனக்குச் சந்தேகம்.''

''அந்தச் சந்தேகத்திற்குக் காரணம்?'' மன்னர்தான் வினவினார்.

''அக்கம்பக்கத்துக் கிராமங்களில் ஜாடைமாடையாக விசாரித்ததில் யாருக்கும் அம்மை எதுவும் வார்த்திருப்பதாகத் தெரியவில்லை. மேலும் அந்த வழியாகச் சிதம்பரம் போகும் பாதையில் கோவிந்த தீட்சிதர் புவனகிரிக்குச் சென்றுகொண்டிருந்ததாகத் தெரிந்தது.''

மன்னர் தூக்கிவாரிப் போட்டபடி கேட்டார்.

''நீ தீட்சிதரைத் தொடரச்சொன்னாயா என்ன?''

''ஐயய்யோ! இல்லவே இல்லை. அவரை என் ஆட்கள் எதேச்சையாகக் கண்டதாகச் சொன்னார்கள்.''

''அந்தத் தவறை மட்டும் செய்துவிடாதே. புவனகிரியில் அவரது தூரத்து உறவும் குருவுமான நாராயண தீட்சிதர் தன் குடும்பத்துடன் வசித்து வருகிறார். அங்கு சென்றிருக்கலாம்.'' இதைச் சொல்லும் பொழுது அவர் முகத்தில் அசாதாரண திருப்தி நிலவியது.

''செவ்வப்பன் சீக்கிரமே அகப்பட்டுவிடுவான்; கவலையை விடுங்கள். ஆனால் இது என் ஊகம்தான்'' என்றார்.

திருமலாம்பாள் முகத்தில் உள்ள கேள்விக்குறியைக் கண்டு, ''தேவி, பட்டர் ஒரு திடுக்கிடும் தகவல் கொண்டுவந்திருக்கிறார். நீங்களே சொல்லுங்கள் பட்டரே...'' என்றார்.

பட்டர் சுருக்கமாக ராணியிடம் நகை விஷயத்தைக் கூறினார்.

ராணி கொஞ்சம் கலவரமடைந்ததாகத் தோன்றியது. ''இதற்கும் செவ்வப்பனை அடித்துப் போட்டதற்கும் சம்பந்தம் இருக்குமெனத் தோன்றுகிறது'' என்றாள்.

''செவ்வப்பனை அடித்துப் போட்டார்களா? எங்கே? எப்பொழுது? என்ன சொல்லுகிறாய்?'' பட்டரும் திடுக்கிட்டார்.

''அரசே, இது என் ஊகம்தான். குதிரை சென்று நின்ற இடத்தில் இருந்த சுமைதாங்கிக் கல்லில் கிடந்த ஆடாதொடை இலைகளுடன் சில ரத்தத்துளிகளும் தென்பட்டதாக ஆட்கள் கூறினார்கள். கோவிந்த தீட்சிதர் பக்கத்துக் கிராமத்தில் இரண்டு நாட்கள் தங்கியிருந்ததாக அவரே நம் ஆட்களிடம் கூறினாராம்.''

''நம் ஆட்கள் செவ்வப்பனைத் தேடுவதாக அவரிடம் கூறினார்களாமா?''

''இல்லை. அதற்கு அவர்களுக்கு அனுமதி இல்லை.''

''அவர்கள் அப்படி சொல்லியிருந்து, அடிபட்டது செவ்வப்பனா யிருந்தால், நமக்கு உடனே விஷயம் தெரிந்திருக்கும்.''

எதையோ செய்யப் போனால் எதிலோ வந்து முடிகிறது என்று இருவருக்குமே தோன்றிற்று.

6

பொன்னம்மாளின் சங்கடம்

நம் வாசகர்கள் சிதம்பரத்தில் கோவிந்த தீட்சிதருடன் சந்தித்த இளைஞன், தலைநகரில் எல்லாரும் தேடிக்கொண்டிருந்த அடப்பம் மல்லப்ப நாயக்கருடைய தம்பி செவ்வப்பன்தான் என்பதையும், தன்னுடைய விபத்திலிருந்து கோவிந்த தீட்சிதருடைய உதவியுடன் உடல் தேறி வருகிறானென்பதையும் இதற்குள் ஊகித்திருப்பார்கள். அதைப்பற்றி முழுவிவரங்களையும் தெரிந்துகொள்ள நாம் சற்று பின்னோக்கிப் போகவேண்டும்.

பொன்னம்மாவின் கணிப்புப்படி படுத்திருந்தவனுக்கு ஸ்மரணை வருவதற்கு நாலைந்து நாட்களாகும் எனத் தெரிந்தது. உடலில் பல இடங்களில் பலமாக அடிபட்டு மணிக்கட்டு, இடுப்பு முதலிய இடங்களில் லேசான எலும்பு முறிவுகூட இருக்கலாமெனத் தோன்றியது. எனினும் இளம் பிராயமாதலால் அக்காயங்களெல்லாம் சீக்கிரம் ஆறிவிடுமென்பதில் அவளுக்கு எந்த ஐயமுமில்லை. ஆனால் மண்டையில் அடி பலம். அதைப்பற்றித்தான் அவளுக்குக் கவலையாயிருந்தது. ஸ்மரணை திரும்பினால்கூட அவனுக்கு புத்தித் தெளிவு

இருக்கவேண்டுமே என்று அவள் கவலைப்பட்டாள். அதைக் கேட்டதும் கோவிந்த தீட்சிதரும் சற்றுத் துணுக்குற்றார்.

தீட்சிதரிடம் கூறியபடியே மொடக்கண்ணி சிதம்பரத்திலிருந்து திரும்பி வந்தான். தீட்சிதருக்கு அவனுடைய விசுவாசத்தையும் செயல்திறனையும் கண்டு, அரசர் தன்னிடம் கொடுத்திருக்கும் முக்கியமான வேலைகளுக்கு அவனைப் பயன்படுத்திக் கொள்ள லாமென்று தோன்றியது. ஆனால் அதற்குமுன் அவனைப் பரீட்சித்துப் பார்க்கத்தான் வேண்டும்.

''தீட்சிதரையா, வணக்கமுங்க.''

''நீ புவனகிரிக்குச் செல்லாமலே வந்துவிட்டாயல்லவா?''

''ஆமாமுங்க.''

''கவலைப்படாதே, நீ என்னுடனேயே புவனகிரிக்கு வரலாம்.''

''வெளங்கலீங்க.''

''சற்றுப்பொறு. வந்து சொல்கிறேன்'' என்றவாறு தீட்சிதர் உள்ளே நுழையும்பொழுதே பொன்னம்மாள் எதிரில் வந்தாள்.

''பொன்னம்மா, நான் இரண்டு நாள் வெளியூர் சென்று வந்தால் என் நண்பனின் சிகிச்சைக்கு ஏதும் குந்தகம் இருக்காதே?''

''தாராளமாகப் போய் வாருங்களய்யா. எப்படியும் காரச்சீலை மாற்றிக் கட்டுவதும் புகை போடுவதும் நான்தான் செய்தாக வேண்டும். மேலும் மூலிகைச்சாறு பிழிவதற்கெல்லாம்கூட என் பேரன் இன்று மாலை வந்துவிடுவான்.''

தீட்சிதருக்குத் தூக்கிவாரிப்போட்டது. அவருக்குப் பொன்னம் மாளிடம் உள்ள நம்பிக்கை அவள் பேரனிடம் இல்லை. அவன் ஊரிலில்லாதது அவருக்கு நிம்மதியாயிருந்தது.

அவர் தயக்கத்துடன், ''பொன்னம்மா, இங்கு இவர் படுத்திருப்பது யாருக்கும் தெரிய வேண்டாமென்று நினைத்தேன்... உன் பேரன் வந்தால்...''

''கவலையே படவேண்டாம் ஐயா. என் பேரனுக்கும் சரி, வெளியுலகிற்கும் சரி, இங்கு படுத்திருப்பது ஒரு குடியானவன். அவனுக்கு அம்மை வார்த்திருக்கிறது. அவ்வளவுதான். மீதியை அந்த ஆத்தாளே பார்த்துக்கொள்வாள். என் பேரன் அந்த அறையின் அருகில்கூடப் போகமாட்டான்'' என்று சிரித்தாள்.

‘‘ஆனால் நீ மூலிகை அரைக்கச் சொன்னால் அவனுக்குச் சந்தேகம் வராதா?’’

‘‘வரவே வராது. என் பேரனுக்குத் திருட்டுப்புத்தியும் பேராசையும் இருக்குமளவிற்கு சூக்கும புத்தி இல்லை. ஐயா, அவனை எவ்வளவோ பிரியத்துடன்தான் வளர்த்தேன். என்ன செய்வது? அவனுக்கு சகவாசமே சரியில்லை ஐயா. என் பிரச்சினைகளைச் சொல்லி உங்களைச் சிரமப்படுத்துவானேன். நான் பார்த்துக் கொள்கிறேன். நீங்கள் நிம்மதியாகப் போய்வாருங்கள். உங்களுக்கு இதுகூடச் செய்யமாட்டேனா? ஆனால் ஒன்று. அந்த நகைகளை...’’

‘‘ஓ, அவைகளை என்னிடம் கொடுத்துவிடு. நான் அவைகளை என்னுடன் ஏற்கெனவே இருப்பவைகளுடன் சேர்த்து பத்திரமாக ஓரிடத்தில் வைத்துவிட்டு வருகிறேன். உள்ளபடி நான் இப்பொழுது அதற்காகத்தான் போகிறேன். ஆனால் கொடுத்தவர்கள் வந்து கேட்டால் என்ன சொல்வாய்?’’

‘‘அதை நான் பார்த்துக்கொள்கிறேன்.’’

பொன்னம்மா சமாளிப்பதாக தீட்சிதரிடம் சொன்னாலும் அது அவள் நினைத்தபடி அவ்வளவு சுலபமாயில்லை.

இரண்டு மூன்று நாட்களுக்குப் பிறகு அந்த வீரர்கள் திரும்பி வந்தபொழுது செவ்வப்பனுக்கு நல்ல நினைவு திரும்பியிருந்தது. அத்துடன் அவனுக்குப் பொன்னம்மாளிடம் மிக்க மரியாதையும் பிரியமும் ஏற்பட்டிருந்தது. ஆனாலும் தான் யார் என்பதை இன்னும் வெளியிடவில்லை. தன்னைக் காப்பாற்றி அங்கு கொண்டுவந்து சேர்த்தவர் கோவிந்த தீட்சிதர் என்பதை அறிந்தபொழுது அவனுக்கு ஓரே ஆச்சரியம். அத்துடன் அவனுக்கு வெகுநாட்களாகவே எப்படியாவது அவரிடம் நட்பு கொள்ளவேண்டுமென்ற ஆவல் இருந்துவந்தது. ஆதலால் இந்தச் சம்பவம் தெய்வாதீனமாக ஏற்பட்டதாகத்தான் அவன் எண்ணினான். அத்துடன் தனது அரசியல் அபிலாஷைகளை நிறைவேற்றிக்கொள்ள அவரது நட்பு மிக உதவியாயிருக்குமென்றும் நினைத்தான்.

பொன்னம்மா அவனுடன் நிதானமாகப் பேசி அவன் உடல்நிலை தேறும் வரையிலாவது அவன் தலைமறைவாயிருப்பது நலமென்று

கோவிந்த தீட்சிதர் நினைப்பதைக் கூறினாள். அந்த இளைஞனும் அதை முழுமனதாக ஆமோதித்தான்.

அவன் படுத்திருந்த அறை வாசலில் வேப்பிலைக்கொத்தைச் செருகி அதன் காரணத்தையும் அவனுக்கு விளக்கினாள். அவனும் சிரித்தபடியே, ''ஆத்தா உங்களுக்கு என் முழு ஒத்துழைப்பு உண்டு. ஆனால் நம் இருவருக்கும் அந்த மாரியாத்தா ஒத்துழைக்க வேண்டுமே...''

''நியாயமான கோரிக்கைக்கு ஆத்தா என்றுமே செவி சாய்ப் பாளப்பா.''

பொன்னம்மாளுக்குத் தன் பேரனை செவ்வப்பன் இருக்கும் அறைக்குச் செல்லாமல் பார்த்துக்கொள்வதில் எந்தச் சிரமமும் இருக்கவில்லை. ஆனால் கொடுத்த நகையைத் திரும்பப்பெற வந்த வீரர்களை ஏமாற்றுவது அவ்வளவு சுலபமாயில்லை.

முதலில் அவளுக்கு அவர்கள் கொடுத்த நகைகளைத் திருப்பிக் கொடுக்காமல் ஏமாற்றுவது நியாயமில்லை என்று பட்டது. ஆனால் அவர்கள் பேச்சிலிருந்தும் பாவனைகளிலிருந்தும் வெளிநாட்டு வாடை வீசியதுடன் பேச்சும் பணிவாயில்லாமல் முரட்டுத்தனமா யிருந்தது. அத்துடன் நில்லாமல் அந்த நகைகள் எல்லாவற்றிலும் அடப்பம், வாசல் முதலிய அதிகாரிகளின் இலச்சினை பொறிக்கப் பட்டிருந்தது. மேலும் அதிகாரிகள் அணியக்கூடிய இந்த நகைகள் இந்தச் சாதாரண வெளிநாட்டு வீரர்களிடம் எப்படி வந்திருக்க முடியும்? இதையெல்லாம் பார்க்கும்பொழுது இவர்கள் அந்த நகைகளை நல்ல எண்ணத்துடன் வைத்திருக்கவில்லை எனத் தோன்றியது. அவை தன்னிடம் வந்திருப்பது தெய்வாதீனம்தான் என்றும், அவைகளைப் பத்திரப்படுத்தி உரிய இடத்தில் சேர்க்க வேண்டியது தன் கடமை என்றும் எண்ணினாள். கோவிந்த தீட்சிதரிடம் அவைகளைக் கொடுத்ததும் தன் கடமை தீர்ந்து விட்டதாகவும் எண்ணிக்கொண்டாள்.

கோவிந்த தீட்சிதர் சென்ற மறுநாளே அந்த வீரர்கள் பொன்னம்மா வீட்டிற்கு வந்தார்கள்.

''ஆச்சி, ஆச்சீ...'' என்ற சத்தம் கேட்டு பொன்னம்மா வெளியே வந்தாள்.

பொன்னம்மா குரலில் தெரிந்த அலுப்பு அவ்வீரர்களைத் திடுக்கிட வைத்தது.

''இப்பொழுது என்ன வேண்டும் உங்களுக்கு?''

''கொடுத்தவைகளைத் திரும்பப் பெறவந்தோம்.''

''நகைகளை மட்டும்தானே என்னிடம் கொடுத்தீர்கள்? அவை களைத்தான் நேற்றே வந்து வாங்கிக்கொண்டு போய்விட்டீர்களே! வேறு எதையும் என்னிடம் கொடுக்கவில்லையே!''

அவர்கள் இருவரும் திடுக்கிட்டனர்.

''என்ன உளறுகிறாய் கிழவி? நாங்கள் நேற்று எங்கே வந்தோம்? பதினைந்து நாட்கள் கழித்து இந்தப்பக்கம் இன்றுதான் வந்திருக்கிறோம். ஒழுங்காய் கொடுத்த நகைகளைத் திருப்பிக் கொடு. இல்லாவிட்டால்...''

''ஐயய்யோ! இது என்ன அநியாயம்? நேற்று வாங்கிக்கொண்டு இன்று திரும்ப வந்து கேட்டால் நான் என்ன செய்வேன்? இதைக் கேட்பாரில்லையா?''

பொன்னம்மா பெரிதாக ஒப்பாரி வைக்க ஆரம்பித்தாள்.

வீரர்களுக்குக் கொஞ்சம் குழப்பம் ஏற்பட்டது.

''ஏ கெழவீ, யார் வந்தார்கள்? உண்மையைச் சொல். நாங்கள் வரவே இல்லையே.''

''ஐயோ ஓங்க கொரலைக்கேட்டாலே எனக்கு கொலெ நடுங்குது.நேத்து மரியாதெயாப் பேசினீங்களே...''

அவனுக்கு ஆத்திரம் வந்தது. ''திரும்பத்திரும்ப நேத்து நேத்து என்று பாடம் படித்தால் தொலைத்துவிடுவேன். ஜாக்கிரதை! உண்மையைச் சொல். யார் வந்தார்கள்?''

''உங்களைப்போலவே, இல்லை, இல்லை நீங்களேதான்... ஐயோ இந்தத்தலைப்பாகையும் உடுப்பும் மீசையும்... எல்லாரும் ஒன்று போலவே இருக்கீங்களே! ஐயோ இது என்ன கூத்து? வந்தது நீங்கள்தான். ஏன் பொய் சொல்லுகிறீர்கள்? கழலில் திருகாணி கழண்டிருக்கிறதென்று சரிசெய்து பையில் போட்டுக் கொண்டீர்களே. அரசாங்கத்தோட நகைகளை வைத்துக்கொண்டு நான் என்ன செய்யப்போகிறேன்?''

ஒரு வீரன் சட்டென்று உஷாரானான். பொன்னம்மா தான் தவறு செய்துவிட்டதை உணர்ந்தாள். அவள் மூளை சுறுசுறுப்பாக வேலை செய்தது. அவன் கேள்வி வருவதற்கு முன்னாலேயே பதில் தயாரித்துவிட்டாள் அவள்.

''ஏ கெழவீ, அரசாங்க நகை என்று உனக்கு எப்படித் தெரியும்?''

''நீங்கதானே நேத்து சொன்னீங்க? விக்கப்போனால் மாட்டிக்கு வேன்னு சொல்லி எல்லாத்தையும் அப்படியே கொடுத்தும்கூட இன்னும் ஏதாவது இருக்கிறதா என்று பத்து தடவை கேட்டீங்களே... இப்பவந்து...''

பொன்னம்மா மறுபடி அழத்தொடங்கினாள்.

''இவள் பொய் சொல்கிறாள்'' என்றான் மற்றொரு வீரன்.

அவன் ஆத்திரத்தின் உச்சியில் இருந்தான். ஒரு குதிகுதித்து அவள் தலைமயிரை இழுக்கப்போனான். அதுவரை கொஞ்சம் கூனியிருந்த பொன்னம்மா நிமிர்ந்தாள்.

உக்கிரமான குரலில், ''ஜாக்கிரதை! என்மேல் கை வைத்தால் நடக்கிறதே வேறு!''

அவள் தன் குடிலுக்குப் பின்னால் கையைக் காட்டினாள்.

''ஒரு குரல் கொடுத்தால் கிராமம் முழுதும் இங்கே கூடிவிடும். இவ்வளவு அமர்க்களப்படுத்துகிறீர்களே, நீங்கள் யாருடைய வீரர்களென்று கூறுங்கள்.''

''அதைப்பற்றி உனக்கென்ன?''

''பின் ஏன் என்னிடம் கொடுத்தீர்கள்? இதற்குத்தான் நான் வைத்துக் கொள்ள மாட்டேனென்று முதலிலேயே கூறினேன்.''

பொன்னம்மாவைத் தாக்க வந்த வீரன் இப்பொழுது முணு முணுக்கத் தொடங்கினான். ''இந்த ராக்கப்பன் பேச்சைக் கேட்டதே தப்பு.''

''என் பாட்டியிடம் இந்த நகைகள் பத்திரமாயிருக்கும் என்று எவ்வளவு சர்வ நிச்சயமாகச் சொன்னான்? பாவி காரியத்தைக் கெடுத்துவிட்டானே!'' என்று முணுமுணுப்பதை விட்டு உரக்கவே புலம்பத் தொடங்கினான்.

''இப்பொழுது ராயருக்கு என்ன பதில் சொல்வது? அவர் நம் தலையையே வாங்கிவிடுவாரே!'' என்றான் மற்றொருவன்.

''ஏ கெழவீ, நாங்கள் உன் வீட்டைச் சோதனை போடப் போகிறோம்.''

உள்ளே படுத்திருந்தவனுக்காக பொன்னம்மா இப்பொழுது நிஜமாகவே பயந்துவிட்டாள். அத்துடன் இது காளிங்க ராயரின் சதி என்பதும், தன் பேரனும் அதில் சம்பந்தப்பட்டிருப்பதையும் நினைக்கையில் அவளுக்குக் குலை நடுங்கியது. ஆனாலும் தன் கவலையைக் கொஞ்சம்கூட வெளிக்காட்டாமல் கூறினாள்.

''ஓ தாராளமாக. ஆனால்...'' அவள் வாசற்படியைச் சுட்டிக் காட்டினாள்.

''இதோ பாருங்கள். வேப்பிலை கட்டியிருக்கிறேன். கிராமத்திலிருக்கும் ஒரு பள்ளன் மகனுக்கு அம்மை வார்த்திருக்கிறது. ஜன நெருக்கம் நிறைந்த குடியிருப்பில் இருக்க வேண்டாமென்று இங்கே கொண்டுவந்து போட்டிருக்கிறார்கள். நீங்கள் உள்ளே வரத்தான் வேண்டுமென்றால் வாருங்கள். அதோ கிணறு இருக்கிறது. இரண்டு துண்டு தருகிறேன். உங்கள் காலணி உடுப்புக்கள் தலைப்பாகை எல்லாவற்றையும் கழற்றி வைத்து விட்டு கிணற்றிலிருந்து நாலு குடம் தண்ணீர் சேந்தி தலைக்கு ஊற்றிக்கொண்டு, சுத்தபத்தமாக உள்ளே வாருங்கள். உள்ளே போய் எல்லா இடத்தையும் பார்க்கலாம். இது என்ன பெரிய அடுக்கு மாடிவீடா? இருப்பது இரண்டே அறைகள், சமையலறை, அவ்வளவுதான். அதுகூட அந்தப்பையன் படுத்திருக்கும் அறையில் நுழையாமலிருப்பது உங்களுக்குத்தான் நல்லது. ஆனால் நீங்கள் அங்கேயும் பார்த்துவிடவேண்டுமென்று நினைத்தால் நான் ஒன்றும் தடை சொல்லப்போவதில்லை. ஆனால் ஒன்று. துண்டுகளை நன்றாகப் பிழிந்து உடுத்திக்கொண்டு வாருங்கள். மண் தரையல்லவா? ஒரே சேறாகிவிடும். சற்று இருங்கள். தோண்டியும் தாம்புக்கயிறும் கொண்டுவருகிறேன்'' என்று உள்ளே திரும்பப்போனாள்.

சற்று நேரமாகவே உள்ளிருந்து அவ்வப்பொழுது சிறுசிறு முனகல் கேட்டவாறிருந்தது.

''ஏ... நாங்கள் வீரர்கள்; உன் மாரியாத்தாளுக்குப் பயந்து விடுவோமா? வருவது வரட்டும்; நாங்கள் உள்ளே வந்து சோதனை செய்யத்தான் வேண்டும். எங்கள் கடமையை நாங்கள் செய்தாக வேண்டும். பயப்படாதே, நீ சொன்னபடி சுத்தமாகவே வருகிறோம். தோண்டியும் கயிறும் கொடு. துணி எதுவும் வேண்டாம். எங்களிடமே...''

பொன்னம்மா திகிலுடன் உள்ளே ஓடி அவர்களுக்குத் தோண்டியும் கயிறும் கொடுத்துவிட்டு, மறுபடி அவசரமாக உள்ளே போய்

செவ்வப்பனிடம், ''அவர்கள் உள்ளே வருகிறார்கள். இதோ அரைத்த வேப்பிலைக்கொழுந்து இருக்கிறது. கொஞ்சம் தேன்மெழுகு உருக்கிக் கொண்டுவருகிறேன். உன்னைக் கொஞ்சம் தயார் செய்துகொள். என்ன, நான் சொல்வது புரிகிறதா? நன்றாகப் போர்த்துக்கொண்டுவிடு. எதற்கும் பயப்படாதே'' என்றவள் அவன் தலைக்கட்டை அப்படியே ஒரு தொப்பி போல் கழற்றி கால் தலையணையின் கீழ் வைத்தாள். தலைமாட்டில் சில வேப்பிலைக் கொத்துக்களைப் போட்டாள். பிறகு எதுவுமே நடக்காததுபோல் முதல் அறையில் போய் அலுப்புடன் உட்கார்ந்துகொண்டாள்.

அவர்கள் பொன்னம்மாளுக்கு அதிக நேரம் கொடுக்க விரும்பாமல் சீக்கிரமே குளித்துவிட்டு வெறும் கால்களுடன் உள்ளே வந்தனர்.

வந்தவர்கள் நேரே நோயாளி படுத்திருக்கும் அறைக்கே சென்றனர். பொன்னம்மாளின் தடைகளை எல்லாம் அவர்கள் கண்டுகொள்ளவில்லை. ஆனால் உள்ளே சென்றதும் படுத் திருந்தவனின் முனகல் சற்று நின்று அவன் கொஞ்சம் தலையைத் தூக்கிப் பார்த்ததாகத் தோன்றியது. தலையில் வேப்பிலைப்பற்று போடப்பட்டிருந்தது. அவர்களுக்கு அவனைப் பார்க்கவே பயம்.

ஆனால் அவர்கள் அவனைப் பார்க்க வரவில்லையே. அந்த அறையைச் சுற்றி நோட்டமிட்டார்கள். அந்த அறையில் அதிகமாக எதுவும் இல்லை. சுவரோரத்தில் மூலிகை அரைக்கும் கல்லுவம் ஒன்றும் அங்குள்ள அலமாரியில் சில மருந்துக் குப்பிகளும் காணப்பட்டன. மூலையில் சில பச்சிலைகளும் கொஞ்சம் வேப்பிலையும் காணப்பட்டன. ஒருவன் அவ்வேப்பிலைகளைக் காலால் கிளற, இன்னொருவன், ''வேண்டாம், காலால் கிளறாதே. வேண்டாம். அம்மை வார்த்திருக்கும் வீட்டில் வேப்பிலை தெய்வத்திற்கு சமம் என்பார்கள்'' என்றான். மற்றவன் இதற்குப் பெரிதாக சிரித்தாலும் காலை எடுத்துக்கொண்டுவிட்டான்.

செவ்வப்பன் சிரிக்காமலிருக்கப் படாதபாடு பட்டான்.

அந்த அறையைவிட்டு அவர்கள் வெளியே வந்தபிறகுதான் பொன்னம்மா நிம்மதியாக மூச்சு விட்டாள். ஆனால் அது அதிக நேரம் நீடிக்கவில்லை. வேறொரு இடத்தில் பிரச்சினை கிளம் பியது. இந்தத் தடவை அவள் நிஜமாகவே பயந்துவிட்டாள்.

அவர்கள் மற்ற அறைகளைப் பார்க்க அதிகநேரம் எடுத்துக் கொள்ளவில்லை. பொன்னம்மா கூறியபடியே இரண்டே அறைகள்தாம் இருந்தன. ஆனால் எல்லாவற்றையும் கலைத்துப்

போட்டு களேபரம் செய்துவிட்டார்கள். அது அவள் எதிர் பார்த்ததுதான்.

பின்புறம் தோட்டத்திற்கு வந்ததுமே ''இங்கே எங்காவது புதைத்து வைக்க முடியுமா பார்'' என்றான் ஒருவன்.

''எப்படிப் பார்ப்பது? தோட்டம் முழுக்கத் தோண்டவேண்டும். சிறுதோட்டம்தானே. இரண்டு நாழிகைகூட ஆகாது.''

பொன்னம்மாளுக்குத் திக்கென்றிருந்தது.

''தோட்டத்தைத் தோண்டும் வேலையெல்லாம் நான் அனுமதிக்க முடியாது.''

இருவரும் பெரிதாகச் சிரித்தார்கள்.

''நீ என்ன அனுமதிப்பது? எங்களுக்குத் தோண்ட வேண்டுமென்று தோன்றினால் தோண்டத்தான் செய்வோம்.''

''எப்படிச் செய்வீர்களென்று நானும் பார்க்கிறேன். ஒரு குரல் கொடுத்தால் ஊர் கூடிவிடும், தோட்டத்தில் உள்ளது அவ்வளவும் அபூர்வ மூலிகைகள். ஒருக்கால் உங்களுக்குக்கூட உதவலாம்.''

ஊர் கூடிவிடும் என்றதும் அவர்களுக்குக் கொஞ்சம் யோசனை யாயிருந்தது. அத்துடன் தோட்டம் உலர்ந்திருந்தது. சமீபத்தில் தோண்டப்பட்ட அடையாளம் எதுவும் காணப்படவில்லை.

ஆனாலும் பயப்படாதவர்களைப்போல, ''நாங்கள் தோண்டத் தான் போகிறோம்.''

''ஊர் கூட்டப்போகிறேன் என்றதுமே பயந்துவிட்டீர்களே. அதற்குப் பிறகு நாட்டாமைக்காரரிடம் வேறு போகும்பொழுது என்ன செய்வீர்களோ?''

''நீ என்ன சொல்கிறாய்? நாங்கள் பயந்துவிட்டோமா? அது என்ன நாட்டாமை? ஊராரிடம் உனக்கே நம்பிக்கையில்லை போல.''

''அதல்ல. ஊரார் உங்களை அடித்து நொறுக்குவதில் எனக்கு விருப்பமில்லை. மேலும்...''

''என்ன மேலும்?''

''நகை விஷயம் அம்பலமாவதைத் தடுக்கலாமே என யோசித்தேன். நாட்டாமையிடம் போனால் நீங்கள் யார், என்ன புகார்

என்பதெல்லாம் வெளியாகத்தான் வேண்டும். இந்த மூலிகைத் தோட்டத்தைப் பற்றி இங்குள்ள எல்லோருக்கும் தெரியும். யாருக்கு என்ன பச்சிலை வேண்டுமென்றாலும் என்னிடம்தான் வருவார்கள். மம்பட்டியை எடுங்கள், உடனே உங்களுக்கு ஆபத்து. உங்கள் எஜமானனும் இதை விரும்பமாட்டார் என்றே நினைக்கிறேன்.''

இதை உறுதியுடன் கூறிவிட்டு பொன்னம்மா கொல்லைப் புறத்திலிருந்து கோபத்துடன் வீட்டுக்குள் வந்துவிட்டாள். பொன்னம்மா சொன்னதையெல்லாம் அவர்களும் அறிந்துதான் இருந்தார்கள். ஆனாலும் கொஞ்சம் மிரட்டினால் அவளிடமிருந்தே ஏதாவது தடயம் கிடைக்குமோ எனப் பார்த்தார்கள்.

எதுவும் நடக்கவில்லை என்றதும் 'மீசையில் மண் படவில்லை' என்ற தோரணையில் ''சரி, சரி தொலைந்து போ. ஏதோ மூலிகை என்கிறாய். எல்லோருக்கும் உபயோகப்படுவதை நாங்கள் ஏன் கெடுக்கவேண்டும்? நாங்கள் பயந்துவிட்டதாக நினைக்காதே. நன்கு விசாரித்துக்கொண்டு மறுபடியும் வருவோம். இதற்கிடையில் உன் பேரனைப்பிடித்து சிறையில் அடைக்கப் போகிறோம்.''

இது அவர்களுடைய கடைசி அஸ்திரம். ஆனால் பொன்னம்மாளா பயப்படுபவள்?

''தாராளமாகச் செய்யுங்கள். அவன் வெளியே இருப்பதைவிட உள்ளே இருந்தால் எனக்கு சௌகரியம்தான். நான் இம்மாதிரி வம்புகளில் மாட்டிக்கொள்ளவேண்டியிருக்காது பாருங்கள்?''

அவனை உள்ளே தள்ளமுடியாது என்பது அவளுக்குத் தெரியும்; அவர்களுக்கும் தெரியும்.

அவர்கள் தம் உடைகளைச் சரிசெய்துகொண்டு முணுமுணுத்தபடியே குதிரையில் பாய்ந்து ஏறிப் பறந்தனர். ஆனால் பொன்னம்மா அடித்து வைத்த சிலைபோல் அங்கேயே வெகு நேரம் நின்றுகொண்டிருந்தாள்.

7

கலியாணப் பேச்சு

சொன்னபடி காலையில் மொடக்கண்ணி வந்து விட்டான். அவனையும் தன்னுடன் வரச்சொல்லி விட்டு, தீட்சிதர் தன் ஜோல்னாப் பையுடன் நடக்கத் தொடங்கினார். திருவந்திபுரம் வரையில் அவர்கள் நடந்து வந்தார்கள்.

''உனக்கு குதிரைச் சவாரி தெரியுமா?'' என்று வினவினார் தீட்சிதர்.

''தெரியும் ஐயா.''

''என்னுடன் வா'' என்ற தீட்சிதர், அவனுடன் அருகிலேயே இருந்த அரசரின் குதிரைக் கொட்டடிக்குச் சென்று, தன் இலச்சினையைக் காட்டி இரண்டு நல்ல அரபுக் குதிரைகளைப் பெற்றுக் கொண்டார்.

''மொடக்கண்ணி, நாம் இருவரும் இப்பொழுது சிதம்பரம் போகிறோம். ஆனால் போகும் வழியில் கொஞ்சம் வேலையிருக்கிறது. ஆதலால் நீ மட்டும் முதலில் புவனகிரிக்குச் சென்று உன் தாய் தந்தையரைப் பார்த்துவிட்டு நாளைக்காலை சிதம்பரத்தில் கீழவீதி தேர்முட்டி அருகில் காத்திரு. நான் விடிந்து நான்கு அல்லது ஐந்து நாழிகைக்குள் அங்கு இருப்பேன். நான் வராவிட்டால் அன்று மாலைக்குள் நீ இங்கே திரும்பி வந்துவிடு. குதிரை பத்திரம்.'' தீட்சிதர் எச்சரித்தார்.

பிறகு அவர்கள் இருவரும் கொஞ்சதூரம் ஒன்றாகப் பயணம் செய்தபின், மொடக்கண்ணி நேராகச் சிதம்பரம் சென்றான். தீட்சிதர் பரங்கிப்பேட்டைப் பக்கம் திரும்பினார். அவர் போகும் பொழுது அடிக்கடி திரும்பிப் பார்த்துக்கொண்டு போனதுடன் குதிரையை மிக மெதுவாக நடத்திச் சென்றார்.

அவர் எதிர்பார்த்தபடியே இரண்டு குதிரைகள் மிக வேகமாக வந்தன. அவர் உடனே பக்கத்திலிருந்த ஒரு சிறு குடிசைக்குப் பின்னால் மறைவாகச் சென்று நின்றுகொண்டார். அக்குதிரைகள் சென்றபின், மெதுவாகத் தன் குதிரையை நடத்திக்கொண்டு, பரங்கிப்பேட்டை செல்லும் சாலையில் நிதானமாகச் சென்றார்.

பரங்கிப்பேட்டைக்குச் சென்று ஒரு சத்திரத்தை அடையவேண்டி அங்குள்ள மேடையில் சற்று அமர்ந்தார்.

அவரைக் கண்டதுமே வாயிற்காப்போன் ஓடி வந்தான். ''ஐயா, தாங்கள் சொல்லி அனுப்பியபடியே தங்கள் அறையை நன்கு சுத்தம் செய்துள்ளேன். சிலநாட்கள் இங்கு தங்குவதற்கு எல்லா ஏற்பாடுகளையும் கவனித்துள்ளேன்.''

''நன்றி. ஸலீமை வரச்சொல்லியிருக்கிறாயா?''

''சொல்லியிருக்கிறேன். இன்று மாலையே வருவதாகக் கூறினார்.''

''நல்லது. இந்தா. குதிரையைப் பிடி. அதற்கு வேண்டியதைக் கொஞ்சம் கவனி.''

''ஆகட்டும் ஐயா'' என்றவன் பயபக்தியுடன் அவரைக் கும்பிட்டு விட்டு, இடுப்பிலிருந்து ஒரு சாவியை அவர் கையில் கொடுத்துவிட்டு, குதிரை லகானைக் கையில் வாங்கிக்கொண்டு பின்பக்கம் சென்றான்.

தீட்சிதர் தன் அறைக்குச்சென்று கதவைத் தாளிட்டுக்கொண்டார். அந்த அறையைச் சுற்றுமுற்றும் நோக்கினார். அறையின் மூலையில் தரையோடு தரையாக வெளியில் தெரியாத வண்ணம் பதிக்கப் பட்டிருந்த ஒரு பலகையைச் சற்றுச் சிரமப்பட்டுத் திறந்தார். உள்ளே இரண்டு படிகள் இறங்கி, தன்வசமுள்ள ஆபரணங்களிருந்த பேழையை ஒரு துணியில் சுற்றிப் பத்திரமாக வைத்தார். திரும்பவும் மேலே ஏறிவந்து அந்தப் பலகையை முன்னைப்போலவே இழுத்து மூடினார். இப்பொழுது அங்கு தரையில் ஒரு ரகசிய அறை இருப்பதற்கான எந்த அடையாளமும் இல்லை. சற்று இளைப்பாறி விட்டு அவர் ஸலீமை எதிர்பார்த்துக் காத்துக் கொண்டிருந்தார்.

அவர் அதிகநேரம் காத்திருக்கவேண்டிய அவசியம் இல்லாமல் ஸலீம் சீக்கிரமே வந்து சேர்ந்தான்.

''ஐயா, எப்ப வந்தீங்க?''

''சற்றுமுன்தான் வந்தேன். நலமாயிருக்கிறாயா?''

''ஏதோ உங்கள் தயவில்.''

''என் தயவிற்கு என்ன குறைவு! வியாபாரம் ரொம்ப செழிப்பா யிருக்கிறதாகக் கேள்விப்பட்டேனே!''

''அதொன்றுமில்லை ஐயா, நாலு நாட்களுக்கு முன்னால் கடாரத்திலிருந்து ஒரு நாவாய் வந்திருக்கிறது. அதுதான்... யாராவது சொல்லியிருப்பார்கள். ராயர் வீட்டு ஆட்களைக் கண்டீங்களா?''

''ராயர் ஆட்களுக்கும் உன் தொழிலுக்கும் என்னப்பா சம்பந்தம்?''

''என்ன ஐயா இப்படிக் கேட்டுப்பிட்டீங்க? இந்தப் பரங்கிப் பேட்டை வட்டமே அவங்களதுதானே ஐயா...''

''என்ன... அவங்களுடையதா?''

''ஆமாங்க.'' ஸலீம் சிரித்தான்.

''நேத்து வந்து ஏதோ முத்துமாலை வேண்டுமாம். என்னை உலுக்கி எடுத்துப்பிட்டாங்க.''

''யாருக்கு முத்துமாலை?''

''ராயர் மகளுக்குத்தான். நிக்காஹ் பேசப்போறாப்பலெ.''

''அட! நீ நிறைய விஷயம் தெரிஞ்சி வச்சிருக்கயே. பையன் யாராம்?''

''ஐயா தெரிஞ்சி வெச்சிக்கிட்டே என்னைக் கேள்வி கேக்கிறீங் கன்னு தோணுது. ஊர் முழுக்கத் தெரிஞ்சிருக்கிறது ஐயாவிற்குத் தெரியாமல் போகுமா?''

''எனக்கு சத்தியமாய் தெரியாது. நான் வெளியூர் ஆள் இல்லையா?''

''பெரிய இடமுங்க. கேட்டா ஆச்சரியப்பட்டுப் போவீங்க. ஆனா நான் இதைப் பத்தியெல்லம் பேசலாமுங்களா?''

தீட்சிதர் நிஜமாகவே ஆச்சரியப்பட்டுப் போனார். ஸலீம் எப்பொழுது இவ்வளவு சாமர்த்தியசாலியானான் என்று. அவன் இன்னும் கொஞ்சம் பிகு செய்துகொண்ட பிறகே தீட்சிதருக்கு அவனிடமிருந்து விஷயத்தைக் கறக்க முடிந்தது.

விஷயத்தைக் கேட்ட பிறகு தீட்சிதர் ஆச்சரியம் மட்டும் படவில்லை. திகில்பட்டுப் போனார்.

விஜயநகர சாம்ராஜ்யத்தைக் கருமேகங்கள் சூழ்ந்துகொண்டதாக உணர்ந்தார். வரும் வழியிலே தாம் பார்த்த குதிரை வீரர்கள் இவர்களாகத்தான் இருக்குமென்று ஊகித்தார்.

''இவ்வளவு நேரம் ராயர் வீட்டிலே பேச்சுவார்த்தை நடந்திட்டிருக்குமுங்க.''

பிறகு மெள்ளத் தம்மை விடுவித்துக்கொள்ள, ''சரி, எனக்குக் கொஞ்சம் வேலையிருக்கிறது. எனக்கு இரண்டு நல்ல குதிரைகள் வேண்டும். ஒன்று எனக்குச் சரியானதாக மட்டக்குதிரை வேண்டும். இன்னொன்று பெரியதாய் இருக்கவேண்டும். விலையைப் பற்றிக் கவலைப்படாதே. அப்புறம்... ஏதோ முத்து வந்திருக்கிறது என்றாயே. எனக்கும் இரண்டொரு மாலைகள் எடுத்துவா.''

இதைச் சொல்லும்பொழுது அவர் குரலில் ஏற்பட்ட சங்கோசம் ஸலீமிடமிருந்து தப்பவில்லை.

''ஐயாவுக்கு எப்பங்க...''

தீட்சிதர் விழித்துக்கொண்டார்.

''அதைப்பற்றி அப்புறம் பார்க்கலாம். நீ இருட்டி இரண்டு நாழிகைக்குப் பிறகு நான் கேட்ட பொருட்களுடன் சத்திரத்திற்கு வா. என் வேலை உனக்குத் தெரியும். யாரிடமும் மூச்சுவிடக் கூடாது. வெளியில் தெரிந்தால் ஆபத்து உனக்கில்லை. யாருக்கு என்று நான் சொல்லவேண்டியதில்லை என்று நினைக்கிறேன்.''

இதைச் சொல்லும்பொழுது அவர் குரலில் இருந்த கடுமையைக் கண்டு ஸலீம் பயந்து போனான்.

''ஆகட்டுங்க'' என்றான் கம்மிய குரலில்.

காளிங்க ராயர் வீடு கோலாகலமாகக் காட்சியளித்தது. எல்லா வாசல்களிலும் மாவிலைத் தோரணங்கள் கட்டப்பட்டு வாசற்படிகளெல்லாம் தெலுங்கு பாணியில் மஞ்சள் குங்குமத்தால் அலங்கரிக்கப்பட்டிருந்தன.

சமையலறையிலிருந்து வந்த நெய்ப்பண்டங்களின் மணம் எல்லோர் பசியையும் கிளறியது.

காளிங்க ராயருக்கு நிலை கொள்ளவில்லை. வாசலில் போய் ஆட்களை அதிகாரம் செய்வதும், மனைவியைக் கூப்பிட்டுக் கலந்தாலோசிப்பதும், தோழிகளுடன் பல்லாங்குழி ஆடிக் கொண்டிருக்கும் தன் மகளைக் கேலி செய்வதுமாக நிலை கொள்ளாமல் அலைந்துகொண்டிருந்தார்.

''இன்னும் முத்து வீரப்பனைக் காணவில்லையே! ஆபரணங்கள் பத்திரமாக இருக்கவேண்டுமே!''

நேரம் ஆக ஆக அவருக்குக் கவலை பிடித்துக்கொண்டது. சலக ராஜு வருவதற்குள் இந்த நகைகள் வந்தாகவேண்டுமே.

அவர் பயந்தபடியேதான் ஆயிற்று. நகைகள் வரவில்லை. முகத்தைத் தொங்கப் போட்டுக்கொண்டு இரு வீரர்கள்தான் வந்தனர்.

ராயர் வெளியில் வந்தார்.

''என்ன ஆயிற்று?''

இரு வீரர்களும் நெடுஞ்சாண்கிடையாக அவர் காலில் விழுந்தார்கள்.

''தவறு செய்துவிட்டோம் சுவாமி, நகைகளைப் பறிகொடுத்து விட்டோம் ஐயா.''

அவர்களிடம் அவர் ஏதும் பேசுவதற்கு முன்பாகவே வெளியில் குதிரைகள் மற்றும் அரச குடும்பத்தினர் வரும்பொழுது ஊதப்படும் கொம்பு முதலியவைகளும் கேட்டன.

ராயர் பல்லைக் கடித்தபடி, ''உங்களைப் பிறகு பார்த்துக் கொள்ளு கிறேன். இப்பொழுது இந்த இடத்தைவிட்டுக் கிளம்புங்கள்'' என்றார். அவர்களும் 'இப்போதைக்குத் தப்பினோம்' என்று புறப்பட்டார்கள்.

''வாசல் வழியாகப் போகவேண்டாம். பின்பக்க வழியே செல்லுங்கள்'' என்று உறுமினார்.

பிறகு உள்ளே சென்று எல்லாம் தயாராக இருக்கிறதா என்று பார்த்து விட்டு, கணக்கரிடம் பூரணக் கும்பத்தை எடுத்து வரும்படிக் கூறினார்.

சலகராஜு கோச் வண்டியிலிருந்து இறங்கும்பொழுது நாதஸ்வர இசை மங்களகரமாய் முழங்கியது. சலகராஜு சிரித்தமுகத்துடன் இறங்கினார்.

''என்ன எல்லோரும் நலந்தானே!'' என்றபடி உள்ளே வந்த சலகராஜு பூரணக் கும்பத்தைக் கண்டவுடன் அட்டஹாசமாய்ச்

சிரித்தார். ''என்ன மரியாதையெல்லாம் பலமாயிருக்கிறதே! நானென்ன மகாராஜாவா?'' என வினவினார்.

''அதற்கு அதிக நாள் ஆகாதென்றுதான் நான் நினைக்கிறேன். அதற்கு இது முன்னோடியாக இருக்கட்டுமே'' என்று காளிங்க ராயரும் சிரித்தார்.

பிறகு சாதாரணமாகச் சற்றுநேரம் பேசியபிறகு இளநீர், ஷர்பத் முதலிய பானங்களுடன் மதுபான வகைகளும் கலந்திருந்தன.

காளிங்க ராயர் தம் மகளை அழைத்து, ''அம்மா ரோகிணீ, இங்கே வா அம்மா, யார் வந்திருக்கிறார்களென்று பாரம்மா! மாமாவிற்கு வணக்கம் தெரிவித்துக்கொள்ளம்மா'' என்றார். வழக்கமில்லாத வழக்கமாக 'இது என்ன புது உறவு?' என்றிருந்தது ரோகிணிக்கு. ஏதோ அப்பா சொல்வதைத் தட்டமுடியாமல் பேருக்கு வணக்கம் சொல்லிவிட்டு உள்ளே சென்றுவிட்டாள்.

''ஆகா! என்ன அழகு! என்ன கம்பீரம்! முகத்தில் லட்சுமி களை தாண்டவமாடுகிறதே! ரொம்ப வெட்கப்படுகிறாளே! என்னிடம் என்ன வெட்கம்? நான் வயதானவன்தானே!'' என்று கூறிச் சிரித்துக்கொண்டார் சலகராஜு.

இத்தனைக்கும் அவர் அந்தப் பெண்ணின் முகத்தைப் பார்க்கக்கூட இல்லை... இது ராயருக்கும் தெரியும்.

'பாவி! எப்படிப் புகழ்கிறான்! கிளியை வளர்த்துப் பூனை கையில் கொடுக்கிறாப்போல், அருமையாக வளர்த்த இந்தப் பெண்ணை உதவாக்கரையான உன் மகனுக்குக் கட்டிவைக்கப் போகிறேனல்லவா! நீ ஏன் புகழ மாட்டாய்' என்று மனதிற்குள் சலகராஜு சபித்தாலும், நாளைக்கே அவன் அரசனாகும் வாய்ப்பு உள்ளதே! ஆசை யாரை விட்டது? வருங்காலத்தில் தன் பெண் விஜயநகர சாம்ராஜ்யத்தின் பட்டமகிஷியாகலாம் என்ற நப்பாசைதான் அவரைத் தன் மனைவி, மகள் இருவருக்கும் விருப்பமில்லாததுடன் நியாயமும் இல்லாத ஒரு செயலைச் செய்யத் தூண்டியது. தனக்கும் பிரதம மந்திரியாகும் வாய்ப்பு உள்ளதே. அவர் மனம் இருபுறமும் ஊசலாடியது.

ராயர் தொண்டையைக் கனைத்துக்கொண்டார்.

''அடுத்தபடி என்ன செய்வதாக உத்தேசம்?''

சலகராஜு ராயருக்கு மிக அருகில் நெருங்கி அமர்ந்தார். அருகில் யாரும் இல்லாமலிருக்கவேண்டுமே என்ற கவலையுடன் சுற்றுமுற்றும் கவனித்துவிட்டுத் தொடர்ந்தார்.

அவர்கள் பேச்சு மிகவும் ரகசியமாயிருந்ததினால் அது நமக்கும் புரியவில்லை. ஆனாலும் ராயரின் முகம் வெளிறி, பயத்தையும் திகிலையும் காட்டியது நன்றாகத் தெரிந்தது. இப்பொழுது அவர் மனதில் ஆபரணங்களைக் கொடுக்காமலிருப்பதுதான் நல்லது எனத் தோன்றியது.

ராயரின் வீட்டு விருந்து தலைவாழை இலையில் பலமாக இருந்தது. சாப்பாட்டு இலையின்கீழ் தெலுங்கு தேச வழக்கப்படி கோலம் இடப்பட்டு, கூடம் பிரமாதமாக அலங்கரிக்கப் பட்டிருந்தது.

பலத்த உபசாரத்துடன் சாப்பாடும் தொடர்ந்தது.

''அம்மா ரோகிணி, பாயசத்தை மட்டும் உன் கையால் வையம்மா'' என்றார் அவள் தந்தை.

அவள் தாய் பாத்திரத்தை ரோகிணியிடம் கொடுக்க, அவள் எல்லோர் இலையிலும் பாயசம் வைத்தாள். உடனே உள்ளே சென்றுவிட்டாள். முகத்தில் சிரிப்போ சந்தோஷமோ துளியும் காணோம். சலகராஜு 'வருங்கால விஜயநகர சக்கரவர்த்தியைக் கட்டிக்கொள்ள இவளுக்குக் கசக்கிறதாக்கும்! இருக்கட்டும், கலியாணமாகட்டும், பிறகு பார்த்துக்கொள்கிறேன்!' என்று மனத்திற்குள் கறுவிக்கொண்டார். இருந்தாலும் அவர் அவள் உதாசீனத்தைப் பெரிதாகப் பொருட்படுத்தவில்லை. அவரது அபிலாஷையை நிறைவேற்றிக்கொள்ள காளிங்க ராயரின் தயவு அவருக்கு அவசியம் தேவையாயிருந்தது.

ராயருக்கும் தன் மகள் நடந்துகொண்ட விதத்தைக் கண்டதும் கோபத்துடன் வருத்தமும் ஏற்பட்டது. அவருடைய மனைவிக்கும் இந்தச் சம்பந்தத்தில் அவ்வளவாக உடன்பாடில்லை. மேலும் சலகராஜுவின் மகன் கோவிந்த ராஜுவும் பெரிய வீரனென்று கூறமுடியாது. ஆனாலும் சலகராஜுவுக்குப் பின்னால் அவன் சக்கரவர்த்தியாக வரும் வாய்ப்பு உள்ளதே! அவர் செய்யப்போவது ஆபத்தான முயற்சி. மிகப் பேராசையானதும்கூட. இதில் சலகராஜுவுக்கும் எவ்வளவு ஆபத்து? சலகராஜு சொல்வதுபோல் விஷயம் வெளியில் கொஞ்சங்கூடத் தெரியாமலிருப்பது சாத்தியம்தானா?

எப்படி நடக்கிறதோ பார்க்கலாம்.

ரோகிணி சமையலறையில் போட்டிருந்த ஓர் இலையில் அமர்ந்தபடி, ''அம்மா, எனக்குப் பசிக்கிறது. நான் சாப்பிடப் போகிறேன். எனக்குப் பரிமாறச் சொல்'' என்றாள்.

அவள் தாய், ''இதோ, சொல்கிறேன்'' என்றவள் தொடர்ந்து, ''அவர்களுக்குத் தாம்பூலம்...'' என்று இழுத்தாள்.

''எல்லாம் அனுப்பியாகிவிட்டது. நான் என்ன வேலைக்காரியா அவர்களுக்கு? மரியாதை தெரிந்தவர்களாயிருந்தால் என்னையும் சாப்பிட அழைத்திருக்கவேண்டும்.''

''சரி, சரி, தொணதொணக்காதே. நீ போய்ச் சாப்பிடு.'' தாயின் அனுமதி கிடைத்ததுதான் தாமதம், சமையலறையில் போட்டிருந்த இலையில் அமர்ந்து ஏதோ பெயருக்குக் கொறித்துவிட்டு, வீட்டின் இன்னொரு வாயில் வழியாகத் தன் மட்டக்குதிரையில் ஏறிப் பறந்துவிட்டாள்.

காளிங்க ராயர் தன் மகளை மிகச் செல்லமாக வளர்த்திருந்ததுடன் கல்வி கேள்விகளில் மிகச்சிறந்தவளாகவும் செய்திருந்தார். அவள் தெலுங்கு, சம்ஸ்கிருதம், கன்னடம் முதலிய பல மொழிகள் கற்றிருந்தாள்... தற்சமயம் தமிழ் கற்பதில் மிகத் தீவிரமாக ஈடுபட்டிருந்தாள். இப்பொழுதுகூட அவள் தன் தமிழ் ஆசானை நோக்கித்தான் சென்றுகொண்டிருந்தாள்.

அத்துடன் சங்கீதம், சித்திரம் வரைவது முதலியவை அவளுக்குக் கைவந்த கலையாயிருந்தன.

தன் சகோதரர்களுடன் சேர்ந்து குதிரையேற்றம், வேலெறிவது, வாள் சுழற்றுவது முதலியவைகளிலும் தேர்ச்சி பெற்றிருந்தாள். அவளது கைவண்ணம் எந்த வீரனுக்கும் சளைத்ததல்ல.

இந்தச் சமயம் அவளது குதிரை செல்லப்பா என்ற பாளையக்காரர் வீட்டை நோக்கிச்சென்றது. அவள் குதிரை அங்கே செல்வதற்கும், அதேசமயம் கோவிந்த தீட்சிதரின் குதிரை அங்கு வந்து சேருவதற்கும் சரியாயிருந்தது.

8

செல்லப்பா

இப்பொழுது நாம் நேயர்களைப் பரங்கிப் பேட்டைக்கு அழைத்துச்செல்லவேண்டி இருக்கிறது. செல்லப்பா என்று செல்லமாக அழைக்கப்படும் வீரநரசிங்கராயரைப் பற்றி செப்பேடுகள் திருப்பனங்காடு மற்றும் காளஹஸ்தி முதலிய இடங் களிலும், இன்னும் பல இடங்களிலும் காணப்படுகின்றன. கிருஷ்ணதேவராயர், அச்சுத ராயர் ஆகிய மன்னர்களுடன் இருந்த அன்யோன்ய பாவத்துடன், ஒருவருக்கொருவர் நலம் வேண்டிக் கோயில்களுக்கு மானியங்கள் விட்டதையும் பல கல்வெட்டுக்களின் மூலமும் அறிய முடிகிறது. அவருடைய தந்தை தழுவக்குழைந்தான் பட்டர் காஞ்சி ஏகாம்பரேசுவர் கோயில் தேவகன்மியா யிருந்ததுடன் மன்னர் அச்சுத ராயருக்கு யாரும் அறியா வண்ணம் செய்திகளை அறிந்து கூறுபவராகவும் இருந்து வந்தார். அவர் வீரசைவராயிருந்து வைஷ்ணவர்கள் மற்றும் வைஷ்ணவக் கோயில்0 களுடன் பகைமை பாராட்டி வந்ததுதான் அச்சுத ராயருக்கு மிக தர்மசங்கடத்தை அளித்தது.

எது எப்படி இருப்பினும் செல்லப்பா அரசரிடம் மிக விசுவாசமாகவே இருந்து வந்தார்.

ஆனால் ராணி வரதாம்பிகையின் சகோதரர்கள் பெரிய திருமலை சலகராஜு, சின்ன சலகராஜு இருவரும் செய்த சதியினால் மன்னர், செல்லப்பா உறவில் விரிசல் கண்டது.

சலகம் சகோதரர்களின் திட்டம் மிகமிகப் பயங்கரமானதொன்று. அவர்கள் தந்திரமிக்க சதியாலோசனை செய்து, காளிங்க ராயர் போன்ற சில தலைவர்களுடன் சேர்ந்துகொண்டு, முதலில் மன்னருக்கு வேண்டியவர்களை அவரிடமிருந்து பிரித்துவிடச் சூழ்ச்சி செய்தனர். மகாராணி வரதாம்பிகை தன் சகோதரர்களைப் பூரணமாக நம்பியது இவர்களுக்கு மிக வசதியாகிவிட்டது.

மன்னர் இவர்களை முழுதும் நம்பிவிடவில்லை. அவருக்கு இவர்களுடைய சூழ்ச்சிகளைப் பற்றிக் கொஞ்சம் தெரிந்தே இருந்தது. ராணி திருமலாம்பாளுக்கு முழுதுமே தெரிந்திருந்தது. ஆயினும் ராணி வரதாம்பிகையைச் சஞ்சலப்படுத்த வேண்டாமென அவர்கள் இருவருமே வாளாயிருக்கும்படி நேர்ந்துவிட்டது. ஏற்கெனவே ராணியின் உடல்நிலை சற்று நலிவுற்றிருந்ததுதான் அதற்குக் காரணம்.

ஆனால் இவர்களுடைய மெத்தனம் பெரிய சதிக்குக் காரணமாகி, செல்லப்பாவை மட்டுமின்றி, அரசையே கவிழ்க்கும் பூகம்பமாக உருவாகிவிட்டது. சலகம் சகோதரர்களினால் சதிகாரரெனக் குற்றம் சாட்டப்பட்டவர், அச்சுத ராயருக்கு விசுவாசமான செல்லப்பா என அழைக்கப்படும் வீரநரசிங்கராயர்தாம். கோவிந்த தீட்சிதர், செல்லப்பாவின் தந்தையான தழுவக்குழைந்தான் பட்டர், ராணி திருமலாம்பா ஆகியவர்கள் எவ்வளவோ முயற்சித்தும் அதனைத் தடுக்க முடியவில்லை. அவர் அரசாங்கத்தால் சதிகாரரெனக் குற்றம் சாட்டப்பட்டு அரசரின் ஆதரவிலிருந்து விலக்கப்பட்டார். அத்துடன் நில்லாமல், அரசருடைய திக்விஜயத்தின்போது, செல்லப்பாவுடன் போர் செய்து, அவரைக் கொன்று, அவரது படைகளையும் அவர் வசமிருக்கும் பிரதேசங்களையும் கைப்பற்றி, வேறு ஒரு பாளையக்காரரை நியமித்து, அவர் வசம் அவற்றை ஒப்படைக்க வேண்டுமெனத் தீர்மானிக்கப்பட்டது.

ஆதலால் செல்லப்பாவின் மகன் ரோகணன் அரசரின் திக்விஜயத்தின் போது செல்லப்பா பரங்கிப்பேட்டையில் இல்லாமலிருப்பது நல்லது என்று நினைத்தான்.

ரோகணனுக்கு நடக்கும் ஒவ்வொரு விஷயமும் வேதனை தருவதாகவே அமைந்தது. அவனுடைய அத்தை செல்லப்பாவின் சகோதரி கலைச்செல்வி அம்மாளைத் தன்னுடன்

அழைத்துச்செல்வதா, அல்லது ரோகணனுடன் விட்டுச்செல்வதா அல்லது காஞ்சீபுரத்தில் அவளுடைய தந்தை தழுவக்குழைந்தான் பட்டரிடம் விட்டுச்செல்வதா என்று புரியவில்லை.

அன்று காலையிலிருந்தே தந்தை, மகன் இருவருமே குழம்பிக் கொண்டிருந்தனர்.

இவர்கள் இதைப்பற்றி அந்தரங்கமாகப் பேசிக்கொண்டிருந்த நிலையில் வாசலில் ஏதோ அரவம் கேட்டது.

''ஐயா.''

''யார் அது?''

ரோகணன் கொஞ்சம் தயக்கத்துடனே வெளியே வந்தான்.

செல்லப்பாவின் மேற்பார்வையில் இருக்கும் பரங்கிப்பேட்டை சத்திரத்தின் காவற்காரன் அங்கே நின்றுகொண்டிருந்தான்.

''என்ன வேண்டும் கந்தப்பா?''

''வணக்கம் சின்னையா. பெரிய ஐயாவைப் பார்க்கணுமுங்க.''

''என்ன அவசரம்? வீட்டிற்கே வந்துவிட்டாய்? இரண்டு நாழிகை காத்திருந்தால் அவரே பார்வையிட எப்படியும் வருவாரே...''

''இல்லை ஐயா, அவசரம்தான். ஐயாவிற்கு ஒறவுமொறென்னு சொல்லிக்கிட்டு ஒரு பத்துப் பேர் போல சத்திரத்துலே தங்க எடம் கேட்டு வந்திருக்காங்க... அவங்களுக்கு எடம் கொடுக்கலாமா? அவங்களிலே பெரியவர் பெரிய ஐயாவைப் பார்க்கணுமின்னு சொல்றாங்க. கூட்டிக்கிட்டு வரவா?''

ரோகணன் உள்பக்கம் நோக்கி, ''அப்பா'' என்று குரல் கொடுத்தான்.

செல்லப்பா வெளியே வந்தார்.

''என்ன கந்தப்பா? என்ன விஷயம்? காலையிலேயே வந்திருக் கிறாய்?''

''தங்க இடம் கேட்டு ஒரு பத்துப் பேர் போல வந்திருக்காங்க. அதிலே ஒறெயூர்லேந்து வந்திருக்கிற சேஷய்யன் என்று ஒருவர் உங்களை நேரிலே பார்க்கணுமின்னு சொல்றாங்க. கூட்டிக்கிட்டு வரவா?''

''ஓ, சேஷய்யனா! அழைத்து வா, பார்த்து நாளாயிற்று'' என்றார்.

கந்தப்பன் திரும்பிச் சென்றான்.

ரோகணன் சற்றுக் கவலையுடன், ''இந்த நேரத்தில் அவரை வரச்சொல்லியிருக்கிறீர்களே!'' என்றான்.

''கவலைப்படாதே. சேஷய்யனை எனக்கு நன்றாகத் தெரியும். என்ன காரியமோ தெரியவில்லை. முன்கூட்டியே தெரிவிக்காமல் திடுதிப்பென்று வந்திருக்கிறான். என்ன என்று விசாரிக்கலாம்; அத்துடன் அவன் மூலமாக நமக்கும் ஏதாவது அநுகூலம் ஏற்படலாம்.''

சற்று நேரத்தில் கந்தப்பன் இருவரை அழைத்து வந்தான்.

''ஐயா, வணக்கம்!''

''வாப்பா, எப்படி இருக்கிறாய்? இவர் யார்? இதற்குமுன் நான் பார்த்ததில்லையே!''

''இவர் என் பெரியப்பா பிள்ளை; பேர் ராமுடு. ஸ்ரீரங்கத்தில் நகை வியாபாரம்.''

வந்தவர் வணக்கம் செலுத்தவே பதிலுக்கு முகமன் கூறியபடி, ''என்ன விஷயம்?''

''நாங்கள் குடும்பத்துடன் காசி யாத்திரை கிளம்பியிருக்கிறோம். முன்னே பின்னே யோசிக்காமல் ஜோசியர் குறித்துக் கொடுத்த நாளில் கிளம்பிவிட்டோம். குழுவில் இரண்டு குழந்தைகளும் மூன்று பெண்களும் இருக்கிறார்கள். கிளம்பியபிறகு பார்த்தால் நாட்டு நடப்பு சரியாயில்லை எனத் தோன்றுகிறது. திருவடி தேசத்துப் போர் வரலாமென்று சொல்லுகிறார்கள். அதனால் நமக்கு என்ன, நாம் வடக்கேதானே போகிறோம் என நினைத்தோம். ஆனால்...''

''ஆமாம்; காஞ்சிக்கு வடக்கேயும் நிலமை சரியில்லை. எப்பொழுது திருவடி தேசத்துப் போர் வருமென்று கோல்கொண்டா சுல்தான் காத்திருக்கிறார். அதே சமயத்தில் தாங்களும் போர் தொடுத்தால் கிடுக்கிப் பிடியில் விஜயநகரம் சாய்ந்துவிடுமென்று மனக்கோட்டை கட்டுகிறார்கள்.''

''இந்தச் சமயத்தில் உள்நாட்டுக் கலகங்களைவேறு இழுத்து விட்டுக்கொள்கிறார் நம் மன்னர்.''

''இழுத்துவிட்டுக்கொள்கிறார்கள் என்றால்...''

சேஷய்யன் செல்லப்பாவை ஓரக்கண்ணால் பார்த்தபடி பேசினார். செல்லப்பாவிற்குத் தன் விஷயம் வெளியில் ஓரளவிற்குப்

பரவியிருப்பது தெரிந்ததுதான். எனினும் இது திருச்சி ஸ்ரீரங்கம் வரையிலும் பரவிவிட்டிருக்கிறது என்பதைக் காணும்பொழுது கொஞ்சம் வியப்பாகத்தானிருந்தது. மேலும் தன் திட்டம் எவ்வளவு தூரம் நிறைவேறும் என்பதிலும் சற்று அச்சம் ஏற்பட்டது.

''அதெல்லாம் கிடக்கட்டும்; இப்போது என்ன செய்வதாக உத்தேசம்?''

''அதற்குத்தான் உங்களைத் தேடி வந்தேன். இங்கிருந்து கடல் மார்க்கமாக வங்காளத்திற்குப் போய்விட்டால் அங்கிருந்து வாரணாசி செல்வது சுலபம். அதற்கு நீங்கள் கொஞ்சம் உதவினால்...''

''ஓ அப்படியா? ஆனால் இங்கிருந்து நேராக எந்த நாவாயும் ஹுக்ளி துறைமுகத்திற்குப் போவதில்லை. நாகை சென்றுதான் கப்பலைப் பிடிக்கவேண்டும். அங்குள்ள துறைமுகத் தலைவன் எனக்குப் பரிச்சயமானவன்தான். வரும் புதன்கிழமை ஒரு கப்பல் புறப்பட இருக்கிறது. அதைப் பிடித்துவிட முடிந்தால் நல்லது. அப்படி இல்லாவிட்டாலும் வாரத்திற்கு இருமுறை வணிகக் கப்பல்கள் கடாரத்திற்குச் செல்கின்றன. அதில் ஏதாவதொன்றில் பிரயாணம் செய்ய ஏற்பாடு செய்கிறேன். ஆனால் எல்லாமே நாகையிலிருந்துதான். நான் துறைமுகத் தலைவருக்கு ஒரு லிகிதம் தருகிறேன். அதை எடுத்துப் போங்கள். அவர் உங்களுக்கு எல்லா சௌகரியமும் செய்து தருவார். எவ்வளவு பேர் இருக்கிறீர்கள்?''

''பெண்டிர் குழந்தைகள் எல்லோரையும் சேர்த்து பனிரெண்டு பேர்கள் இருக்கிறோம்.''

செல்லப்பாவிற்குத் திடீரென்று ஒரு யோசனை தோன்றியது. ரோகணனை அழைத்தார்.

''ரோகணா, உன் அத்தை வெகுநாட்களாக காசி யாத்திரை போக வேண்டுமென்று என்னைக் கேட்டுக்கொண்டிருக்கிறாள். இவர் களுடன் செல்லலாமே! என்ன சொல்கிறாய்?'' அவர்கள் பக்கம் திரும்பி, ''என் சகோதரி உங்களுடன் வருவதில் உங்களுக்கு எந்த ஆட்சேபணையுமில்லையே'' என்றார்.

''ஐயோ! என்ன இப்படிக் கேட்டுவிட்டீர்கள்? அவர்கள் எங்களுடன் வருவது நாங்கள் செய்த பாக்கியம். ஆனால் பயணம் சிரம சாத்தியமாயிற்றே! அவர்களுக்குப் பழக்கம் உண்டா?''

''அதைப் பற்றிக் கவலையில்லை. அவளுக்கு அப்படி ஒன்றும் வயதாகிவிடவில்லை. ஆனால் என் தந்தையிடம் ஒரு வார்த்தை

சொல்லாமல் அனுப்புவதற்குத்தான் கொஞ்சம் யோசனையா யிருக்கிறது. அவளையே கேட்டுவிட்டால் போகிறது.''

''அது நல்ல யோசனை. அவர்களையே கேட்டுவிடலாமே.''

செல்லப்பா உள்பக்கம் திரும்பி ஒரு வேலைக்காரியைக் கூப்பிட்டு, ''செல்வியைக் கொஞ்சம் வரச்சொல்'' என்று சொல்லி யனுப்பினார்.

சற்று நேரத்திற்கெல்லாம் அவர் சகோதரி கலைச்செல்வி உள்ளே யிருந்து வந்தாள்.

நல்ல களையான முகம். அடர்ந்த கூந்தலில் எங்கோ ஓரிரண்டு நரை முடிகள். வயது சுமார் நாற்பதிற்கு மேல் ஒன்றிரண்டுகூட இருக்கலாம். இளமை அழகு இன்னும் மாறவில்லை எனினும் முகத்தில் அனுபவமுதிர்ச்சி பளிச்சிட்டது.

செல்லப்பா அவளை நோக்கி, ''நீ காசியாத்திரை போகவேண்டு மென்று கூறிக்கொண்டிருந்தாயே, அதற்கு இப்பொழுது ஒரு நல்ல வாய்ப்பு வந்திருக்கிறது.''

''அப்படியா?''

''ஆமாம், இவர் என் நண்பர் சேஷய்யன். இவர் தன் குடும்பத்துடன் காசியாத்திரை செல்கிறார். குழுவில் பெண்கள், குழந்தைகள் எல்லாரும் இருக்கிறார்கள். இதைவிட நல்ல துணை கிடைப்பது கஷ்டம். போய் வருகிறாயா?''

அவள் பேசுவதற்கு முன்னாலேயே ரோகணன் வந்து ''எப்படிப்பா? அத்தை ஊஞ்சலில் சற்று நேரம் ஆடினாலே தலை சுற்றுகிறது என்கிறார். கப்பலில் எப்படி பயணம் செய்யமுடியும்?''

செல்வி பேசினாள், ''கப்பலிலா?''

''ஆம், தரை மார்க்கமாகப் போவது சாத்தியமில்லை. வழியில் உள்ள நாடுகளில் பல போருக்கு ஆயத்தம் செய்துகொண்டிருக்கின்றன. பாதுகாப்பு சரியாக இருக்காது. அதனால்தான்.''

அதற்குள் சேஷய்யன் முந்திக்கொண்டு, ''முதல்நாள் ஏதோ கொஞ்சம் அசௌகரியம் இருக்குமே தவிர, இரண்டாம் நாளே பழகிவிடும். அம்மா, நீங்கள் கவலைப்படவே வேண்டாம். எங்கள் கூட்டத்தில் உங்களைவிட வயதான பெண்மணிகள் உள்ளனர். பத்து பனிரெண்டு வயதிற்குட்பட்ட சிறுவர்களும் உள்ளனர். பயப்படாமல் வாருங்களம்மா.''

''நான் போகிறேன் அண்ணா, ரோகணன் வீணே கவலைப் படுகிறான்.''

''சரி, அதுதான் எனக்கும் தோன்றிற்று. போவதற்குமுன் நம் வைத்தியர் பக்கிரியிடம் சொல்லி குளிகைகள் வாங்கித் தருகிறேன். அங்கெல்லாம் சற்று குளிர் அதிகமாக இருக்கலாம். கம்பளி சால்வை எடுத்துப்போவது நல்லது. ஆனால் சேஷய்யா, நீங்களெல்லோரும் நாகை சென்றுதான் புறப்படவேண்டும், சொன்னேனில்லையா?''

''ஆமாமாம். நாங்கள் அந்த வழியாகத்தான் வருகிறோம். வேண்டுமென்றால் திரும்பிப் போகவேண்டியதுதான். உங்களைத் தேடித்தான் இங்கு வந்ததே. இங்கே எத்தனை நாளைக்கு முகாம்? மறுபடி எப்போது தஞ்சாவூர் திரும்புவீர்கள்?''

''புறப்படவேண்டியதுதான். இங்கு வந்த வேலை முடிந்து விட்டது. ரோகணனுக்கு இப்பொழுது வர விருப்பமில்லை. செல்வியும் உங்களுடன் வருவதால் நான் தனியாகத்தான் தஞ்சாவூர் செல்ல வேண்டும். இங்கு வந்து வெகு நாட்களாகி விட்டதால் அங்கு வேலைகள் அப்படியே காத்திருக்கின்றன.''

சற்றுநேரம் பேசிக்கொண்டிருந்துவிட்டு அங்கிருந்து நாகைக்கும் நாவாய் வழியாகவே செல்லலாமென்று தீர்மானித்த பிறகு, நாவாய் தயாரானதும் சொல்லியனுப்பும்படிக் கூறிவிட்டு சேஷய்யன் விடைபெற்றுக்கொண்டார்.

பிறகு செல்லப்பா பரங்கிப்பேட்டை துறைமுக அதிகாரியான (பரங்கிப்பேட்டை துறைமுகம் மிகச்சிறியதாயினும் அது ஒரு துறைமுகமாகவே எண்ணப்பட்டு வந்தது) ஸலீமை அழைத்து வரச்செய்து அவனுடன் சற்று நேரம் பேசிக்கொண்டிருந்தார். மற்றும் இவர்கள் செல்வதற்கு வேண்டிய ஏற்பாடுகளைக் கவனிக்கும்படியும் உத்தரவிட்டார். இந்த ஸலீமை நாம் ஏற்கெனவே தீட்சிதருடன் சந்தித்தது வாசகர்களுக்கு நினைவிருக் கலாம். செல்லப்பாவிற்கு மிக விசுவாசமானவன்தான், விஜயநகர சாம்ராஜ்யத்திற்கும் விசுவாசமானவன்தான். நாகப்பட்டினம் வரையில்கூட சிறுநாவாயிலேயே போக ஏற்பாடு செய்யப்பட்டது.

மாலையில் ஸலீம் வந்து ஒரு மூட்டையைக் கொடுத்துச் சென்றான்.

செல்லப்பாவிற்கு செல்வியை சேஷய்யன் குழுவுடன் காசியாத்திரைக்கு அனுப்பியது ரொம்ப நிம்மதியாயிருந்தது. அவர் ஊரை விட்டுப் போகும்பொழுது அவளைத் தனியாக

விட்டுப்போவதில் சம்மதமே இல்லை. ரோகணன் இருந்தாலும் அவன் அடிக்கடி வெளியில் போகும்படி நேரும்பொழுதெல்லாம் அவ்வளவு பெரிய மாளிகையில் அவள் தனியாய் வேலைக்காரி களுடன் இருப்பது அபாயகரமானது. மேலும் அம்மாளிகை சலகம் ராஜுவால் கைப்பற்றப்பட்டால்... ரோகணனுக்கு இவளைக் காப்பாற்றுவது பெரும்பாடாக ஆகிவிடும்.

சதிகாரர்கள் அந்த மாளிகையைக் கைப்பற்றுதல்கூட சாத்தியம்தான்.

பிறகு தந்தையும் மகனும் வெகுநேரம் மன்னரின் திக்விஜயத்தின் போது அவர் எம்மாதிரி நடவடிக்கை எடுக்கக்கூடும் என்று விவாதித்தனர். அப்பொழுது எதிர்த்து நிற்காமல் சில நாட்களுக்குத் தலைமறைவாயிருப்பதுதான் சரி என்று இருவருக்குமே தோன்றியது. ரோகணன் சில நாட்கள் கழித்து தஞ்சை சென்று, அங்கு தமிழ்ச் சுவடிகளில் அவன் ஆராய்ச்சியைத் தொடரலாமென முடிவுசெய்தனர். மன்னர் சலகம் சகோதரர்கள் பேச்சைக் கேட்டு அநியாயமாக முடிவு எடுத்தபோதிலும், தன் தந்தையின் ராஜவிசுவாசம் அவனுக்கு வியப்பை அளித்தது. அவர் தலைமறைவாகவேண்டியிருப்பது அவனுக்கு வேதனை அளித்தது.

''அச்சுத ராயர் பட்டத்திற்கு வர நீங்கள் என்ன பாடுபட்டிருப்பீர்கள்? நன்றி மறந்தவர் அப்பா அவர். இப்படியாகுமென்று கொஞ்சமாவது எதிர்பார்த்திருப்பீர்களா?''

''இல்லை. ஆனால் எனக்கு என்னைப் பற்றிக் கவலை இல்லை... ஆனால் இவர்கள் பேச்சைக் கேட்பதனால் மன்னருக்கும் இள வரசருக்கும் ஆபத்து என்பது அவருக்குப் புரியவே இல்லையே! மன்னருக்கு வேண்டியவரையெல்லாம் பகையாக்கிவிட்டால், பிறகு தனியாக அவரை முறியடிப்பது மிகச் சுலபம். மன்னரை முறியடித்தால்கூட சலகம் சகோதரர்களால் இந்த நாட்டைக் கட்டியாள முடியாது. நாடு சின்னாபின்னமாகிவிடும். உன் அம்மா தீர்க்கதரிசியைப்போல் அப்பொழுதே கூறினாள்.''

''என்ன கூறினார்?''

''அச்சுத ராயரை அரியணையில் ஏற்றும் முயற்சியில் ராமராயரை (ராமராயர் கிருஷ்ணதேவராயரின் மருமகன்) பகைத்துக் கொள்ளும்படியாய்விட்டது இல்லையா? அப்போது உன் அம்மா சொன்னாள். 'தற்சமயம் அவர்களிடம் விரோத பாவம் இருந்தாலும் அவர்கள் நெருங்கிய உறவினர்கள். பின்னால் அவர்கள் ஒன்றுசேர வாய்ப்பு இருக்கிறது. அப்பொழுது நீங்கள் வெளியே

தள்ளப்படுவீர்கள்; தனிமைப்படுத்தப்படுவீர்கள். அதனால் எனக்குச் சமாதானமாகப் போகலாமெனத் தோன்றுகிறது' என்றாள். ஆனால் அச்சுத ராயரிடம் எனக்கு இருந்த மூர்க்கத்தனமான விசுவாசத்தில் நான் எதையுமே லட்சியம் செய்யவில்லை. ஆனால் அப்படியே நடந்தது பார். எனக்கு உன் தாயின் மறைவிற்குப் பிறகு எதிலும் நாட்டமில்லை. கையில் உள்ள இடங்களைப் பிடித்து வைத்துக்கொள்ளக்கூட விருப்பமில்லை. உனக்கும் அரசியலில் மோகம் இல்லை. இப்படி நாடு நாசமாய்ப் போகிறதே என்பதுதான் என்னால் தாங்க முடியவில்லை.''

''ராமராயரின் பகை உங்களைத் துரத்துவதாக நீங்கள் நினைக்கிறீர்களா?''

''இல்லை. ராமராயரிடம் எனக்கு மனத்தாங்கல் இருந்தாலும் நாட்டின் நலனில் அவருக்கு அக்கறை உண்டு. என்னையும் அவருக்குத் தெரியும். என் கொள்கைகளிலும் அவருக்கு விரோதம் இல்லை. ஆனால்...''

''பின் ஏன் பயப்படுகிறீர்கள்?''

''பயமா...'' அவர் சிரித்தார்.

''ராமராயரிடம் எனக்குப் பயமில்லை... ஆனால் சலகம் சகோதரர்களை அரசர் நம்புகிறாரே என்றுதான் பயமாயிருக்கிறது. அதுவும் எனக்காக இல்லை. விஜயநகர சாம்ராஜ்யம் சின்னாபின்னமாகப் போகிறதே என்ற பயம்தான். இந்த அரசைப் பொருத்தமட்டில் அவர்கள் நச்சுப் பாம்பு. பயங்கரமாகத் திட்டம் தீட்டிக்கொண்டிருக்கும் துரோகிகள். இது ராமராயருக்கு எவ்வளவு தூரம் தெரியுமென்று எனக்குத் தெரியவில்லை. சிலசமயம் ராமராயரின் பகையை மறந்து அவருடன் சமாதானம் செய்துகொண்டு இவர்களை முறியடிக்கலாமா என்றுகூடத் தோன்றுகிறது.''

''அப்பா!''

''கவலைப்படாதே. உடனே அதைச் செயல்படுத்தும் நோக்கம் இல்லை. இப்பொழுது மன்னரின் திக்விஜயத்தின்போது படை யெடுத்து வரும் சேனைகளைச் சமாளிக்க நம்மிடம் போதிய படைபலம் இல்லை. மேலும் மன்னருக்கு எதிராக படை திரட்டு வதில் எனக்கு விருப்பமுமில்லை. ஆதலால் தலைமறைவாவது ஒன்றுதான் வழி. தெய்வாதீனமாக இப்பொழுது சேஷய்யன் வந்திருப்பது கண்டு மனதில் வேறு சில யோசனைகள் உருவாகியுள்ளன.''

''என்ன?''

''முதலில் திருவடி தேசம் போவதாக இருந்தேன். அந்த யோசனையைக் கைவிட்டு இப்பொழுது கோல்கொண்டா போகலாமென்று நினைக்கிறேன். ஆனால் நானே இதைப்பற்றி இன்னும் முடிவெடுக்கவில்லை. ஆதலால் உனக்கு எதுவும் தெரிந்ததாக இருக்கவேண்டாம். சேஷய்யன் போகும் கப்பலிலேயே மாறுவேடத்தில் போகலாமென யோசனை.''

''கண்டுபிடித்துவிடமாட்டார்களா?''

''மாட்டார்கள். அப்படியிருந்தாலும் சேஷய்யனைக் கைக்குள் போட்டுக்கொள்வது சுலபம். அவசியமும்கூட என்று எனக்குத் தோன்றுகிறது.''

''அப்பா, நீங்கள் கோல்கொண்டா சுல்தானிடம் உதவி என்று போனால் கட்டாயம் உதவி செய்வார். ஆனால் உதவி செய்வது போல் வந்துவிட்டு விஜயநகரத்தை விழுங்கிவிடுவார்; பிறகு நம்மை விழுங்க அதிகநாள் ஆகாது. அதைப்பற்றிச் சிந்தித்து முடிவெடுங்கள்.''

''இல்லை; அவரிடம் உதவி கோருவதாக இல்லை. ஆனால் பீஜப்பூரைப் பற்றி இன்னும் எந்த முடிவும் எடுக்கவில்லை. சிலமாதங்கள் அங்கு தங்கிவிட்டு, பிறகு கடல் மார்க்கமாகவே திருவடி தேசம் போகலாமென்றிருக்கிறேன். கோவிந்த தீட்சிதரைக் கண்டு பேசினால் ஏதாவது வழி கிடைக்கும்.''

''தீட்சிதர் தற்சமயம் அங்குதான் இருப்பதாக ரோகிணி கூறுகிறாள். ஆனால் எவ்வளவு நாட்கள் அங்கு இருப்பாரென்று தெரியவில்லை.''

''நிலமை மிகச் சிக்கலானதுதான். கோல்கொண்டா சுல்தான் விஜயநகரத்தை விழுங்கக் காத்துக்கொண்டிருக்கிறான். கோவாவிலிருக்கும் டச்சுக்காரர்களுக்கும் விஜயநகரத்தில் ஒரு கண். திருவடி தேசத்து மார்த்தாண்டவர்மன் படையெடுத்து வருவதற்குக் காத்துக்கொண்டிருக்கிறான், சுல்தான் வடக்கிலிருந்து தாக்குவதற்கு. கிடுக்கிப்பிடிதான். இந்த இக்கட்டான சமயத்தில் உள்நாட்டுக் கலகத்தை முளையிலேயே கிள்ளியெறிவதற்கு மன்னர் தயங்குகிறார்.''

''அத்துடன் அனாவசியமாக உங்களுட்ன் மோதித் தன் படைபலத்தைச் சிதற அடிக்கிறார்.''

''அந்த ஏற்பாடு மன்னருடையதில்லை. சலகம் சகோதரர்களுடையது. அவர்கள் சதி ஆழமானது தீவிரமானது. அவர்கள் விஜயநகர வம்சத்தையே பூண்டோடு அழிக்க முயற்சி எடுத்து வருகிறார்கள். இவை முழுதுமாக மன்னருக்குத் தெரிய வாய்ப்பு இல்லை. கொஞ்சம் சந்தேகம் மட்டில் இருக்கிறது. ராணி திருமலாம்பாளுக்கும் ராமராயருக்கும் மட்டில் முழுவதும் தெரியும் என நினைக்கிறேன். அதனால்தான் ராமராயருடன் சமாதானமாகப் போகலாமென யோசிக்கிறேன்.''

ரோகணனுக்கு இது என்ன புதுக்குழப்பம் என்றுதான் தோன்றியது.

''சரி, ஸலீம் வந்துவிடுவான். நான் லிகிதங்களைத் தயார் செய்கிறேன்'' என்று எழுந்தார்.

இரண்டு நாட்கள் கழித்து பரங்கிப்பேட்டையிலிருந்து ஒரு நாவாய் புறப்பட்டது. அதில் கலைச்செல்வியுடன்கூட சேஷய்யன் குழுவினரும், தோளில் ஒரு பெரிய மூட்டையுடன் நீண்ட அங்கியும் தொளதொள கால் சராயும் பலவண்ணங்கள் கலந்த துணியில் பெரிய தலைப்பாகையும் விரல்கள் நுனியில் வளைந்த காலணிகளுடன் ராஜபுதன வியாபாரி ஒருவனும் ஏறினார்கள். அவன்தான் அந்த நாவாயின் சொந்தக்காரன் என்று செல்லப்பா அவர்களிடம் ஏற்கெனவே கூறியிருந்தார்.

ரோகணன் அவர்களை வழியனுப்பிவிட்டு மிகுந்த மனச்சுமையுடனும் துக்கத்துடனும் மாளிகைக்குள் சென்றான்.

9

அரசியல் சதுரங்கம்

கோவிந்த தீட்சிதரும் அவர்கூட வந்த செவ்வப்பன் என்பவரும் சூரியன் உதிக்குமுன்னரே, அதாவது மூர்த்திமாம்பா எழுந்திருக்கு முன்னரே கிளம்பிப் போய்விட்டிருந்ததில் அவளுக்குக் கொஞ்சம் ஏமாற்றமாய்த்தானிருந்தது. இத்தனைக்கும் இவர்கள் வந்திருப்பதை நினைத்துச் சற்றுச் சீக்கிரமாகவே எழுந்திருந்தாள். இரவு முழுதும் தூங்காமல் இதே நினைவில் இருந்ததினால் விடியற்காலையில் சற்றுக் கண்ணயர்ந்து விட்டோமோ என்று தோன்றியது. ஆனால் சித்தப்பா மாரப்ப நாயக்கர் அவர்கள் விடிவதற்கு நான்கு நாழிகை முன்னதாகவே கிளம்பி விட்டதாகக் கூறினாரே... அப்படி என்ன அவசரமோ! அவளுக்குக் கொஞ்சம் கோபம்கூட வந்தது. ஆனால் அதற்குக் காரணம் என்ன என்றும் புரியவில்லை.

இப்படிக்கூடச் சொல்லாமல் போவார்களா என்று அவள் தன்னையே கேட்டுக்கொண்டு பதிலும் கூறிக் கொண்டாள். அவர்கள் சொல்லாமல் போக வில்லையே... சித்தப்பாவிடம் சொல்லிக்கொண்டு தானே சென்றிருக்கிறார்கள்? நான் கும்பகர்ணியாகி தூங்கிக்கொண்டிருந்தால் அவர்கள் என்ன செய்வார்களாம்? இப்படி ஓடியது அவள் சிந்தனை.

யாரோ முன்பின் தெரியாத வழிப்போக்கரைப்பற்றித் தான் இவ்வளவு அலட்டிக்கொள்வது அவளுக்கே

கொஞ்சம் அதிசயமாயிருந்தது. அவர் பெயரை மட்டும் கூறியிருந்தாலும் சரியாக யாரென்று தெரிந்துகொண்டிருக்க வேண்டுமென்று தோன்றியது. காலையில் சித்தப்பாவிற்கு ஏதாவது தெரிந்திருக்கலாமென்று ஜாடையாக விசாரித்துப் பார்த்தாள். அவருக்கு ஏதும் தெரிந்ததாகத் தோன்றவில்லை. அவளுக்குத் திரும்பிச் சரியாகக் கேட்க என்னவோ போலிருந்தது. ஒருநாளும் இல்லாமல் தனக்கு ஏன் இந்தத் தயக்கமும் தடுமாற்றமும் என்று அவளுக்கே புரியவில்லை.

செவ்வப்பன் என்றால்? அந்தப் பெயர் கேட்டாற்போல் இருக்கிறது. யாராயிருக்கும்? பார்த்தால் பெரிய அரசகுடும்பத்தைச் சேர்ந்தவர்போல்...

அவளால் மேலே யோசிக்க முடியவில்லை. அன்று காலை அவளும் காஞ்சீபுரம் போக ஏற்பாடாகி இருந்தது.

''அம்மா, இன்று நீ ரொம்ப சோர்வாகத் தென்படுகிறாயே; பயணத்தை நாளைக்கு வேண்டுமானால் வைத்துக் கொள்ள லாமா?'' மாரப்ப நாயக்கர் கவலையுடன் கேட்டார்.

''வேண்டாம் சித்தப்பா, நேற்றிரவு சரியாகத் தூக்கம் இல்லாத தினால் சற்றுக் களைப்பாக இருக்கிறது. பல்லக்கில் என்ன செய்யப் போகிறேன்? நன்கு இளைப்பாறினால் சரியாகப் போய்விடும்.''

''மடல் எழுத்தாணி எதுவும் கொண்டுபோகவில்லையா?''

''கொண்டுபோகிறேன். ஆனாலும் சில சமயங்களில் பல்லக்கில் எதுவுமே எழுதமுடிவதில்லை. படிப்பதற்கு நிறைய எடுத்துப் போகிறேன். ஆட்கள் எந்தெந்த ஊரில் மாறுகிறார்கள், சித்தப்பா?''

''திருவந்திபுரம், வந்தவாசி இரண்டு இடங்களில் மாறுகிறார்கள். பிறகு காஞ்சீபுரம்தான். காஞ்சீபுரத்தில் ஒருநாள் இளைப்பாறி விட்டுப் பிறகு தலைநகரம் போகலாம்.''

''இந்தத் தடவை நான் காஞ்சீபுரத்தில் இரண்டு அல்லது மூன்று நாட்கள் தங்குவதாக இருக்கிறேன்.''

''நீ கூட வருவதற்கு வீரர்களை வேண்டாமென்றது எனக்குக் கொஞ்சம் கவலையாயிருக்கிறது. மூர்த்தி, இப்போது நாட்டுக்குள் பலவும் நடக்கின்றன.''

''கவலைப்படவேண்டாம், சித்தப்பா. பல்லக்குத் தூக்குபவர்கள் எல்லோரும் நம்பிக்கைக்கு உகந்தவர்களாக இருப்பதுடன் நல்ல

பலசாலிகளாகவும் இருப்பது உறுதி. வீரர்களுக்கு அவசியமே இல்லை.''

மூர்த்திமாம்பா எவ்வளவோ கூறியும் அவருக்கு மனம் சமாதானமடையவில்லை. அதேசமயம் அவளுடைய வேண்டுகோளை மீறி வீரர்களை அனுப்பவும் அவர் துணியவில்லை. எனவே பல்லக்குத் தூக்கிகளைக் கூப்பிட்டு ஜாக்கிரதையாக இருப்பதற்குப் பலதடவை எச்சரித்துவிட்டு திருவந்திபுரத்திலிருக்கும் ஆட்களிடமும் எச்சரிக்கையாய் இருக்கும்படி சொல்லச் சொன்னார்.

மூர்த்திமாம்பா, அன்றுதான் ஜுரத்திலிருந்து சற்று விடுபட்டு எழுந்து உட்கார்ந்திருந்த தன் சித்தியிடம் சொல்லிக்கொண்டு, அத்தையிடம் வெற்றிலை, பழம், தேங்காய் பெற்றுக்கொண்டு கிளம்புகையில், ஏதோ மறந்துவிட்டதைப்போல் தோன்றவே சற்று நின்றாள். அதற்குள் மாரப்ப நாயக்கரின் ஆள் மாணிக்கம் ஓடி வந்து, ''ஐயா, பல்லக்குத் தூக்கும் முத்துச்சாமிக்குக் காலில் பலமான அடிபட்டுவிட்டது. ஏதோ பையன்கள் சிலம்பம் ஆடும்பொழுது தவறுதலாக இவன்மேல் பட்டு முழங்காலுக்குக் கீழ் எலும்பு முறிவு ஏற்பட்டிருக்கிறதாம். இங்குவேறு நான்காவது ஆள் யாரும் இல்லை. ஆள் அழைத்து வர வல்லத்துறைக்கு ஆள் அனுப்பட்டுமா?'' என்று கேட்டான்.

மாரப்ப நாயக்கருக்கு ஒரே குழப்பமாயிருந்தது. மூர்த்திக்கும் என்னசெய்வது என்று புரியவில்லை. காரணமின்றி மனதில் திகில் சூழ்ந்தது. வல்லத்துறையிலிருந்து ஆள் வந்து கிளம்புவதென்றால் வெகுநேரமாகிவிடுமே என்று யோசித்தாள். அவள் என்றுமே இருட்டில் பல்லக்கில் பயணம் செய்வதில்லை. பயணத்தைத் தள்ளிப்போடவும் அவளுக்கு விருப்பம் இல்லை. செவ்வப்பனைப் பற்றிச் சில விஷயங்கள் அவளுக்கு மர்மமாயிருந்தன. அவளுக்குச் சில விஷயங்களைத் தன் சகோதரி திருமலாம்பாளிடம் கூறவும் வேண்டியிருந்தது.

வீட்டு வாசலில் ஒரே சத்தம் கேட்டது. இருவரும் வெளியில் வந்து பார்த்ததும், யாரோ ஒருவன் வந்து பெரிதாகக் கூவி அழுதுகொண்டு மாரப்பர் காலில் வந்து விழுந்தான்.

''ஐயா, பெரிய மனது பண்ணி சமிக்கோணும், சாமீ தெரியாமெ கண்மூடித்தனமாகச் செஞ்சுப்புட்டேனுங்க...''

''தெரியாமெ செஞ்சுப்புட்டானாமில்ல! நீ வேணுமின்னு அவன் காலெக் குறி பார்த்து கழியெ எறிஞ்சதால்லெ அந்த முத்துச்சாமிப் பய சொல்லி அழுவுறான்?'' மாணிக்கம் உறுமினான்.

''மாணிக்கம், இதெல்லாம் என்ன?'' நாயக்கர் விசாரித்தார்.

அந்த ஆள் அழுதுகொண்டே கூறினான்.

''எம்பேரு மாதவனுங்க... மேற்கத்திய சீமேலெருந்து செலம்பம் பழக இங்கிட்டு வந்தேனுங்க.''

அதற்குள் நாயக்கர் இடைமறித்து, ''பிரமபுரத்தில் நல்ல சிலம்பக்கூடம் இருக்கும்பொழுது சிதம்பரம் வருவானேன்'' என்றார். அவன் சற்றுக் குழம்பியதாகத் தோன்றியது. ஆனாலும் அதிகம் தாமதிக்காமலேயே, ''இங்கே ஏதொ சொந்தம் இருக்காங்க. அதான்...'' என்று பதில் வந்தது.

மாணிக்கம் மறுபடியும் இடைமறித்து, ''இந்த ஆள் குறிபாத்து முத்துச்சாமி மேலெ கழியை எறிஞ்சான்னு...''

அந்த ஆள் மறுபடி அழத் தொடங்கினான்.

''ஐயா, இது அபாண்டமுங்க. சத்தியமா அந்த ஆளை எனக்கு முன்னே பின்னே தெரியாதுங்க. நா ஏன் அவன் மேலே கழியை எறியணும்?''

''சரி நீ போ, மாணிக்கம், இவனை எதுவும் செய்யவேண்டாம். முத்துச்சாமிக்கு சரியான வைத்தியம் செய்வதற்கு ஏற்பாடு செய். வல்லத்துறையிலிருந்து ஆள் வருவதற்கு ஏற்பாடு செய். அவன் சீக்கிரம் வந்தால்தான் இன்று பயணம். இல்லாவிடில் நாளை பார்த்துக்கொள்ளலாம்'' என்று தீர்மானமாகச் சொல்லிவிட்டு உள்ளே போகத்திரும்பினார். அதற்குள் அந்தப் புது ஆள், ''சாமீ, என்னால்தானே இவ்வளவும்? நான்தான் இதற்குப் பரிகாரம் செய்யோணும்.''

''என்ன செய்யப் போறே?'' மாணிக்கம்தான் எகத்தாளமாகக் கேட்டான்.

''நானே பல்லக்கைத் தூக்கிப் போகிறேன். அதைச் சொல்லத்தான் நான் இங்கு வந்தேன்.''

''என்ன!'' நாயக்கர், மாணிக்கம் இருவரும் ஏககாலத்தில் கூவினார்கள்.

''ஆம் ஐயா'' என்றான் அவன் கூனிக் குறுகி பவ்யமாக நின்றபடி.

''அது சரிப்பட்டு வராது. நீ வேற்று ஊர்க்காரன். மேலும் உனக்குப் பல்லக்குத் தூக்கிப் பழக்கமுண்டா?''

''சாமீ, அது அவ்வளவு கஷ்டமில்லங்க, பழகிக்கொள்ளுவேன். ஒரே சீரா நடையைப் போடணும் அம்புட்டுதானே. ராணியம்மா பயணம் என்னாலே தடைப்பட்டுப் போச்சுங்கறது மனசுக்கு வேதனையாயிருக்கு ஐயா, அதுவும் கொஞ்ச தூரம், திருவந்திபுரம் மட்டும்தானே...''

நாயக்கருக்குத் துணுக்கென்றது. திருவந்திபுரம் மட்டில் என்பது இவனுக்கு எப்படித்தெரியுமென்று அவருக்குப் புரியவில்லை. ஆட்களுக்கே இன்னும் தெரியாது. அவருக்கு இது ஏதோ சதி என்பது உடனே புரிந்துவிட்டது. இப்பொழுது இவனை வேண்டாமென்று தள்ளினால் அந்தச் சதி வேறு இடத்தில் வேறு விதமாக முளைவிடலாம். அதைப் பற்றி நமக்குத் தெரிவதற்கு வாய்ப்பு இல்லாமலும் போகலாம்... என்னதான் ஆகிறதென்று பார்க்கலாமென்று முடிவு செய்தார். ஆனால் இதில் மூர்த்திமாம்பாவைச் சம்பந்தப்படுத்த வேண்டியிருக்கிறதே என்றுதான் அவருக்குக் கஷ்டமாயிருந்தது. ஆனால் மூர்த்தி கோழையல்ல. அத்துடன் மிக்க புத்திசாலி. அவளை எச்சரித்து அனுப்பலாமோ என யோசித்தார். ஆனால் இது ஒன்றுமில்லாமலும் போகலாம். வீணாக அவளையும் குழப்புவானேன் என்றே தோன்றியது. சரி, பயணத்தை நிறுத்த வேண்டாமென நிச்சயித்து மூர்த்தியிடமும் கூறினார். அவளுக்கு இது கொஞ்சம் ஆச்சரியமாயிருந்தாலும் பயணம் தடைப்படவில்லை என்பதில் கொஞ்சம் நிம்மதியாகவே இருந்தது.

புது ஆள் மாதவன் சரியாக நடக்கிறானா என்பதைப் பரிசோதிப்பதற்கு, அவனை மற்ற எல்லோருடனும் வெறும் பல்லக்கைத் தூக்கிக்கொண்டு கொஞ்ச தூரம் செல்ல வைத்தார்கள். அவனால் எந்தத் தடங்கலும் இன்றிச் செயல்பட முடிந்ததைக் கண்டு அவனை மிகுந்த எச்சரிக்கையுடன் அனுப்பி வைத்தார்.

அவர்களும் எந்தத் தொந்தரவுமின்றி ''ஊஹூம்'' ''இமூம்'' என்ற தீர்மானமான காலப்பிரமாணத்துடன் வேகமாகக் கிளம்பி நடைபோட்டனர்.

என்னதான் பிடிவாதத்துடன் கிளம்பிவிட்டாலும் மூர்த்திமாம்பாளுக்கு, மனது என்னவோ ஒரே குழப்பமாயிருந்தது. ஒருக்கால் சித்தப்பா சொல்லியபடி நாளையே கிளம்பியிருக்கலாமோ என்றுகூடத் தோன்றியது.

புதிதாக வந்துசேர்ந்த அந்த நாலாவது ஆளைப்பற்றி அவளுக்குத் தயக்கமாய்த்தானிருந்தது. அவளுக்கு நினைக்க நினைக்கக் குழப்பத்துடன் இப்பொழுது பயமும் சேர்ந்துகொண்டது. சித்தப்பா சொல்லியபடி இரண்டு குதிரை வீரர்களைக்கூட

வரச்சொல்லியிருக்கலாமென்று தோன்றியது. சித்தப்பாவும் முதலில் வீரர்களை அனுப்புவதாகக் கூறிக்கொண்டிருந்தவர் வேற்றுஆள் மாறியபிறகு எதுவுமே கூறவில்லையே என்று அதற்காகவேறு குழம்பினாள். இப்பொழுது அவளுக்கு இருந்த கவலை தான் நல்லபடியாகத் திருவந்திபுரம்வரை போய்ச் சேர்ந்துவிட்டால், பிறகு புது ஆளைத் தட்டிக்கழித்து விடலாம் என்பதில்தான் இருந்தது.

''சே! என்ன பைத்தியக்காரத்தனம்! ஒருநாள் கழித்துக் கிளம்பினால் தான் என்ன குடி முழுகிப்போய்விடப்போகிறது!'' இந்தக் குழப்பத்தில் இவ்வளவு நேரமாக செவ்வப்பனைப் பற்றிய ஞாபகமே தனக்கு வரவில்லை என்பதை எண்ணும்பொழுது, அவளுக்கு மிக்க ஆச்சரியமாயிருந்ததுடன், தன்னிடம் சிறிது கோபம்கூட வந்தது. 'அவரைக்கூட மறக்கும்படி... இதென்ன? அவர் யார்? எனக்கும் அவருக்கும் என்ன சம்பந்தம்? பார்க்கப் போனால் அவர் யார் என்பதுகூட சரியாகத் தெரியாது.'

ஆனால் நேற்றையிலிருந்து ஒரு கணம்கூட அவள் செவ்வப்பனை மறக்கவில்லை என்பதுதான் உண்மை. சற்று நேரம் அவள் செவ்வப்பனை மறந்திருந்தாள் எனின், அதற்குக் காரணம் அவள் மனத்திலிருந்த குழப்பமும் சிறு பயமும்தான் என்று அவளுக்கும் தெரிந்தே இருந்தது.

ஆனால் பிரயாணம் செய்பவரின் குழப்பத்தினால் பல்லக்கு நிற்கவில்லை. அவர்கள் மிக வேகமாகப் பிரயாணம் செய்து, கிட்டத்தட்ட ஆலப்பாக்கத்தை நெருங்கிக்கொண்டிருந்தனர்.

அப்பொழுது திடீரென்று ஓர் ஆடு பரிதாபமாகக் கத்துவதுபோல் ''மே, மே'' என்று ஒரு சத்தம் கேட்டது. சொல்லிவைத்தாற்போல் மாதவனும், ''ஐயோ'' என்று அலறிக்கொண்டே, ''சற்று பல்லக்கை உடனே நிறுத்துங்கள்! காலில் ஏதோ குத்திவிட்டது'' என்று கத்திக்கொண்டே, மற்றவர்களை எதிர்பாராமலே பல்லக்கை உடனே கீழே இறக்கிவிட்டான். மற்றவர்கள் மூவரும் தேர்ந்த அனுபவசாலிகளாதலால், பல்லக்கு நிலை குலையாமலிருக்க அவசரமாகக் கீழே இறக்கி வைத்தனர். இருந்தாலும் மூர்த்தி திடீரென்று ஒருபக்கம் சாய்ந்து பிறகு மெள்ளச் சமாளித்துக் கொண்டாள். மாதவன் காலில் ரத்தம் வந்துகொண்டிருந்தது.

அதற்குள் ''ஹோ'' என்று இரைந்து கூவிக்கொண்டே பக்கத் திலிருந்த காடுகளிடையே இருந்து, 'திமு திமு'வென்று சில முரடர்கள் கையில் வாளும் வேலும் ஏந்தியபடி ஓடி வந்தனர்.

அவர்களில் இரண்டொரு குதிரை வீரர்களும் இருந்தனர். மாதவன் தன் காலைப் பிடித்தபடி உட்கார்ந்துவிட்டான். மற்ற ஆட்கள் பலசாலிகள் என்றாலும் நிராயுதபாணிகள். எனினும் அவர்கள் மூவர் கச்சையிலும் சிறு குறுவாளும் சிறு சுழல் வாட்களும் இருந்தன. ஆனால் அவர்கள் சிறிதும் எதிர்பாராதபடி, ''ஐயோ! என்ன என்ன?'' என்று கூவியபடி மூர்த்தி பல்லக்கின் திரைச்சீலையைத் திறந்தாள்.

அதற்குள் ஒரு முரடன் அவள் முகத்தில் ஒரு கறுப்புத்துணியைப் போர்த்திக் கட்டிவிட்டான். அவள் ''ஆஆஆஆ ஐயோ'' என்று அலறியபடி மயங்கிச் சாய்ந்தாள். மூர்த்திமாம்பாளின் உடல் பாதி பல்லக்கிலும் பாதி வெளியிலுமாகக் காணப்பட்டது. இந்நிலையில் குறுவாளை உபயோகிக்க மூவருமே பயந்தனர். அதற்குள் ஒரு குதிரை வீரன் வேகமாக வந்து, ''அவளைக் குதிரையில் ஏற்று'' என்று கட்டளையிட்டான்.

10

திருமலாம்பாளின் குழப்பம்

மூர்த்திமாம்பாளைப் பல்லக்கிலிருந்து தூக்க ஒரு முரடன் முயற்சிக்கும்பொழுது திடீரென்று எங்கிருந்தோ எறிந்த ஒரு வேல் அவன் நெற்றியைத் தாக்கவே அவன் 'வீல்' என்று அலறியபடி வீழ்ந்தான். சற்று நேரத்தில் வீரர்களின் கைக்கலப்பில் அந்த இடம் ரணகளமாயிற்று. மூர்த்திமாம்பா பல்லக்கில் மயங்கியபடிக் கிடந்தாள்.

நாம் நடந்ததைப் புரிந்துகொள்ளச் சற்றுப் பின்னோக்கிச் செல்வோம். பல்லக்குக் கிளம்பி நூறு தப்படிகள்கூடச் சென்றிராது. மாரப்ப நாயக்கர் மாணிக்கத்தை விளித்து, ''நீ உடனேயே காளிகூற்றத்திற்குச் சென்று முடி[1] வீரர்கள் நான்கு பேரை அழைத்து வா. வேல் எறிவதில் சமர்த்தர்களாக இருக்கட்டும். குதிரைகளும் தேர்ந்தவைகளாக இருக்கட்டும். தேவைப்பட்டால் திருவந்தி புரத்தில் சிறு ரதம் இருக்குமா?'' என்றார்.

---

[1]முடிவீரர்கள் என்பவர்கள் விஜயநகர அரசிற்காகத் தங்கள் உயிரையும் கொடுப்பதாகச் சபதம் எடுத்திருப்பவர்கள். ஒவ்வொரு கூற்றத்தின் முடிவீரர்களையும் அந்தந்தக் கூற்றத்தின் தலைவரே நியமிக்கவேண்டும். பிறகு அவர்கள் அரசரால் மேற்பார்வைக்குப் பிறகு தேர்ந்தெடுக்கப்படுவர்.

மாணிக்கம் தலை சொறிந்தபடி, ''நல்ல ரதம் இல்லை ஐயா. ஆனால் இரு குதிரைகள் பூட்டும் சுமாரான ரதம் இருக்கிறதையா'' என்றான்.

''அது போதும். இந்த முன்னேற்பாடுகூட அவசியமில்லாமல் போகலாம். எச்சரிக்கையாயிருப்பது நல்லதுதானே...'' என்றார் நாயக்கர். மாணிக்கம் அவ்விடத்தை விட்டு வேகமாகச் சென்றவன், சற்று நேரத்தில் பார்ப்பதற்கே பயங்கரமாகத் தோன்றும் நான்கு குதிரைவீரர்களை அழைத்து வந்தான். மாணிக்கத்தை வேறு வேலையாக அனுப்பிவிட்டு நாயக்கர் அவ்வீரர்களிடம் தனியாகப் பேசினார். நால்வரிடமும் தனித்தனியாகப் பணமுடிப்பைக் கொடுத்துவிட்டு, அவர்களுடைய தலைவனிடம் ஒரு லிகிதக் குழலையும் கொடுத்தார்.

''பத்திரம். லிகிதம் ராணி திருமலாம்பாளைத் தவிர வேறு எவர் கையிலும் சேரக்கூடாது. இளையராணி பல்லக்கில் திருவந்திபுரம் வழியாகப் பயணம் செய்துகொண்டிருக்கிறார்கள். தொடர்ந்து செல்லுங்கள். பயணத்தின்போது அவசியம் ஏற்பட்டு மற்றவர்களைத் தாக்கும்பொழுதுகூட உங்கள் பார்வை ஒரு நொடிகூட இளையராணியை விட்டு அகலக்கூடாது. அதே சமயத்தில் வேல் எறியும் குறியும் தவறக்கூடாது'' என்று எச்சரித்தார்.

இதைச் சொல்லும்பொழுது அவர் முகம் மிகக் கடுமையாயிருந்தது.

நால்வரும் வணக்கம் செலுத்திவிட்டு வேகமாகத் திரும்பினர். இவர்களை அனுப்பிவிட்டு நாயக்கர் தனது தியான அறையில் சென்று அமர்ந்தார்.

அரசர் அச்சுத ராயர் திறமை வாய்ந்த அனுபவசாலியான அரசர் தாம். தமது மந்திரி பிரதானிகளின் திறமையில் அவருக்கு நம்பிக்கை உண்டு.

ராயசம் வெங்கண்ணாவிடம் அவருக்கு மிக்க நம்பிக்கை. ஒவ்வொரு கூற்றத்திற்கும் அந்தந்த இடத்திற்கும் நிலைமைக்கும் தகுந்தவாறு தலைவர்களைப் பொறுக்குவதில் வெங்கண்ணாவிற்கு நிகர் அவரேதான். மாரப்ப நாயக்கர், ராணி திருமலாம்பாளுக்கு நெருங்கிய சொந்தம் என்பதுடன், விசுவாசத்துடன் மிக்க புத்தி சாதுர்யமும் உடையவர் என்பதினால்தான், முக்கியமாகச் சதி நடக்கக்கூடிய சூழ்நிலை நிலவுமிடங்களில் அவர் பணியாற்றிவந்தார்.

அவருக்கு இந்தச் சமயத்தில் இத்தனையும் காளிங்க ராயரின் வேலை என்பதில் எந்தச் சந்தேகமும் இருக்கவில்லை. அதனால்தான்

முடிவீரர்களை அழைத்ததுமின்றி, அவர்களிடம் சரியான சந்தர்ப்பத்தில் என்ன செய்யவேண்டுமென்று தெளிவாகவும் கண்டிப்புடனும் கூறி அனுப்பினார். அவர்களும் பல்லக்கிலிருந்து கொஞ்ச தூரத்திற்குப் பின்பாகவே வந்துகொண்டிருந்ததினால் எந்தச் சிரமமும் இன்றி மூர்த்திமாம்பாளைக் காப்பாற்ற முடிந்ததுடன், குற்றமிழைத்தவர்களைப் பிடிக்கவும் முடிந்தது.

பின்னாடியே வந்த ரதத்தில் அவள் அத்தையும் வந்ததுடன், துவண்டு மயங்கிய நிலையிலேயே மூர்த்தி திருமலாம்பாளிடம் அனுப்பப்பட்டாள்.

மூர்த்திமாம்பாளின் நிலையைக் கண்ட திருமலாம்பாளுக்கு என்ன செய்வதென்றே புரியவில்லை. அரசரிடம் இதைப்பற்றிக் கூறுவதா வேண்டாமா என்றும் அவளால் தீர்மானம் செய்யமுடியவில்லை. கொஞ்ச நேரத்திற்குள்ளேயே அத்தையை விசாரிப்பதில் ஏதும் பயனில்லை என்பது அவளுக்குப் புரிந்துவிட்டது. பல்லக்கில் மயக்கமாகக் கிடந்தவளை ரதத்தில் கொண்டுவந்து ஏற்றினார்கள் என்று மட்டுமே அவரால் கூறமுடிந்தது. அவள் சித்தப்பா பின்னால் லிகிதம் அனுப்புவதாகவும் கூறினாராம். ஆதலால் அது வரும்வரை அவளால் அரசியல் விஷயத்தில் ஏதும் முடிவு செய்ய முடியவில்லை.

அப்பொழுது உடனே செய்யவேண்டியது எதுவோ அதை அவள் அத்தனை குழப்பத்திலும் மறக்கவில்லை. உடனே அரண்மனை வைத்தியரைக் கூப்பிட்டனுப்பினாள்.

வைத்தியர் வந்து நாடியைப் பரிசோதித்ததும் அவர் முகம் கவலையைக் காட்டியது.

''என்ன ஆயிற்றம்மா இவருக்கு? பலமான மயக்க மருந்து கொடுக்கப்பட்டிருக்கிறதே இவருக்கு?''

திருமலாம்பாளுக்குத் தூக்கிவாரிப் போட்டது.

''மயக்க மருந்தா? அவள் ஏதோ சாதாரணமாகப் பயந்து போயிருக்கலாம் என்றல்லவா நினைத்துவிட்டேன்? இது... இது...''

அவள் திணறினாள்.

''கவலைப்படாதீர்களம்மா, இதற்கு முறிவு இருக்கிறது. மயங்கிக் கிடக்கிறார்கள் என்று கேட்டதுமே நான் எல்லாவித சிகிச்சைக்கும் தயாராகவே வந்திருக்கிறேன் அம்மா. ஒரு அகல் விளக்கும் கொஞ்சம் வேப்பெண்ணெயும் கொண்டுவரச் சொல்லுங்கள்.''

வைத்தியர் ஒரு திரியை எண்ணெயில் நனைத்து மூர்த்திமாம்பாளின் மூக்கில் பிடித்து புகைபோடத் தொடங்கினார். அரண்மனைத் தாதியை அழைத்து ஏதோ ஒரு தைலத்தைக் கொடுத்து இரண்டு உள்ளங்கால்களிலும் சூடு பறக்கத் தேய்க்கச் சொன்னார்.

திருமலாம்பாள் கவலையுடன் பார்த்துக்கொண்டிருந்தாள்.

''சுவாமி, ஒரு வேண்டுகோள்...''

''தெரியும் அம்மா, யாரிடமும் நான் மூச்சுவிடமாட்டேன். உங்களைப் போலத்தான் நானும் நினைக்கிறேன். நிச்சயமாய் யாரோ வேண்டுமென்றே செய்திருக்கும் சதி என்றுதான் நானும் நினைக்கிறேன்.''

திருமலாம்பாள் பிறகு அந்த ரதசாரதியைக் கூப்பிட்டு விசாரித்தாள். அவன் முடிவீரர்கள் வந்து காப்பாற்றியதை விவரித்ததும் அவளுக்கு ஒரே திகிலாய்விட்டது. இனி இதை அரசரிடம் மறைப்பது தவறு என்பது தெரிந்தது.

கையைத் தட்டினதும் ஒரு தாதி ஓடிவந்தாள்.

''இங்கு இருந்துகொண்டு வைத்தியரையாவுக்கு வேண்டிய உதவியைச் செய். நான் இன்னும் சற்று நேரத்தில் வருகிறேன்'' என்று கூறி விரைந்தாள்.

சற்று நேரத்தில் அங்கு மன்னருடன் தழுவக்குழைந்தான் பட்டரும், பெத்த மல்லப்பரும். அவர்கள் பின்னால் இரண்டு ராணிகளுமே வந்தனர்.

அதற்குள் மூர்த்திக்குச் சற்று அரைகுறையாக நினைவு திரும்பி யிருந்தது. ஈனஸ்வரத்தில் ''அம்மா, நான் எங்கே இருக்கிறேன்? பல்லக்கு எங்கே?''

திருமலாம்பாள் பதறியபடியே, ''கண்ணே, நீ நம் வீட்டில் தானம்மா இருக்கிறாய். என்னம்மா ஆயிற்று உனக்கு? உடம்பை என்னம்மா செய்கிறது?'' என்று கேள்வி மேல் கேள்வி கேட்கத் தொடங்கினாள்.

''அவள் சற்று நிம்மதியாகத் தூங்கட்டும். நான் உனக்கு எல்லாவற்றையும் கூறுகிறேன்'' என்றார் மன்னர்.

பட்டர் முகமும் பெரிய ராணி வரதாம்பிகை முகமும் அவ்வளவு சுரத்தாக இல்லை.

இத்தனைக்கு நடுவில் மூர்த்தி படுக்கையில் எழுந்து உட்கார்ந் திருந்தாள்.

''திருமலை, இது யார் வேலையாக இருக்குமென்று நீ நினைக்கிறாய்?''

''அரசே, முதலில் இவளுக்கு மயக்கம் தெளியட்டும். பிறகு அதைப் பற்றிப் பேசுவோமே...''

அரசரும் திருமலாம்பாளின் கருத்தைப் புரிந்துகொண்டார். ராஜப்ப வைத்தியருக்குச் சற்று ஏமாற்றமே.

தழுவக்குழைந்தான் பட்டருக்கு இருப்பே கொள்ளவில்லை. அதைக் கவனித்த திருமலைக்கு ஏன் என்று புரியவில்லை. ஒரு கேள்விக்குறியுடன் அவரை நோக்கினாள்.

''முடிவீரர்களை விசாரித்தீர்களா?''

''ஆயிற்று. அவர்கள் வேலை மூர்த்தியைக் காப்பாற்றிக் கள வாணிகளைப் பிடித்து இங்கு கொண்டுவந்து நம்மிடம் ஒப்படைத்ததுடன் முடிந்துவிட்டதே.''

''அவர்களை விசாரிக்க முடிந்ததா?''

''விசாரித்து நடவடிக்கையும் எடுத்தாகிவிட்டது.''

திருமலை சடக்கென்று பட்டரைத் திரும்பிப் பார்த்தாள்.

மன்னரைப் பார்த்துக் கேட்டாள், ''சலகராஜுவை எப்போது பார்த்தீர்கள்?''

பெரிய ராணியும் பட்டரும் நிமிர்ந்து அவளைப் பார்த்தனர்.

மன்னர் இதற்கு நேரடியாகப் பதில் கூறாமல், ''செவ்வப்பனைப் பற்றி ஏதாவது தெரிந்ததா?'' என்றார்.

''அவருக்கு என்ன ஆயிற்று?'' மூர்த்தியின் குரல்.

எல்லோர் கவனமும் அந்தப் பக்கம் திரும்பிற்று. மூர்த்தி அப்பொழுது கட்டிலில் எழுந்து உட்கார்ந்துகொண்டிருந்தாள். திருமலாம்பாளுக்கு ஆச்சரியமாகவும் கொஞ்சம் பயமாகவும் இருந்தது. உடனே அவள் சமாதானமாக, ''ஒன்றுமில்லை அம்மா, கொஞ்சநாளாக அவன் எங்கோ வெளியூருக்குச் சென்றிருக்கிறான். அதைப்பற்றி யாருக்கும் எதுவும் தெரியவில்லை. அதுதான், நீ

அதைப் பற்றி எதுவும் அலட்டிக்கொள்ளாமல் சற்று இளைப்பாறு'' என்றாள்.

''அக்கா, நான் அவரைப் பார்த்தேன். அது அவர்தானென்று நினைக்கிறேன்.''

எல்லோரும் ஏக காலத்தில் ''என்ன, என்ன? செவ்வப்பனைப் பார்த்தாயா? எங்கே? எங்கே பார்த்தாய்?'' என்று கூவினார்கள். பெத்த மல்லப்பர் இருக்கையைவிட்டு எழுந்துவிட்டார்.

மூர்த்தி நிதானமாகக் கூறத்தொடங்கினாள்.

''நான் அவரை சிதம்பரத்தில் பார்த்தேன். அவர் தன் பெயர் செவ்வப்பன் என்று கூறினார்.'' அவள் சற்று நிறுத்தினாள்.

''நீ அவனை இதற்குமுன் பார்த்ததில்லையா குழந்தாய்?''

பெத்த மல்லப்பர் வினவினார்.

''இல்லை ஐயா, தங்களை மட்டும்தான் அடிக்கடி பார்த்திருக்கிறேன். ஒரே ஒரு தடவை சின்ன மல்லப்பரைப் பார்த்திருக்கிறேன்.''

''அவன் எப்படி அம்மா இருக்கிறான்? உயரமாய், நல்ல சிவப்பாய், சுருட்டை மயிருடன்...''

திருமலை சிரித்துவிட்டாள்.

''தலைமுடி எதையும் பார்க்க முடியவில்லை. தலைமுழுதும் மூடி ஒரு பெரிய கட்டு; எங்கேயோ குதிரை மீதிருந்து கீழே விழுந்ததில் பலமாக அடிபட்டு உடல் முழுதுமே பல காயங்கள். உடலிலும் நிறைய இடங்களில் கட்டுகள்.''

''ஐயையோ!''

''பயப்படுவதற்கு ஒன்றுமில்லை ஐயா, கோவிந்த தீட்சிதர் அவரை மிக்க ஜாக்கிரதையாகக் கவனித்துக்கொள்கிறார்.''

''கோவிந்த தீட்சிதரா?''

பிறகு மூர்த்தி சிதம்பரத்தில் நடந்ததையெல்லாம் விவரித்துக் கூறினாள். எல்லோருக்கும் அது செவ்வப்பன்தான் என்பதில் எந்தச் சந்தேகமும் இருக்கவில்லை. எல்லோர் மனமும் கோவிந்த தீட்சிதர்பால் நன்றியால் நிறைந்தது.

பெத்த மல்லப்பர் அரசரை நேரிடையாய் நோக்காமல் திருமலாம்பாளை நோக்கி, ''அரசியாரே, தீட்சிதருக்குச் செய்தி அனுப்பி விசாரிக்கலாமா?'' என்று வினவினார்.

மன்னர் யாரையும் கேட்காமலே ஏதோ முடிவு எடுத்து விட்டதாகக் கூறியது எல்லோருக்கும் சற்று உறுத்தியதாகத் தோன்றிற்று.

திருமலை ''செய்யலாம்தான். ஆனால் எனக்கு இன்னும் சில காலத்திற்குச் செவ்வப்பன் வெளிப்படாமல் இருப்பதுதான் அவனுக்கு நல்லது என்று படுகிறது. அவனுக்கு என்ன ஆயிற்று என்று தெரிவதற்கு முன்னால், நாம் அவன் இருக்குமிடம் தெரிந்ததாகக் காட்டிக்கொள்ளக்கூடாது'' என்றாள்.

''திருமலை சொல்வதுதான் சரி'' என்று அரசரும் ஆமோதித்தார்.

''எப்படியும் திருவடி தேசத்துப் போர் நடந்துதான் தீரப்போகிறது. அப்பொழுது அவன் வெளிப்பட்டால் போதும். இல்லாவிட்டால் மறுபடி அவனுக்கு ஆபத்து நேர வாய்ப்பிருக்கிறது'' என்றார்.

மேலும் அவர் திருமலையை நோக்கி, ''நான் முழுதும் தனியாக முடிவெடுத்துவிட்டதாக எண்ணவேண்டாம். நாளை பகல் பதினைந்து நாழிகைக்குமேல், அன்று வீராசாமி கைதுசெய்து கொண்டுவந்த ஆட்களையும், முடிவீரர்கள் கைதுசெய்து கொண்டுவந்த ஆட்களையும், தனித்தனியாகவும் சேர்ந்தும் விசாரிக்க ஏற்பாடு செய்திருக்கிறேன். நம் ராயசம் வெங்கண்ணா, பெத்த மல்லப்பர், சின்ன மல்லப்பர் எல்லோரும் இருக்கட்டும். பிறகு பட்டரே, நீங்களும் வருகிறீர்களா... அல்லது...''

''இல்லை மகாராஜா, மன்னிக்க வேண்டுகிறேன். எனக்கு கோயிலில் கொஞ்சம் வேலை இருக்கிறது. பிறகு மகாராணியைக் கேட்டு விவரங்களைத் தெரிந்து கொள்ளுகிறேன்'' என்றார் பட்டர்.

''அதுவும் சரிதான்'' என்ற அரசர், ''திருமலை, மூர்த்தியை கவனமாகப் பார்த்துக்கொள். அவள் பூரண ஓய்வு எடுக்கட்டும்'' என்றவர், திருமலையிடம் மிகச் சன்னமான குரலில், ''அவளைத் தனியாக விடவேண்டாம்'' என்றார்.

திருமலை மன்னரிடம், ''நடவடிக்கை எடுத்தாகிவிட்டதாகக் கூறினீர்கள். மறுபடியும் சபை கூட்டுவதாகச் சொல்கிறீர்கள்... எனக்குப் புரியவில்லை.''

மன்னர் அவளுக்கு எந்தப் பதிலையும் கூறாமல் வேகமாக நடந்தார்.

எல்லோரும் விடைபெற்றுச் சென்றதும், ராணி மனக் கலக்கத்துடன் தங்கையிடம் வந்து உட்கார்ந்தாள்.

அவள் மூர்த்தியை நோக்கி, ''இப்பொழுது பரவாயில்லையா?'' என்றவள் மூர்த்தி தலையை ஆட்டினதும், சிரித்தபடி, திருமலை ''நீ செவ்வப்பனுடன் பேசினாயா?''

உடனே மூர்த்திமாம்பாளுக்கு எங்கிருந்தோ வெட்கம் வந்து சூழ்ந்துகொண்டது.

''ஐயையோ! நான் பேசவேயில்லையே... ஆமாம், கொஞ்சம் பேசினேன். அவரை வீட்டிற்கு வந்து உணவு கொள்ளும்படி சித்தப்பாவும் நானும், அவரையும் தீட்சிதரையும் சேர்த்தே அழைத்தோம். அன்றிரவு இருவரும் வந்தார்கள். ஆனால் மறுநாள் போகும்பொழுது சொல்லாமலே கிளம்பிவிட்டார்.''

''ஆ, அப்படியா? இது என்ன அநாகரீகமான செயல்!''

''ஐயையோ! அப்படியில்லை அக்கா. சித்தப்பாவிடம் சொல்லிக் கொண்டுதான் சென்றார்கள். நான்தான் கும்பகர்ணி ஆகிவிட்டேன்'' என்றாள்.

திருமலாம்பாளுக்கு ஒன்றும் புரியவில்லை. மூர்த்தி மிகவும் குழம்பிப் போயிருப்பது புரிந்தது. ஆகவே பல்லக்குச் சம்பவத்தைப் பற்றி அவளிடம் பேச எண்ணியவள் மௌனமானாள். ஆனால் செவ்வப்பன் நினைவு எதனாலோ அவளைத் தீவிரமாகத் தாக்கியிருப்பது புரிந்தது. அது கோபமா வெறுப்பா அலலது... அல்லது ஒருக்கால்... அதற்கு மேல் அத்திசையில் அவளுக்கு நினைவு ஓடவில்லை.

திருமலாம்பாள் இப்படி மன உளைச்சலில் ஈடுபட்டிருக்கும் பொழுதே, சிதம்பரத்திலிருந்து மாரப்ப நாயக்கர் வந்திருப்பதாகச் செய்தி வந்தது. அவள் தன் சித்தப்பாவை வரவேற்பதற்குத் தயாராகிக் கொண்டிருக்கும்பொழுதே அரசர் மாரப்ப நாயக்கரையும் அழைத்துக்கொண்டு அந்தப்புரத்திற்கே வந்து விட்டார்.

உள்ளே வந்த மாரப்ப நாயக்கர் நேரே மூர்த்தியின் மஞ்சத் தினருகில்தான் சென்றார்.

''ஐயோ, மகளே! எப்படி அம்மா இருக்கிறாய்? பாவி, நான் உன்னைத் தனியாக அனுப்பியது எவ்வளவு பெரிய தவறு!''

''சித்தப்பா, எனக்கு ஒன்றுமில்லை. நான் நன்றாகத்தான் இருக் கிறேன். கொஞ்சம்கூடக் கவலைப்படாதீர்கள். நீங்கள்தான் என்

பின்னாலேயே முடிவீரர்களையும் அனுப்பி, கூடவே ரதத்தையும் அனுப்பிவிட்டீர்களே! அப்புறம் என்ன?''

ஆனால் அவர் மனது சமாதானமடையவில்லை. மேலும் அவர் மூர்த்தியின் கண்களில் இன்னும் மயக்கம் தெளியவில்லை என்பதையும் கண்டார்.

''குழந்தாய், நீ நன்றாக ஓய்வு எடுத்துக்கொள். பிறகு நாம் நிறைய பேசலாம்'' என்றார்.

மாரப்ப நாயக்கரிடம் அரசரும் திருமலையும் சிதம்பரத்தில் நடந்ததை விசாரித்துத் தெரிந்துகொண்டனர்.

மாரப்ப நாயக்கர் தாம் செய்தது மிகப்பெரிய தவறு என்றும், என்ன தண்டனை கொடுத்தாலும் வாங்கிக்கொள்வதாகவும் பணிவுடனும் வருத்தத்துடனும் கூறினார்.

''ஏதோ சதியாக இருக்கலாமென்று தோன்றத்தான் செய்தது. ஆனால் இதைத் தவிர்த்துவிட்டோமானால், அதே சதி பின்னால் வேறு இடத்தில் வேறு விதமாக முளைவிட்டு உபத்திரவம் செய்யலாம். இவர்களை வெளிக்கொணர வேண்டுமென்று நினைத்தேன். ஆனால் மூர்த்தி பல்லக்கை விட்டு வெளியே வருவாளென்றோ அல்லது அவளுக்கு ஆபத்து ஏற்படுமென்றோ நான் கொஞ்சங்கூட எதிர்பார்க்கவில்லை. அங்குதான் நான் பெரிய தவறு செய்துவிட்டேன்.''

''ஆம், அது பெரிய தவறுதான். கொஞ்சம் சந்தேகம் வந்ததுமே நீங்கள் மூர்த்தியை நிறுத்திக்கொண்டு, பல்லக்கில் யாரும் அறியாமல் ஒரு வீரனை அமர்த்தியிருக்கவேண்டும். எந்த அசம்பாவிதமும் ஏற்படாவிட்டாலும், திருவந்திபுரத்தில் அவன் இறங்கிக்கொண்டு பல்லக்கைத் திருப்பிச் சிதம்பரம் அனுப்பி யிருக்கலாம்.''

மாரப்பர் தலைகுனிந்து நின்றார். திருமலாம்பாளுக்கும் வேதனையாகத்தானிருந்தது. ஆனால் இருவருக்குமே மன்னரின் கருத்தில் இருந்த ஆழத்தைக் கண்டு ஆச்சரியமாகவும் பெருமை யாகவும் இருந்தது.

''அந்தரங்க சபையைக் கூட்டியிருக்கிறேன். நீங்களும் கலந்து கொள்ளுங்கள்'' என்று கூறியபடியே நடந்தார். திருமலையும் மாரப்பரும் பின்தொடர்ந்தனர்.

11

ரோகிணியும் ரோகணனும்

செல்லப்பாவின் வீட்டுக்கு ரோகிணியும் தீட்சிதரும் ஒரே சமயத்தில் வந்து சேர்ந்தனர். திடீரென்று ரோகணன் வீட்டில் வேற்று மனிதரைப் பார்த்ததும் ரோகிணிக்குக் கொஞ்சம் குழப்பம்.

''தாங்கள் யாரோ?''

''அது நான் கேட்கவேண்டிய கேள்வி.''

''நான் ரோகிணி.''

''நான் கோவிந்தன்.''

இருவருக்கும் ஒன்றும் புரியவில்லை என்றாலும் இருவருமே சிரித்துவிட்டனர். காரணம் புரியாமல் இருவருக்கும் ஆச்சரியத்தையும் மகிழ்ச்சியையும் ஒருங்கே அளித்தது அந்தச் சந்திப்பு.

செல்லப்பா வீட்டிலிருந்து வெளியே வந்ததும் ''அட, கோவிந்துவா, வா அப்பா, உன்னைத்தான் எதிர்பார்த்துக் கொண்டிருந்தேன்'' என்று வரவேற்றார்.

பிறகுதான் அவர் ரோகிணியைக் கவனித்தார்.

''வா அம்மா ரோகிணி, உள்ளே போ, ரோகணன் உனக்காகக் காத்துக்கொண்டிருக்கிறான்'' என்றார்.

கோவிந்த தீட்சிதர் என்பவரைப் பற்றி ரோகிணி நிறையவே கேள்விப்பட்டிருக்கிறாள். ஆனாலும் செல்லப்பா கோவிந்து என்று செல்லமாக அழைத்ததினாலும், வந்தவர் மிக இளைஞ ராயிருந்ததினாலும் கோவிந்த தீட்சிதர் இவர்தாம் என்று அவள் புரிந்துகொள்ளவில்லை.

ஆனாலும் ''உள்ளே போ'' என்று செல்லப்பா கூறியும் அவள் ஏனோ உள்ளே போகவில்லை. அங்கேயே நின்றுகொண்டிருந்தாள்.

''என்னம்மா, என்ன வேண்டும்?''

''எனக்கு உங்களிடம் கொஞ்சம் பேசவேண்டும் ஐயா.''

''என்னம்மா, சொல்.''

அவள் தயங்கினாள்.

''ரோகிணி, இவரைப்பற்றி நீ கவலையே படவேண்டாம், எனக்கு ரொம்ப வேண்டியவர். சிறந்த அறிவாளி. கோவிந்த தீட்சிதரைப் பற்றி நீ கேள்விப்பட்டிருப்பாயே!'' ரோகிணி திகைத்தாள். 'இவரா கோவிந்த தீட்சிதர்! அவ்வளவு பெரிய வித்வானென்கிறார்கள்! எவ்வளவு இளம் வயது!' அவள் ஆச்சரியப்பட்டுப் போனாள்.

''கோவிந்த தீட்சிதர் எனக்கு மன்னரிடமிருந்து சேதி கொண்டு வந்திருக்கிறாரம்மா'' என்றார். பிறகு, ''நீ என்ன சொல்ல வந்தாய்? எதுவாயிருந்தாலும் சரி, உள்ளே வா, ரோகணனும் அங்கே இருக்கிறான்'' என்று ஏதோ சொல்லத் தொடங்கியவர் சுற்றுமுற்றும் பார்த்துவிட்டு வேகமாக உள்ளே சென்றார். இருவரும் தொடர்ந்தனர்.

உள்ளே சென்றதும் வாசலில் நின்றுகொண்டிருந்த மாயாண்டி என்ற வேலைக்காரனை விளித்து, ''மாயாண்டி, வாசலில் புன்னை மரத்திற்குப் பின்னால் யாரென்று பார்'' என்றார்.

''பார்த்தேன் ஐயா, அவன் வெகுநேரமாக அங்கே நின்று கொண்டிருக்கிறான். இழுத்து வரட்டுமா?'' என்றான்.

''வேண்டாம், கவனமாகக் கண்காணித்தபடி இரு. எந்தப் பலகணி அருகிலும் போகாமல் பார்த்துக்கொள். ஏதாவது அதிகப்பிரசங்கித் தனம் செய்தால் இழுத்துவா'' என்றார்.

எல்லோரும் உள்ளே சென்று அமர்ந்தனர்.

''சரி, இப்போது சொல்லம்மா'' என்றார் செல்லப்பா.

''எனக்குக் கலியாணம் பேசிக்கொண்டிருக்கிறார்கள்.''

செல்லப்பாவும் ரோகணனும் திடுக்கிட்டனர்.

''பையன் யார்?'' செல்லப்பாதான் கேட்டார்.

''சலகம் சின்ன திருமலையின் திருக்குமாரன் கோவிந்த ராஜு.''

ரோகணனின் முகம் சிவந்தது.

''என்ன அநியாயம்!''

''ரோகணா, பதறாதே, இப்பொழுது பேசத்தான் தொடங்கியிருக்கிறார்கள். அது வரும்பொழுது பார்த்துக் கொள்ளலாம்'' என்ற ரோகிணி, செல்லப்பாவைப் பார்த்து, ''அவர்களைப் பற்றி எனக்குக் கொஞ்சம் செல்லுங்களையா'' என்றாள்.

''உனக்குப் பிடிக்காது.''

''பரவாயில்லை, சொல்லுங்கள்.''

''உன் அப்பாவும் சலகராஜுவும் ஆத்மார்த்த நண்பர்கள் என்பதைவிட, சந்தர்ப்பச் சூழ்நிலையால் நண்பர்களானவர்கள் என்பதே பொருந்தும். ஆதலால் தற்சமயம் சலகராஜு என்ன சொன்னாலும் உங்கள் தந்தை தவறாது கேட்பார். பையனைப் பற்றி ஒரே வார்த்தையில் சொல்லவேண்டுமென்றால்...'' செல்லப்பா தயங்கினார்.

''உதவாக்கரை'' என்று இடைவெட்டினான் ரோகணன்.

''அத்துடன் கோழையும்கூட'' என்று சொல்லிவிட்டுச் சிரிக்கத் தொடங்கினான்.

''இப்பொழுது எதற்குச் சிரிக்கிறாய்? சொல்லிவிட்டுச் சிரியேன். நாங்களும் சேர்ந்து சிரிக்கலாமே'' என்றாள் ரோகிணி.

ரோகணன் சிரித்தபடியே விவரித்தான்.

''ஒருதடவை விஜயநகரத்தில் வீரர்களுக்கான ஒரு போட்டி நடந்தது. மல்லப்பரின் தம்பிதான் வென்றான். போட்டி தொடங்குவதற்கு முன்னால் வீரர்கள் யாவரும் வரிசையாக நிறுத்தப்பட்டார்கள். சின்ன திருமலையும் தன் மைந்தனை... அவன் பெயர் கோவிந்த ராஜு என நினைக்கிறேன்... கொண்டுவந்து நிறுத்தினார். அவன் வீரர்களைச் சுற்றி ஒரு நோட்டம் விட்டான். பிறகு எடுத்தானே ஓட்டம்! அவன் ஓட, அவன் தந்தை சலகராஜு பின்னால் உத்தரீயம் தரையில் புரள ஓட, ஒரே ரகளையாகிவிட்டது. ஆனால் அவனைப் பிடிக்க முடியுமா என்ன!'' என்று மறுபடி சிரிக்கத் தொடங்கினான். ரோகிணியும் சிரிப்பில் கலந்துகொண்டாள்.

''நீ சிரிப்பதைப் பார்த்தால்...''

''நான் அந்த மடையனுக்குக் கழுத்தை நீட்டப் போவதில்லை என்று புரிந்திருக்குமே!''

தீட்சிதர் நிலமையைப் புரிந்துகொண்டு புன்னகை செய்தார்.

''யாரோ வாசலில் மறைந்திருப்பதாகச் சொன்னீர்களே, அது என் தந்தை என்னைக் கண்காணிப்பதற்காக அனுப்பப்பட்டவனாகத்தான் இருக்கும்.'' ரோகிணி கூறினாள்.

''அவர் தன் அரசியல் ஆசைகளை, இல்லை, பேராசைகளை நிறைவேற்றிக்கொள்ள என்னைப் பலி கொடுக்கத் தீர்மானித்துவிட்டார். அவர் என்னை எத்தனை பிரியத்துடன் வளர்த்தார் தெரியுமா? என் விருப்பங்களை, குதிரையேற்றம், வாள்வீச்சு, ஸம்ஸ்கிருதம் தமிழ் கற்பது, ஏன், எல்லா விருப்பங்களையுமே என் தாய் தடுத்ததையும் மீறி நிறைவேற்றி வைத்தார். என் சகோதரர்கள் கற்றவைகளையெல்லாம் நானும் கற்றேன். ஆனால் ஆசை யாரை விட்டது? விதியும் யாரை விட்டது! ராஜுவும் என் தந்தையும் பேசிக்கொள்வதைப் பார்த்தால் என்ன நடக்குமோ என்று திகிலாய் இருக்கிறது.''

அவள் பேச்சில் உண்மையிலேயே பயமும் கசப்பும் தோன்றின.

செல்லப்பா தீட்சிதரைப் பார்த்து, ''அதிருக்கட்டும். நீங்கள் மன்னரிடமிருந்து எனக்கு என்ன செய்தி கொண்டு வந்திருக்கிறீர்கள்? அது நல்ல செய்தி இல்லை என்று எனக்குத் தெரியும்'' என்றார்.

''உண்மைதான்; நீங்கள் உங்கள் நாடு நகரங்களையெல்லாம் சின்ன திருமலையிடம் ஒப்படைத்துவிட்டு, மன்னரிடம் மன்னிப்புக் கேட்டுக்கொண்டு, நாடுகடந்து செல்ல வேண்டுமாம். இல்லாவிடில் உங்கள் உயிருக்கு உத்தரவாதம் இல்லை என்று சொல்ல உத்தரவு.''

செல்லப்பா சிரித்தார்.

''இம்மாதிரி உத்தரவிட என் குற்றம்தான் என்ன?''

''மன்னரை எதிர்க்க ரகசியமாய் படை திரட்டுகிறீர்களாம்.''

''ஓ, அப்படியா? இது மன்னரின் சொந்த உத்தரவு அல்ல. சலகராஜுவின் சதித்திட்டம். அவர் மன்னரை எதிர்த்து அரசைப் பறிக்க முயலும்பொழுது, மன்னருக்கு என் உதவியோ அல்லது ராமராயரின் உதவியோ அல்லது மற்ற நண்பர்களின் உதவியோ

கிடைத்துவிடக்கூடாது என்பதில் அவர் கவனமாயிருக்கிறார். இதற்கு இவள் தந்தையும் உடந்தை என நினைக்கிறேன்.''

''ஆமாம், அப்படித்தான்'' என்றாள் ரோகிணி.

''உனக்கு எப்படித் தெரியும்?'' ரோகணன் கேட்டான்.

''நேரிடையாகத் தெரியாது. அவர்கள் பேசிக்கொண்டிருக்கும் பொழுது என் தாய் ஒரு தட்டில் பழங்களைக் கொடுத்து அவர்கள் இருந்த இடத்தில் கொண்டு வைக்கச் சொன்னாள். அவர் என்னைப் பார்ப்பதற்காக இந்த ஏற்பாடு என்று நான் நினைக்கிறேன். அப்பொழுது ராஜு என் தந்தையிடம், 'உங்கள் குமாரத்திக்கு மகாராணியாவதற்கு வேண்டிய சகல லட்சணங்களும் பொருந்தி யிருக்கின்றன' என்று மெதுவான குரலில் கூறிக்கொண்டிருந்தார்.''

''இதற்கு என்ன அர்த்தம்?'' ரோகணன்தான் கேட்டான்.

''எதுவாக வேண்டுமானாலும் இருக்கட்டும். விஜயநகரத்தின் தலையெழுத்து எப்படியோ அப்படி நடக்கட்டும். ஆனால் என் தலையெழுத்து என் விருப்பப்படிதான் நடக்கும். நடக்க வேண்டும். நான் யாரையுமே என் தலையெழுத்துடன் விளையாட விடமாட்டேன். இது நிச்சயம்'' என்றாள் தீர்மானமாக.

கோவிந்த தீட்சிதர் பேசினார்.

''உனக்கு இந்த விவாகத்தில் விருப்பம் இல்லையா? உன்னை மகாராணியாக ஆக்குவதாயிருந்தால்கூட?''

''இல்லை, இல்லவே இல்லை. விஜயநகரத்தைக் காப்பாற்ற நான் எது வேண்டுமானாலும் செய்யத் தயார்.''

''நான் ஒன்று சொல்லுகிறேன், கேட்பாயா?''

''சொல்லுங்கள் கேட்கிறேன். எனக்கு உங்களைப் பார்த்ததுமே என் குருவாக வரிக்கவேண்டுமென்று தோன்றிவிட்டது. எது சொன்னாலும் செய்கிறேன்.''

''நானும் விஜயநகர ராஜ்ஜியத்தைக் காப்பாற்ற வேண்டுமென்ற எண்ணத்தில்தான் கூறுகிறேன். உன் விவாக விஷயத்தில் மட்டுமல்ல. இன்னும் பல விதங்களில் சதித்திட்டம் நம்மைச் சூழ்ந்துள்ளது. நம்மால் எவ்வளவு தூரம் அவைகளைத் தகர்க்க முடியும் என்று புரியவில்லை. நான் இந்தச் சந்தர்ப்பத்தை வைத்துக் கொண்டு உன்னால் சில காரியங்களைச் சாதிக்கலாம் என

நினைக்கிறேன். உனக்கு இங்கு வந்து ரோகணனைப் பார்ப்பதில் ஏதும் தடையில்லை அல்லவா?''

''நான் இங்கு தமிழ் படிப்பதற்காகவன்றோ வருகிறேன். ஆதலால் தடை ஏதுமில்லை.''

''சரி; நீ இப்போது புறப்பட்டுச் செல். உனக்கு இந்தக் கலியாணத்தில் விருப்பமில்லை என்பதை வெளியே காண்பிக்க வேண்டாம். அவரிடம் மிக மரியாதையுடனும் பிரியத்துடனும் நடந்துகொள். உனக்கு விஜயநகரத்தையும் அரண்மனையையும் பார்க்கவேண்டு மென்ற ஆவல் இருப்பதாகக் கூறு.''

''அப்புறம்?''

''விஜயநகரத்திற்கு அழைத்துச் செல்ல ஏற்பாடு செய்வதானால் மகிழ்ச்சியுடன் வருவதாகக் கூறு.''

''சரி, அங்கு போய் என்ன செய்யவேண்டும்?''

''அரண்மனையின் முக்கிய ரகசிய வழிகளைப் பார்த்து வைத்துக் கொள். சுரங்கவழிகள் ஏதாவது இருக்கும். அவைகளையும் அறிந்து வரவேண்டும். முக்கியமாக இளவரசன் சிக்க வேங்கடாத்திரியின் சிறுமாளிகை, சயன அறைக்குப் போக ஏதாவது ரகசியமான சுரங்க வழியிருக்கிறதா என்று கண்டறியவேண்டும். உன்னால் முடியுமா?''

''கவலையே படாதீர்கள். அரண்மனையின் வரைபடமே கொண்டுவந்துவிடுகிறேன்.''

''அவ்வளவு வேண்டியதில்லை. ரோகணா, உன்னிடம் அரண் மனையின் வரைபடம் இருக்கவேண்டுமே?''

''இருக்கிறது. கொடுத்தனுப்புவது அபாயம் என்று நினைக் கிறேன்.''

''உண்மைதான். நான் ராஜுவிடமே படத்தை வாங்கிக் கொள்ளுகிறேன்'' என்று சிரித்தாள் ரோகிணி.

ரோகணன் முறுவலித்தான். தீட்சிதரும் செல்லப்பாவும் அயர்ந்து நின்றனர்.

12

தீட்சிதரின் காதல்

கோவிந்த தீட்சிதருக்குத் தன் தோள்பையிலிருந்த நகைகள் மூட்டையாகக் கனத்தன. அவைகளைப் பத்திரமாக ஓர் இடத்தில் சேர்க்கவேண்டி புவனகிரி செல்லும் பாதையில் குதிரையைத் திருப்பினார். செவ்வப்பன் கொஞ்சம் ஆச்சரியமடைந்தான் என்றாலும் தீட்சிதரை எதுவும் கேட்கவில்லை.

குதிரைகள் இரண்டும் கொஞ்சம் வேகமாகவே சென்று புவனகிரியில் உள்ள நாராயண தீட்சிதர் வீட்டு வாசலில் நின்றன. அவர் குரல் கொடுத்ததும் உள்ளே இருந்து ஒரு பெண் 'யாரது?' என்று கேட்டபடி ஓடிவந்தாள். கோவிந்த தீட்சிதரைக் கண்டதும் ஒரே வெட்கத்துடன் 'அப்பா' என்று கூவியபடி உள்ளே ஓடிவிட்டாள். ஏற்கெனவே இவர்கள் வருவது தெரிந்திருந்ததினால் எந்த ஆச்சரியமும் இல்லாமல் நாராயண தீட்சிதர் இவர்களை அன்புடன் வரவேற்றார்.

செவ்வப்பன் சற்றுக் கூச்சத்துடனேதான் உள்ளே நுழைந்தான். அவர் செவ்வப்பனைக் கூர்ந்து நோக்கி புன்னகைத்துக் கொண்டார். அந்தப் புன்னகைக்கு என்ன பொருள் என்று அவனுக்கு விளங்கவில்லை. ஆனால் தான் யார் என்று அவருக்குத் தெரிந்துவிடுமோ என்ற அச்சம் அவனுக்கு இருந்தது. அவன் இந்த

'விபத்து' என்ற சாக்கை வைத்துக்கொண்டு சில நாட்கள் தலைமறைவாக இருக்க விரும்பினான். அதன்மூலம் திரைக்குப் பின்னால் மன்னருக்குத் தெரியாமல் நடக்கும் விஷயங்களைத் தெரிந்துகொள்ள விரும்பினான். கோவிந்த தீட்சிதர் எத்தனையோ அன்புடனும் பாதுகாப்புடனும் அவனை அழைத்துச் சென்றாலும் அவனை யார் என்று இன்னும் கேட்கவில்லை. அவனும் கோவிந்த தீட்சிதரைப் பற்றிக் கேள்விப்பட்டிருக்கிறானேயன்றி அவரை அதற்கு முன் பார்த்ததில்லை. அதனால் தன்னை அவருக்குத் தெரிந்திருக்க நியாயமில்லை என்று சமாதானப்படுத்திக் கொண்டான். ஆனால் அந்தப் பெரியவர்...?

அவன் பயந்தபடி பெரியவர் ஏதும் கேட்கவில்லை. வீட்டிற்கு அருகே ஓடும் வாய்க்காலில் இருவரும் ஸ்நானம் செய்துவிட்டுத் துணிகளை உலர்த்திக்கொண்டு வீட்டிற்குத் திரும்பினர். செவ்வப்பன் இன்னும் காயம் ஆறாத இடங்களிலும் தலையிலும் பொன்னம்மா கொடுத்திருந்த களிம்பைத் தடவிக்கொண்டான்.

பொன்னம்மா கொடுத்திருந்த சீலைத்துணிகளை வைத்து தீட்சிதர் லாகவமாக அவன் தலையில் கட்டுப் போட்டார். அவர் எவ்வளவோ ஜாக்கிரதையாக அதைச் செய்தாலும் செவ்வப்பன் முகம் வலியினால் சுருங்கியது. அதைக் கண்ட தீட்சிதர், ''கொஞ்சம் பொறுத்துக் கொள்ளப்பா, இன்னும் இரண்டு மூன்று நாளில் வலி குறைந்துவிடும், கட்டையும் எடுத்துவிடலாமென்று பொன்னம்மா சொல்லியிருக்கிறாள்'' என்று சமாதானம் சொன்னார்.

தன் ஆபரணங்களைப்பற்றி ஏதாவது தெரியுமா என்று தீட்சிதரை அவன் கேட்க விரும்பினான். ஆனாலும் தயக்கமாயிருந்தது.

ஆனால் சற்று நேரம் பொறுத்து, தீட்சிதரிடம் பேசிக்கொண்டிருந்த பிறகு, அவர் செய்த காரியம் இவனுக்குத் திகைப்பூட்டுவதாக இருந்ததுடன் இவனுடைய கேள்விகளுக்குப் பதில் கூறுவதாகவும் அமைந்தது.

அவர் நாராயண தீட்சிதரிடம், ''குருதேவரே, தாங்கள் எனக்கு ஒரு உதவி செய்யவேண்டும். இந்தப் பையன் மயக்கமாகக் கிடந்த பொழுது பாதுகாப்பிற்காக வேண்டி இவன் அணிந்திருந்த ஆபரணங்கள் எல்லாவற்றையும் கழற்றி இந்த மூட்டையில் பத்திரமாக வைத்திருக்கிறேன். இவைகளை உங்கள் பாதுகாப்பில் சில நாட்கள் வைத்திருக்க வேண்டுகிறேன். பிறகு தேவைப்படும் பொழுது வந்து நாங்கள் பெற்றுக்கொள்கிறோம்'' என்றவர், திரும்பி செவ்வப்பனிடம், ''எல்லாம் சரியாயிருக்கிறதா என்று நீ

பார்க்கிறாயா?'' என்றார். செவ்வப்பன், ''தேவையில்லை. அவர்கள் நகை எதையும் எடுத்துப் போகவில்லை என்பதால் இன்னும் கொஞ்சம் கவலை அதிகமாகிறது'' என்றான்.

கோவிந்த தீட்சிதர் அத்துடன் இன்னொரு மூட்டையையும் கொடுத்து, ''அதனோடு இந்த மூட்டையிலும் சில நகைகள்தாம் உள்ளன. பத்திரப்படுத்தி வைத்திருக்கவும். இவைகள் இங்கிருப்பது நம்மைத் தவிர யாருக்கும் தெரியவேண்டாம்'' என்றார். செவ்வப்பனுக்குக் கொஞ்சம் ஆச்சரியமாயிருந்தாலும் எதுவும் கேட்கவில்லை. தீட்சிதரும் எதுவும் சொல்லவில்லை.

பின்னால் கூடத்துப் பலகணியில் ஒரு முகம் தெரிந்து மறைந்தது. தீட்சிதர் உடனே உள்புறம் கூடத்தை நோக்கிச் சென்றார். அங்கே நாராயண தீட்சிதரின் மகள் நாகம்மா நின்றுகொண்டிருந்தாள். இவரைக் கண்டதும் உடனே உள்ளே போகத் திரும்பினாள்.

''நாகம்மா, நில். நான் உன்னுடன் கொஞ்சம் பேசவேண்டும்'' என்றார்.

நாகம்மா தயக்கத்துடன் தலை குனிந்தபடியே, ''சொல்லுங்கள்'' என்றாள்.

''நான் அந்தப் பையனுடன் தஞ்சை செல்லுகிறேன். அங்கிருந்து வேறு இடங்களுக்கு, இன்னும் மேற்கே செல்லவேண்டி இருக்கலாம். திரும்பி வருவதற்கு நாட்களென்ன, மாதங்கள்கூட ஆகலாம். உன்னிடம் சொல்லிக்கொள்ளாமல் போக மனம் வரவில்லை. அதுதான்...''

அவளுக்கு 'குபுக்'கென்று கண்ணில் ஜலம் வந்தது. இருந்தாலும் அதை அடக்கிக்கொண்டாள்.

''அவர் யார்?''

''சமயம் வரும்பொழுது நானும் தெரிந்துகொண்டு உனக்கும் சொல்கிறேன்.''

அவள் சடக்கென்று முகத்தை நிமிர்த்தி அவரைப் பார்த்தாள்.

''யாரென்று தெரியாமலா அழைத்து வந்திருக்கிறீர்கள்?''

''ஆமாம்; வந்தவாசி அருகில் வந்துகொண்டிருந்தபொழுது இவனை யாரோ அடித்து மயக்கமுறச்செய்து, பக்கத்திலிருந்த காட்டில் விட்டெறிந்துவிட்டுப் போயிருக்கிறார்கள். அவர்கள்

இவன் இறந்துவிட்டானென்று எண்ணியிருக்கவேண்டும். இவனுக்கு ஆயுள் கெட்டி என நினைக்கிறேன். அதிகாலையில் நான் நடந்து வரும்பொழுது ஏதோ முனகல் சப்தம் கேட்டு, இவன் விழுந்து கிடப்பதைத் தெரிந்து, இவனை மெல்ல பக்கத்து கிராமத்தில் உள்ள மருத்துவச்சியிடம் கொண்டு சேர்ப்பதற்குள் போதுமென்றாகிவிட்டது.''

''எப்படிக் கொண்டுவந்தீர்கள்?''

அவள் கேட்ட விதத்திலிருந்து, தன்னை எப்படியாவது இன்னும் சற்று அதிக நேரம் தங்கவைக்கவேண்டுமென்ற எண்ணத்தில் கேட்பதாகத் தீட்சிதருக்குத் தோன்றியது. தீட்சிதருக்கும் அதில் விருப்பம் இல்லாமலில்லை. ஆனாலும் இருட்டுவதற்குள் தஞ்சை போய்விடவேண்டும். ஆனாலும் எல்லாவற்றையும் அவளுக்கு விளக்கி, அவன் சில நாட்கள் நினைவில்லாமலே படுத்திருந்ததையும் முதல்நாள்தான் ஓர் ஆள் அவனை அழைத்து வந்தான் எனவும் கூறினார். ''பெரிய இடத்துப்பிள்ளைபோல் தோன்றுகிறது. ஆனால் அவனாகச் சொல்லும்வரை நான் யாரென்று கேட்கப் போவதில்லை.''

''ஆனாலும் அவன் யாரென்று உங்களுக்கு ஒரு ஊகம் உண்டுதானே?''

''உண்டு. ஆனாலும் அவனாகச் சொல்லும் வரையிலும் நான் காத்திருக்கப் போகிறேன். நானாகக் கேட்டுவிட்டால் எனக்கு விருப்பமில்லாத சில காரியங்களைச் செய்யவேண்டிய நிர்பந்தம் ஏற்படும்.''

அவள் புரிந்துகொண்டு தலையசைத்தாள்.

அவர்கள் இருவருக்கும் விவாகம் நிச்சயிக்கப்பட்டிருந்ததால் அவர்கள் சகஜமாகப் பழகுவதை நாராயண தீட்சிதர் தடுக்கவில்லை. அவள் தமிழ், தெலுங்கு, சம்ஸ்கிருதம் ஆகிய மூன்று மொழிகளையும் நன்கு கற்றுணர்ந்தவள்.

விஜயநகர சாம்ராஜ்யத்தில் கோவிந்த தீட்சிதருக்கு உள்ள வேலையும், அரசரிடம் அவருக்குள்ள விசுவாசமும் செல்வாக்கும் அவள் நன்கு அறிந்ததே. அதில் அவளுக்கு மிக்க பெருமையும் உண்டு.

அன்று நாராயண தீட்சிதர் வீட்டில் காலைச் சிற்றுண்டி என்ற பெயரில் ஒரு பெரிய விருந்தே நடந்தது. நாகம்மாவும் அவளுடைய அத்தையும் பம்பரமாகச் சுழன்று கவனித்துக் கொண்டார்கள். தீட்சிதருடைய மனைவிக்குச் சற்று உடல்நிலை சுகமில்லை எனத்

தெரிந்தது. ஆப்பம், தேங்காய்ப்பால், இட்டிலி, சட்டினி, வடை, அதிரசம், தெலுங்கு தேசத்தில் செய்யப்படும் அவல்பொரி கேசரி என்று விருந்து பலமாக இருந்தது. சாப்பாடு முடிந்ததும் பலவிதமான பழங்கள், முக்கியமாக அந்தப் பிரதேசத்தில் விளையும் பேயன் பழம், மல்கோவா மாம்பழம், பலாப்பழம் முதலியவைகள் அவர்கள் முன்னால் வைக்கப்பட்டன. பனங்கற்கண்டும் குங்குமப்பூவும் போட்டுக் காய்ச்சிய பசும்பாலும் இருந்தது. செவ்வப்பனுக்கு இத்தனை வஸ்துக்களைக் கண்டதும் திகைப்புடன் சிரிப்பும் வந்தது.

''இதென்ன, பலமான விருந்திற்குப் பிறகும் இவ்வளவும் சாப்பிட்டால் சவாரிக்குப் பதிலாகக் குதிரை மேல் படுத்துத் தூங்கவேண்டியதுதான்'' என்று சிரித்தான்.

''நீ மிகவும் உடல் நலமற்றிருந்ததினால் பலவீனமாய் இருக் கிறாயே. நல்ல உணவினால்தான் உடல் தேறவேண்டும்'' என்றார் பெரியவர்.

அதிகம் என்றாலும் அவர்கள் திருப்திக்காக ஒரு வாழைப்பழமும் கொஞ்சம் பாலும் எடுத்துக்கொண்டு கிளம்பினர். கிளம்பும் சமயத்தில் தீட்சிதரின் சகோதரி அவசரமாக சிறு மூட்டையுடன் வந்து, ''தம்பீ, நீங்கள் தஞ்சை போவதற்குள் எப்படியும் இருட்டி விடும். இதில் பகல் உணவிற்காக கொஞ்சம் பொங்கல், புளி யோதரை, தயிர்சாதம் வைத்திருக்கிறேன். எடுத்துப்போங்கள்'' என்றார்.

''ஐயோ, இதைக் குதிரைமேல் எப்படி எடுத்துப்போவது?''

''பரவாயில்லை, நகைகள் இருந்த இடத்தில் இப்பொழுது உணவிருந்துவிட்டுப் போகட்டுமே'' என்று சிரித்தார் தீட்சிதர்.

நாகம்மா, கோவிந்த சூரி இவர்களுடைய உடல் மற்றும் கண்ணசைப்பின் சங்கேதங்களைக் கண்டு செவ்வப்பன் இவர்களின் சரியான உறவைக் கணித்துத் தனக்குள் புன்னகைத்துக்கொண்டான். அவனையறியாமல் அவனுக்கு மூர்த்திமாம்பாளின் நினைவு வந்தது அவனுக்கே ஆச்சரியமாயிருந்தது.

இதற்குள் ஒரு வேலைக்காரன் இரண்டு குதிரைகளையும் நன்கு தேய்த்துவிட்டு ஆகாரம் கொடுத்தபிறகு சேணம் பூட்டி வாசலில் கொண்டுவந்து நிறுத்தியதும் இருவரும் தாவி ஏறினர். குதிரைகள் பறந்தன.

13

திருமலையின் ஆலோசனை

மூர்த்தி வந்த மறுநாள் அரசர் மறுபடியும் அந்தரங்க ஆலோசனை சபையைக் கூட்டினார். பெத்த மல்லப்பர், திருமலாம்பா, சின்ன மல்லப்பர், ராயசம் வெங்கண்ணா இவர்கள் மட்டுமே இருந்தனர். ராயசம் வெங்கண்ணாவின் ஆலோசனைப்படி சலகம் சகோதரர்கள் அழைக்கப்படவில்லை. அவர்கள் இருவருமே ஊரிலும் இல்லை. எப்பொழுதுமே இந்தமாதிரி அந்தரங்கக் கூட்டங்களுக்கு வரதாம்பிகை வருவதில்லை.

அரசர் திருமலாம்பாளிடம் அன்று கூடும் அந்தரங்க சபையில் கலந்துகொள்பவர்களின் பட்டியலைக் காண்பித்தார். சலகம் சகோதரர்களின் பெயர் காணப்படவில்லை. அவள் முகத்தைப் பார்த்து அரசர், ''சலகம் சகோதரர்கள் இருவரும் ஊரிலில்லை. பட்டர் ஏதோ வேலையிருக்கிறதென்று கூறியது உனக்கு நினைவிருக்கலாம். ஆக இரு மல்லப்பர்கள், ராயசம், நாம் இருவர் என ஐந்து பேர்கள்தாம்.''

''சிக்க வேங்கடாத்திரியைக் கூப்பிட்டிருக்கலாமென்று நினைத்தேன்.''

''அது எனக்கு உடன்பாடில்லை தேவி. அவன் சிறுவன். இந்த சதிக்கூட்டங்களுக்கு அவனை அறிமுகப்படுத்துவானேன்?''

''சிறுவனாயிருந்தாலும் அவன் இளவரசன். நாட்டு நடப்புகளை அவன் அறிந்துகொள்ளவேண்டாமா? ஆனால் ஒருவிதத்தில் நீங்கள் கூறுவதும் சரிதான். அந்த ஒற்றர்கள் கண்களில் அவன் படாமலிருப்பது நல்லதுதான். சலகம் சகோதரர்கள் எந்த ஊருக்குப் போயிருக்கிறார்கள் சுவாமி? ஏதாவது தங்களுக்குத் தெரியுமா?''

''பெரிய திருமலை வடக்கே ராஜமந்திரிக்குப் போவதாகச் சொன்னார். சின்ன திருமலை செல்லப்பாவைக் கண்காணிக்கப் பரங்கிப்பேட்டைக்குப் போவதாகச் சொன்னார்.''

''வேறு ஏதாவது காரணம்?''

''ஒன்றுமில்லையே, ஏன் கேட்கிறாய்?''

''நான் ஏதோ வேறுவிதமாகக் கேள்விப்பட்டேன்.''

''என்ன கேள்விப்பட்டாய்?''

''அவர் பரங்கிப்பேட்டைக்குச் சென்றிருப்பது காளிங்க ராயரின் மகள் ரோகிணியைத் தன் மகனுக்குப் பெண் கேட்பதற்காக என்று கேள்வி.''

அரசருக்கு ஒரே ஆச்சரியம். ''அப்படியா? என்னிடம் சொல்லவே இல்லையே?''

''அதுவும் ஒரு கண் துடைப்புதான். செல்லப்பாவைக் கண் காணிப்பதாக என்று கூறுவதுபோல.''

''அது எப்படி?''

''முதல் கண்துடைப்பு உங்களுக்காக. இரண்டாவது கண்துடைப்பு அவருடைய குடும்பம் மற்றும் மற்ற மந்திரி பிரதானிகளுக்காக.''

''நீ என்ன சொல்கிறாய்? ஒன்றும் புரியவில்லையே. அவர் பரங்கிப்பேட்டைக்குச் சென்ற உண்மையான காரணம்தான் என்ன? ஒரே வார்த்தையில் சொல்.''

''சதியாலோசனை.''

மன்னருக்குத் தூக்கிவாரிப் போட்டது.

''என்ன என்ன? சதியாலோசனையா? யாருடன்? எதற்காக?''

''கொஞ்சம் பொறுமையாகக் கேளுங்கள் அரசே. காளிங்க ராயருடன் தங்கள் அரசைக் கவிழ்க்கும் சதியாலோசனை நடக்கிறது.''

மன்னர் யோசனையில் ஆழ்ந்தார். இது அவர் முற்றும் எதிர் பார்க்காதது என்று கூறிவிட முடியாது. ஆனாலும் இது இவ்வளவு

சீக்கிரம்... இதைப்பற்றி திருமலையிடம் பேசுவதா வேண்டாமா என்று அவர் யோசித்துக்கொண்டிருக்கும் பொழுதே ராணி உடைத்துச் சொல்லிவிட்டது அவரைச் சங்கடப் படுத்தியது.

''எனக்கும் அதைப் பற்றி கொஞ்சம் சந்தேகம் இருக்கத்தான் செய்தது. இருந்தாலும் அது இவ்வளவு சீக்கிரம் தொடங்குமென நினைக்கவில்லை.''

திருமலை சிரித்துக்கொண்டாள். மன்னருக்குத் தெரியுமென்று அவளுக்கும் தெரியும்.

''நீ அதற்கு என்ன செய்யலாமென்று நினைக்கிறாய்?''

''ஒரே ஒரு வழிதான் உண்டு. அதற்கு நீங்கள் ஒப்புக்கொள்ள மாட்டீர்கள்.''

''பரவாயில்லை சொல்.''

''செய்யப்போவதில்லை என்று நன்றாகத் தெரியும்பொழுது சொல்வதில் என்ன பயன்? இப்பொழுது நான் சொன்னபொழுது ஏற்கெனவே கொஞ்சம் தெரிந்திருந்தாலும் அதிர்ச்சியாகத்தானே இருந்தது?''

''ஆமாம்.''

''நான் சொல்லப்போகும் மருந்து வியாதியைவிடக் கொடுமையாக இருக்கும்.''

''ஏதேது, பீடிகை பலமாயிருக்கிறதே!''

''விஷயம் தீவிரமானது என்னும் பொழுது பீடிகையும் பலமான தாகத்தான் இருக்கவேண்டும். இல்லாவிட்டால் மிக்க அதிர்ச்சியாகிவிடும்.''

''சரி, சொல்.'' மன்னரின் குரல் சற்று அதட்டலாகவே வெளிவந்தது எனலாம்.

''சலகம் சகோதரர்கள் இருவரையும் கைது செய்ய உத்தரவிடுங்கள். அதுவும் இன்றே, இப்பொழுதே!''

மன்னருக்குத் தூக்கிவாரிப் போட்டது.

''என்ன விளையாடுகிறாயா! இது விளையாடும் விஷயமில்லை தேவி.''

''நான் விளையாடவில்லை. தீவிரமாகச் சிந்தித்த பிறகே கூறுகிறேன்.''

''வேறு ஏதாவது வழி...''

‘‘கிடையாது... அதுவும் உடனே செய்தால்தான் பலனளிக்கும். காலங்கடந்துவிட்டால் உங்களால் ஒன்றும் செய்யமுடியாது. ஏன், இப்பொழுதே காலதாமதமாகிவிட்டதோ எனத் தோன்றுகிறது.’’

‘‘நிலைமை அவ்வளவு மோசமில்லை என்றுதான் நான் நினைத்தேன். திக்விஜயத்திற்குப் பிறகு இதைப்பற்றிச் சிந்திக்கலாமென நினைத்தேன்.’’

‘‘திக்விஜயமே சதியின் ஒரு பகுதிதான் பிரபோ.’’

‘‘எனக்குப் புரியவில்லை.’’

‘‘நான் அப்பட்டமாகப் புரியவைக்கவா?’’

‘‘சொல்.’’

‘‘உங்களுக்குத் தெரியாததில்லை. இருந்தாலும் ராணி வரதாம்பிகையின் உடல்நிலையைக் கருத்தில்கொண்டு அவர்களுக்கு அதிர்ச்சி தரக்கூடிய எதையும் நீங்கள் செய்யத் தயாராயில்லை என்பது எனக்குத்தெரியும். அவர்களுக்குத் தன் சகோதரர்களிடம் அபார நம்பிக்கை என்பதும் தெரியும். ஆனால் தற்சமயம் நீங்கள் தேவியின் உடல்நிலையை கடவுள் பொறுப்பில் விட்டுவிட்டு ஒரு நாட்டின் உண்மையான அரசனாகவும் ஒரு நல்ல தந்தையாகவும் செயல்படவேண்டிய தருணம் வந்துவிட்டதாக நான் நினைக்கிறேன்.’’

சற்று நேரம் அரசர் எதுவும் பேசவில்லை.

‘‘தேவியின் மனத்தை மாற்ற முடியாதா?’’

‘‘வாய்ப்பேயில்லை.’’

‘‘நான் வலுவில் போய் அவர்களை எதிர்கொள்ளப் போவதில்லை. மனிதர்களைப்போலவே நாட்டிற்கும் தலைவிதி என்பது உண்டு. ஈசன் விட்ட வழி விடட்டும்.’’

‘‘நீங்கள் விதியின்மேல் பாரத்தைப் போட்டு உங்கள் கடமையில் இருந்து தவறுவதைச் சுட்டிக்காட்டவேண்டிய கசப்பான பொறுப்பு என்னுடையது. அதை நிறைவேற்றிவிட்டேன். என்னை மன்னித்தருளுங்கள்.’’

இருவர் மனங்களிலுமே நாட்டின் சுமை பூதாகாரமாய் அழுத்தியது. அவர்கள் இருவருமே சோகமே உருவாக, ஆலோசனை மண்டபத்தை நோக்கி நடந்தனர்.

14

அந்தரங்க ஆலோசனை

மூர்த்திமாம்பாளின் மஞ்சத்தின் அருகிலிருந்து எழுந்து மாரப்ப நாயக்கர் அரசரை நோக்கி வந்தார்.

அரசர் எல்லோரும் அடுத்த அறைக்குச் செல்லலாமெனக் குறிப்பால் தெரிவித்ததைக் கண்டு திருமலை அங்கிருந்த தன் அந்தரங்கத் தாதியை நோக்கி, ''நான் வரும்வரை மூர்த்தியை மிக ஜாக்கிரதையாகப் பார்த்துக் கொள். அவளுக்குச் சாப்பிட எதுவும் கொடுக்கவேண்டாம். அவள் 'பசிக்கிறது' என்றால் இந்தத் திராட்சைக் கொத்திலிருந்து சில பழங்களை மட்டும் கொடு. வேறு எதுவும் வேண்டாம். யாரையும் அருகில் விட வேண்டாம்'' என்று எச்சரிக்கை செய்துவிட்டு வேறு அறைக்கு நடந்தாள். மற்றவர்களும் பின்தொடர்ந்தனர்.

திருமலையும் அரசரும் மாரப்ப நாயக்கரிடம் சிதம்பரத்தில் நடந்ததைக் கேட்டுத் தெரிந்து கொண்டனர்.

நாயக்கர், ''அரசே, நான் செய்தது மிகப்பெரிய தவறு. என்ன தண்டனை கொடுத்தாலும் மனமுவந்து ஏற்றுக் கொள்ளுகிறேன்'' என்று மறுபடியும் பணிவுடன் கூறினார்.

''ஏதோ சதியாக இருக்கலாமென்று தோன்றத்தான் செய்தது. இதைத் தவிர்த்துவிட்டோமானால் இதே சதி

பின்னால் வேறு இடத்தில் எழக்கூடும். அது நமக்குத் தெரியாமல் போகவும் வாய்ப்பிருக்கிறது. இவர்களை எப்படியும் வெளிக்கொணர வேண்டுமென்றுதான் பின்னாலேயே முடிவீரர்களை அனுப்பினேன். ஆனாலும் மூர்த்திக்கு எந்த ஆபத்தும் ஏற்படலாமென்று எண்ணவில்லை... அது என் இமாலயத் தவறு.''

அரசர், ''ஆம். அது தவறுதான். கொஞ்சம் சந்தேகம் வந்ததும் நான் ஏற்கெனவே சொல்லியதுபோல் மூர்த்தியை நிறுத்தியிருந்தால் நமக்கு எந்தப் பிரச்சினையும் இல்லாமலேயே களவாணிகளைப் பிடித்திருக்கலாம்... ஏதும் நடக்காவிட்டாலும் திருவந்திபுரத்தில் இறங்கி அவர்கள் பல்லக்கைத் திருப்பி சிதம்பரத்திற்கு அனுப்பியிருக்கலாம். அந்த ஒற்றன் - மாதவன் - திருவந்தி புரத்திற்குப் பிறகு எப்படியும் தொடர முடியாது இல்லையா?''

மாரப்பர் தலைகுனிந்து நின்றார். திருமலாம்பாளுக்கும் கொஞ்சம் வேதனையாய்த்தானிருந்தது.

அரசரின் அந்தரங்க மண்டபத்தில் அச்சிறு சபை கூடியிருந்தது. அங்கு அரசரைத் தவிர திருமலாம்பா, பெத்த மல்லப்பர், சின்ன மல்லப்பர் மற்றும் ராயசம் வெங்கண்ணா என எல்லோரும் இருந்தனர். சிதம்பரத்திற்குத் திரும்ப இருந்த மாரப்ப நாயக்கரைத் தடுத்து அரசர் அந்தரங்க ஆலோசனையில் கலந்துகொள்ளுமாறு பணித்தார்.

அரசர் நடுநாயகமாக அமர்ந்திருக்க, அவருக்கு இருமருங்கிலும் மற்றவர்கள் அரைவட்டமாக அமர்ந்திருந்தனர். உள்வாயிலிலும் வெளிவாயிலிலும், இவர்கள் பேசுவது காதில் கேட்காத தூரத்தில், கையில் வேல்பிடித்து இரு வீரர்கள் நின்றிருந்தனர்.

அரசர் கையைத் தட்டியவுடன் அவரது அந்தரங்கப் பணியாளன் வீராசாமி வந்து வணங்கி நின்றான்.

அரசர், ''அன்று பல்லக்குத் தூக்கி வந்தவர்கள் எல்லோரையும் தனித்தனியாகத்தானே காவலில் வைத்திருக்கிறாய்?''

''ஆம் அரசே, பல்லக்கை முதலில் நிறுத்தியவனையும் மறைவிடத்தி லிருந்து வெளிப்பட்ட முரடர்களையும் மட்டும் கைவிலங்கு பூட்டிச் சிறையில் அடைத்திருக்கிறேன். முடிவீரர்களும் பல்லக்கைத் தூக்கி வந்த மற்ற மூவரும் வெளியே தயாராயிருக்கிறார்கள்.''

''பல்லக்கை முதலில் நிறுத்தியவனை மட்டும் முதலில் அழைத்து வா.''

வீராசாமி வெளியே சென்று கைவிலங்குடன் ஒருவனை அழைத்து வந்தான்.

வந்தவன் முகமே தெரியாதவாறு முகத்தை மறைத்து முக்காடிட்டிருந்தான்.

அரசர் விசாரணையைத் துவக்கினார்.

''நீதான் சிதம்பரத்திலிருந்து பல்லக்கைத் தூக்கி வந்த புது ஆளா? உன் பெயர் என்ன?''

''ஆமாம். என் பெயர் மாதவன்.''

''ஏன் நடுவில் நிறுத்தினாய்?''

''நான் எங்கே நிறுத்தினேன்? தாகசாந்தி செய்து கொள்ளலாம் என்று எல்லோரும் நிறுத்தினார்கள். நானும் கீழே வைத்தேன். நான் நிறுத்தவில்லை.''

''அப்படியா?''

இதற்குள் மாரப்ப நாயக்கர் ஒரு காகித நறுக்கில் ஏதோ எழுதி அரசரிடம் நீட்டினார். அதைப் படித்த அரசர் முகம் வெளுத்தது. அவர் அதைத் திருமலாம்பாளிடம் கொடுத்தார். அவளுக்கும் அதிர்ச்சியாயிருந்தது.

''மற்ற மூவரையும் அழைத்து வா.''

கைதி தடுமாறத் தொடங்கினான்.

வீராசாமி வெளியே சென்று மற்ற மூவரையும் அழைத்து வந்தான்.

அரசர் வீராசாமியை நோக்கி, ''இவன் முக்காட்டை கழற்றிவிட்டுப் போ... போய் இவனைக் காவல் காத்து வந்த சிறைக் காவலாளியை அழைத்துவா'' என்றார். அவர் குரல் கடுமையாயிருந்தது.

வீராசாமி நடுங்கிவிட்டான். எங்கேயோ ஏதோ தவறு நடந்து விட்டதென்று அவனுக்குப் புரிந்துவிட்டது.

சிறைக் காவலாளியும் பயந்து நடுங்கிக்கொண்டுதான் வந்தான்.

''நீ எத்தனை நாளாக இங்கு வேலை பார்க்கிறாய்? உன் பெயர் என்ன?''

''செங்கோடன். நான் இரண்டு வருடமாக சேவுகம் செய்து வருகிறேன் ஐயா.''

''எப்போதாவது ஏதாவது தவறு செய்து தண்டனை பெற்றிருக்கிறாயா?''

''ஆம் ஐயா, தாமதமாய் வந்ததற்காக ஒரே ஒரு தடவை ராயசம் தண்டித்திருக்கிறார்.''

மன்னர் ராயசத்தைத் திரும்பிப் பார்த்தார்

ராயசம் ஆமோதிப்பாகத் தலையை அசைத்தார்.

மன்னர் அந்தக் கைதியைச் சுட்டிக் காட்டி, ''இவனை நீதான் சிறையில் அடைத்தாயா? எப்பொழுது?''

செங்கோடன் தடுமாறினான்.

''இல்லை ஐயா, நான் இவனைப் பார்த்ததே இல்லை.''

''என்ன? பார்த்ததே இல்லையா?''

ராயசம் பேசினார். ''பொய்! பச்சைப் பொய்!''

''நான் உண்மையைத்தான் சொல்லுகிறேன் ஐயா!''

ராயசம் வீராசாமியை நோக்கித் தலையை அசைத்தார். அந்தக் காவலாளியின் முதுகில் 'சொடேர், சொடேர்' இரு சவுக்கடிகள் விழுந்தன.

''ஐயா, நான் உள்ளதைச் சொல்லிப் போடறேனுங்க. இரண்டு நாள் முன்னே (வீராசாமியைக் காட்டி) இவுங்க ஒரு ஆளைக் கைவிலங்கு பூட்டிக் கொண்டுவந்து அடெச்சுட்டுப் போனாரு. ஆனா அது இவன் இல்லெ. இந்த ஆள் அங்கே எப்படி வந்தான் என்று எனக்குப் புரியலெ சாமி.''

''இரவில் யார் காவல்?''

வீராசாமி முன்னே வந்தான்.

''இரவில் காவல் புரியும் காளிமுத்து ஒடம்பு சரியில்லாமல் வீட்டில் படுத்திருக்கிறான். நான்தான் அவனுக்குப் பதிலாக மூன்று நாளாக இரவில் காவலிருக்கிறேன். தவறான எந்தச் சம்பவமும் இரவில் நடக்கவில்லை ஐயா. எது நடந்திருந்தாலும் பகலில்தான் நடந்திருக்கவேண்டும்.''

ராயசம் மறுபடி தலையை அசைத்தார்.

செங்கோடன் அழுதுகொண்டே பேசினான். ''எசமான், அந்த மனிதனை அடைத்த அன்றே மதியம் ஒரு ஆள் ஓடி வந்து 'ஓம்

பொஞ்சாதி கீழே விழுந்து மண்டெலெ அடிபட்டுக் கெடக்கிறா. ஓடு. கதவை நா பாத்துக்கிடறேன். நீ போ. வைத்தியரையாவையும் அழைச்சிக்கிட்டுப் போ. இங்கிட்டு நா காவல் இருக்கேன் 'போ'ன்னான். நா அலறிப் புடெச்சுக்கினு ஓடினேன். அங்கனெ போனா எம் பொஞ்சாதி குந்திகிட்டு சோறு தின்னுகிட்டு இருந்தா. மறுபடி ஓடியாந்தேன். இங்கே வந்து பாத்தா... யாருமே இல்லே. சாவி இருக்கும் இடத்தெப் பாத்தேன். அது கொக்கியிலேயே மாட்டி இருந்துச்சு. அதான் யாருகிட்டெயும் சொல்லல்லெ.''

''வைத்தியரையாவை அழைத்துப்போனாயா?''

''இல்லங்க.''

''ஏன்?''

''வைத்தியர் வீட்டைத் தாண்டி ரொம்ப தூரம் ஓடின பொற வாலெதான் அந்த நெனப்பே வந்துச்சு. அங்கிட்டுப் போய் யாரையாவது அனுப்பலாமுன்னு போய்ட்டேனுங்க.''

அவர்களுக்கு இவன் சொல்வது நிஜமா பொய்யா என்று புரிய வில்லை.

''இவனை பக்கத்து அறையில் இருக்கச்சொல். மாதவனை விசாரிப்போம்.''

செங்கோடன் அடுத்த அறைக்குச் சென்றபின், ''இனிமேல் இவன் சிறைக்காவலுக்கு எப்படியும் லாயக்கில்லை. அவன் ஓடும் பொழுது சாவியை எடுத்துச்சென்றிருந்தால் இவனை நம்பலாம். சிறைக்காவலுக்கு வேறு நம்பகமான ஆளைப்போடு. அவனை வீட்டுக்கு அனுப்பலாமா அல்லது வேறு ஏதாவது எடுபிடி வேலைக்கு வைக்கலாமா என்பதை இவன் மனைவியை விசாரித்த பிறகு தான் முடிவு செய்யவேண்டும்.''

ராயசம் வீராசாமியை அருகில் அழைத்து அரசர் முகத்தைப் பார்த்தவாறு இதைக் கூறினார். மன்னர், திருமலை இருவருமே தலையை அசைத்தனர்.

வீராசாமி ராயசத்தின் கட்டளைப்படியே தூரத்தில் நின்று கொண்டிருந்த கைதியை முன்னுக்குத் தள்ளிக்கொண்டு வந்தான். ராயசம்தான் பேச்சைத் தொடர்ந்தார்.

''நீ யார்? உண்மையைச் சொல்! மாதவன் எப்பொழுது வெளியே சென்றான்?''

அந்த ஆள் கொஞ்சம்கூட பயப்படாமல் சிரித்தான். வீராசாமியின் சவுக்கு இப்பொழுது ராயசத்தின் தலையசைப்பை எதிர்பார்த்துக் காத்திருக்கவில்லை.

இரண்டு 'சொடேர்'க்குப் பிறகுதான் சற்று முகம் சுருங்கி ''எங்க மொதலாளி சொன்னதைத்தான் நான் செய்தேன். என்னை அடித்தால்...''

''யார் உன் முதலாளி? உன்னை என்ன செய்யச் சொன்னார்?''

பதில் இல்லை. வீராசாமியின் சவுக்கு அவன் முதுகை ரத்த விளாறாக அடித்ததே தவிர அவன் வாயைத் திறக்கவில்லை.

''போதும் நிறுத்து!''

அரசர் கட்டளை இட்டார்.

''இவன் கை கால்களில் விலங்கு பூட்டி பாதாளச்சிறையில் அடைத்து வை. ஆகாரம் எதுவும் கொடுக்கவேண்டாம்.''

வீராசாமி அவனை இழுத்துப் போய் அங்கு இதற்காகவே காத்திருந்த ஒருவனிடம், ''பாதாளச்சிறை; கைகால் விலங்கு; பட்டினி'' என்று அவனுக்கு மட்டில் கேட்கும்படி கூறிவிட்டு மறுபடி உள்ளே வந்தான்.

பிறகு, முடிவீரர்கள், மற்ற பல்லக்குத் தூக்கிகள் யாரும் இவனைப் பார்த்ததே இல்லை என்று ஒருமுகமாகக் கூறினார்கள்.

மாதவன் எங்கே போயிருக்கக்கூடும் என்று மாரப்பர் யோசனை செய்த வண்ணம் இருந்தார்; அவனைச் சிதம்பரம் பக்கத்தில்தான் தேடவேண்டுமெனவும் நினைத்தார்.

இவ்வளவு நேரமும் கைவிலங்குகளுடன் நிறுத்தப்பட்டிருந்த கைதிகளை முன்னேகொண்டு நிறுத்தினான் வீராசாமி.

இவர்கள் இருவரும் அன்றே சபையில் பார்த்த முகங்கள்தான்.

''நான் திருமுடி மார்த்தாண்டவர்மரிடம் இருந்து வந்த தூதனையா. இவர்கள் தவறாக என்னை ஒற்றனென்று இழுத்து வந்து விட்டார்கள்.''

ராயசம் வீராசாமியை நோக்கி, ''இவனை யார் கொண்டுவந்தது?''

''நம்ம சத்ருக்கின ஐயாதான் பிடித்தார்.''

''உனக்குக் காரணம் தெரியுமா?''

''ஏதோ சுமாராகத் தெரியும். முழு விபரமும் அவரைத்தான் கேட்க வேண்டும். ஒரு சிலம்பக்கழியை வைத்துக்கொண்டு சாப்பாட்டுக் கடையில் காசு இல்லாமல் பலகாரம் கேட்டானாம். கொஞ்சம் குடித்திருந்தான் போலிருக்கிறது. 'கொடுக்காவிட்டால் இந்தக் கழியால் அடித்து உன் மண்டையை உடைத்துவிடுவேன். இப்பொழுதுதான் ஒரு குதிரை வீரன் மண்டையை உடைத்துத் தூக்கி எறிந்துவிட்டு வருகிறேன்' என்றானாம். இவன் சிலம்பக்கழியைச் சுழற்றிக் கொண்டிருந்ததைக் கண்டு கடையில் இருந்த கும்பல் பயந்து ஓடிவிட்டதாம். எதேச்சையாக அந்தச் சமயத்தில் அங்கு வந்த சத்ருக்கின ஐயா இவனையும் இவன்கூட இருந்தவனையும் சிறைபிடித்தாராம்.''

ராயசம் அவனை முன்னாடி கொண்டுவரச்சொல்லி, விசாரிக்கத் தொடங்கினார்.

வீராசாமி அங்கேயே நின்றுகொண்டிருந்தான். ''நீ தூதன் என்கிறாயே, உன்னிடம் லிகிதம் ஏதாவது இருக்கவேண்டுமே?''

''ஆம் ஐயா இருந்தது. இவர்கள் பிடுங்கிக்கொண்டு விட்டார்கள்.''

''ஓலையுடன் வந்திருப்பவன் நேரே இங்கு அல்லவா வந்திருக்க வேண்டும்?''

''ஆம் ஐயா, இங்கு நேரமாகலாம், சாப்பிட்டு வந்துவிடலாம் என்று போனேன். அவர்கள் சாப்பாட்டுக் கடையில் என்னை அடித்துத் துன்புறுத்தி இழுத்து வந்துவிட்டார்கள்.''

மாரப்ப நாயக்கர் சன்னமான குரலில், ''மண்டையை உடைத்துத் தூக்கி எறிந்ததாகக் கூறியது ஒருக்கால் செவ்வப்பனாக இருக்கலாமில்லையா? அவன் உடல் காயங்களைப் பார்த்தால் அப்படித்தான் தோன்றுகிறது'' என்று அரசருக்கு மட்டும் கேட்கும்படிக் கூறினார். ஆனாலும் திருமலையின் பாம்புச் செவிகளுக்கு அவை தப்பவில்லை. திடுக்கிட்டுத் திரும்பிப் பார்த்தாள். மன்னரும் திகைத்தார்.

ராயசத்திற்கு ஒன்றும் புரியவில்லை. திருமலாம்பா அங்கு அதற்காகவே கிடந்த ஒரு நறுக்கில் எழுதி அவருக்குப் புரிய வைத்தாள். ராயசமும் தன் பங்கிற்கு மல்லப்பர்கள் இருவருக்கும் கூறவே விஷயம் எல்லாருக்கும் புரிந்தது.

இப்பொழுது அரசர் நேரிடையாகவே விசாரணையைத் தொடங்கினார்.

15

இரு வணிகர்கள்

கோவிந்த தீட்சிதர் என்னும் கோவிந்த சூரியும் அவரது நண்பனும் புவனகிரியை விட்டுக் கிளம்பி, மாயூரம் வழியாகச் சீக்கிரமே இருட்டுவதற்குச் சற்று முன்னாலேயே தஞ்சை வந்தடைந்துவிட்டனர். நாராயண தீட்சிதர் வீட்டில் கொடுத்த கட்டுச்சோறு மாயூரத்தில் மிக்க வசதியாயிருந்ததுடன் பிரயாணத்தைத் துரிதப்படுத்தவும் உதவியாயிருந்தது.

ஏற்கெனவே செய்திருந்த ஏற்பாட்டின்படி மொடக்கண்ணி அவர்களை ராயர் சத்திரத்தின் முன்னால் சந்தித்தான். அவர்கள் இருவரையுமே வணங்கிவிட்டு, தீட்சிதர் சொல்லிய எல்லா ஏற்பாடு களையும் செய்துவிட்டதாகக் கூறினான்.

''வீணைகள்?''

''அவைகளையும் பாரவண்டியில் பெட்டியோடு பெட்டியாகப் போட்டு, ஜாக்கிரதையாகக் காத்துச் செல்ல ஒரு பொறுப்பான ஆளையும் அனுப்பி வைத்திருக்கிறேன் சாமீ.''

''அங்கு தங்குவதற்கு இடம்?''

''அதுவும் ஏற்பாடாகிவிட்டது. தாங்கள் சொல்லிய ஜவ்வாது புனுகு வியாபாரி மூலமாகத்தான் ஏற்பாடு செய்தேன். வஞ்சியில் ஜனநெருக்கமான

அங்காடிகளின் நடுவில் ஒரு நகைக்கடையின் உப்பரிகைதான் தாங்கள் தங்கும் இடம். வீணை கற்றுக்கொள்ள தன் இரு பிள்ளைகளைக்கூட அனுப்புவதாகக் கூறினார். மற்றபடி ஊண் உறக்கம் இவைகளைத் தன் வீட்டில் வைத்துக்கொள்ளலாமென்று ரொம்பவும் கேட்டுக்கொண்டதாகச் சொல்லச் சொன்னார். பகலில் தங்களுக்கு ஆகார ஏற்பாடுகளைத் தாங்கள் தங்குமிடத்திற்கு அனுப்பிவிடுவதாகவும், காலைச்சிற்றுண்டி இரவு போஜனம் இவைகளை அவர்கள் வீட்டிலேயே வைத்துக்கொள்ளலாம் என்றும் ரொம்பவும் கெஞ்சிக் கேட்டுக்கொண்டார்.''

''சரிதான் போ! வேளாவேளைக்குச் சாப்பிட்டுத் தூங்கலாம் என்கிறார் போலிருக்கிறது!''

''இல்லை ஐயா, தங்கள் நண்பர் தடங்கலில்லாமல் வீணை பழகலாம். அத்துடன்...''

''அத்துடன்?''

''தாங்கள் கூறிய இன்னொரு விஷயத்திற்கும் வேண்டியது செய்துவிடுவதாகச் சொன்னார்.''

தீட்சிதர் திருப்தியைத் தெரிவித்துக்கொண்டார்.

அவர்கள் திருவடி தேசத்திற்குக் கிளம்புவதற்கு இரண்டு நாள் அவகாசம் இருந்தது. அதற்குள் செவ்வப்பன் தஞ்சையைச் சுற்றிப்பார்க்க விரும்பினான். தீட்சிதருக்கும் கோயிலுக்குப் போய் சுவாமி தரிசனம் செய்துவிட்டு வந்தால் குழம்பிய மனம் சற்றுத் தெளிவடையும்போல் தோன்றியது.

இருவரும் அவர்களுக்காக ஒதுக்கப்பட்டிருந்த அறையில் சாமான்களை வைத்துவிட்டு, குதிரைகளையும் வந்த சிரமம் தீரக் குளிப்பாட்டி தீனி போடும்படி மொடக்கண்ணியிடம் ஒப்படைத்தார்கள்.

தீட்சிதர் கொல்லைப்புறத்திலிருந்த கிணற்றில் நீர் சேந்தி களைப்புத் தீர ஸ்நானம் செய்தார். செவ்வப்பனுக்கு இன்னும் உடல்நிலை முழுதும் சரியாகவில்லை என்பதினால், வேப்பிலையையும் நொச்சி இலையையும் கலந்து ஒரு பெரிய செப்புத்தவலையில் நீர் காய்ச்சி வைக்கப்பட்டிருந்தது. தீட்சிதரே மொடக்கண்ணியின் முன்யோசனையை வியந்து பாராட்டினார்.

''செவ்வப்பா மாலை நேரமாகிவிட்டபடியால் நாம் கொஞ்சம் சமீபத்திலிருக்கும் காளிகா பரமேச்வரி அம்மன் கோயிலுக்கு

மட்டிலும் போய் வருவோம். நாளை காலை பெரிய கோயிலுக்குச் சென்று வரலாம்'' என்றார்.

தீட்சிதர் அந்தக் கோயிலின் சரித்திரத்தை அவனுக்கு எடுத்துக் கூறினார்.

''கிட்டத்தட்ட தஞ்சை ராஜராஜேசுவரம் கட்டப்படும் அதே சமயத்தில்தான் இதுவும் கட்டப்பட்டது. சிற்பிகள் எனப்படும் விசுவகர்மா சமூகத்தினருக்கு சக்தி வழிபாடு இன்றியமையாதது. ஆதலால் எந்தப்பெரிய ஆலய வேலையையும் தொடங்குவதற்கு முன்னால் அவர்கள் குலதெய்வமான ஸ்ரீகாமாட்சி என்னும் காளிகா தேவியை ஆராதித்து அவளது பரிபூர்ண ஆசியைப் பெற்றபிறகே வாஸ்துமுறைப்படி அடிக்கல் நாட்டுவது வழக்கம். அதன்படி பெரிய கோயில் கட்டுமுன்பே இச்சிறிய கோயிலைக் கட்டினார்களாம். தொன்றுதொட்டு வந்த மரபுப்படி ராஜராஜ சோழன் ஆதரவுடன் இந்தத் தெற்கு வீதியில் இந்த ஆலயம் கட்டப் பட்டது. இந்தக்கோயில் கட்டி குடமுழுக்குச் செய்த அன்றே பெருவுடையார் கோயில் அடிக்கல் நாட்டப்பட்டதாம்.''

காளிகாம்பா மாலை அலங்காரத்துடன் ஜகஜ்ஜோதியாகத் திகழ்ந் தாள். சிறிய அழகான விக்ரகம். அம்மன் எட்டுக் கைகளுடன் நின்ற திருக்கோலத்தில் காட்சியளித்துக் கொண்டிருந்தாள்.

சிறிய பிரகாரமும் அதற்குத்தகுந்த ராஜகோபுரமும் தஞ்சாவூர் சிற்பக்கலையின் எடுத்துக்காட்டாக விளங்கின.

தீட்சிதரும் செவ்வப்பனும் சந்நிதானத்தில் கண்மூடி தியானத்தில் சற்று நின்றபொழுது ஆலயமணி 'ஓம் ஓம்' என்ற ஓங்கார அலைகளைப் பரப்பியது. செவ்வப்பனுக்கு மனம் புல்லரித்தது. தன் மனோ அபிலாஷைகளை ஜகன்மாதாவிடம் சமர்ப்பித்த பொழுது எழுந்த அந்த ஓங்கார அலைகள் அவன் இதயத்துள் ஆனந்தத்தையும் நம்பிக்கையையும் ஏற்படுத்தின.

தீட்சிதரும் அந்த மணியோசையைக் கேட்டுத் தன் பிரார்த்தனை களுக்கு அம்பாள் செவிசாய்த்ததாகவே உணர்ந்தார்.

இருவரும் பிரகாரத்தைச் சுற்றிவந்து, கணபதி, ஷண்முகநாதர், தண்டாயுதபாணி, ராமர், சீதை முதலிய உற்சவ விக்கிரகங்களைக் கண்டுகளித்தனர்.

பிறகு ஐயன்கடைத்தெருவிலுள்ள குறிப்பான சில கடைகளுக்குச் சென்று விசேஷமான சில சாமான்களை வாங்கிக்கொண்டு சத்திரத்திற்குத் திரும்பினர்.

தீட்சிதர் குறிப்பாகத் தேடிச்சென்ற கடைகளைப் பற்றி செவ்வப்பன் வியப்பெய்தினானென்றால், அங்கு அவர் வாங்கிய சாமான்களைப் பார்த்ததும் ஆச்சரியத்துடன் சற்று பயமும் கொண்டான். அத்துடன் அவருக்குத் தஞ்சாவூரைப் பற்றி எல்லா விவரங்களும் தெரியும் என்பதையும் கண்டு, அவருடைய விசால அறிவையும் திட்டமிடும் திறனையும் அறிந்து மிக்க மரியாதை கொண்டான்.

அடுத்த நாள் அவர்கள் பெருவுடையார் கோயிலைக் காணச் சென்றார்கள். செவ்வப்பன் தஞ்சை சென்றதேயில்லை. ஆதலால் ஒவ்வொன்றையும் ஆவலுடனும் சிரத்தையுடனும் பார்த்துவந்தான்.

அவர்கள் பெருவுடையார் கோயில் பிரகாரத்தைச் சுற்றிக்கொண்டு சந்நிதிக்கு வந்துநின்றதும், பெருவுடையாரின் அகண்ட பரிமாணத்தைக் கண்ட செவ்வப்பன் கரங்கள் தன்னிச்சையாகக் கூப்பியிருந்தும், பெருவுடையாரைத் தொழவும் மறந்து விதிர்விதிர்த்து நின்றான். அந்த அகண்டாகாரத்தின் முன்னே தன்னை ஒரு துரும்பாக உணர்ந்தான். இவ்வளவு பிரம்மாண்டமான ஆவுடையாரையும் லிங்கத்தையும் படைக்க அந்தச் சோழச் சக்ரவர்த்திக்கு எவ்வளவு பெரிய மனம் வேண்டும்! நினைக்க நினைக்க அவனுக்குப் புல்லரித்தது. விண்முட்டும் கர்ப்பகிருகமும் செயலற்று நிற்கச் செய்கிறதே!

''இந்த லிங்கத்தையும் ஆவுடையாரையும் பிரதிஷ்டை செய்ய சேர்ந்தாற்போல் எவ்வளவு பேர் வேலை செய்திருக்க வேண்டும்!''

செவ்வப்பன் உரக்கவே அதிசயித்தான்.

தீட்சிதர் கூறினார். ''அதிலேகூட ஒரு கதை உண்டு. அவர்கள் வேலை செய்யும்போது என்ன அபவாதம் நேர்ந்ததென்று யாருக்கும் புரியவில்லை. எவ்வளவு முயன்றாலும் லிங்கம் ஆவுடையாரின் நவபாஷாணத்தில் ஒட்டவில்லை. மன்னனுக்கு ஒரே வருத்தமும் குழப்பமும் ஏற்பட்டதாம். அவன் ஈசனைப் பிரார்த்தித்தபோது 'இது கருவூர்த் தேவரால் மட்டுமே நடக்கக்கூடியது' என்று ஏதோ அசரீரிபோல் கேட்டதாம். பிறகு கருவூர்த் தேவரை அழைத்துவந்து அவர் கையால் நவபாஷாணம் தடவிய பிறகுதான் பொருத்த முடிந்ததாம்.''

''அவர் யார்?''

''அவர் ஒரு பெரிய மகான். பொதிகை மலையிலிருந்தவர். இந்தச் சம்பவத்திற்குப் பிறகு மன்னன் அவரைக் கேட்காமல் எதுவும்

செய்வதில்லை. அவருக்கு ஒரு சந்நிதியும், உட்பிரகாரத்தில் ராஜராஜனுடன் சேர்ந்த ஒரு ஓவியமும் உள்ளது பார்.''

இருவரும் கோயில் பிராகாரத்தைச் சுற்றி வந்தனர். வடமேற்கு மூலையில் வந்ததும் செவ்வப்பன் சற்று நின்றான்.

''இங்கு இவ்வளவு பெரிய இடம் வெறும் கட்டாந்தரையாக உள்ளதே? எதாவது சிறு கோயில் எழுப்பலாமே!''

தீட்சிதர் அவனை வியப்புடன் நோக்கினார்.

''அதற்கு ஒரு காலம் வரும். கவலைப்படாதே'' என்றார்.

அவர் மனம் வருங்காலத்தில் லயித்தது. பிரகாரத்தைச் சுற்றி மறுபடியும் அவர்கள் சந்நிதிக்கு வந்தனர்.

செவ்வப்பன் அங்கு இருந்த நந்தியைப் பார்த்து முறுவலித்தான்.

தீட்சிதர் சுற்றுமுற்றும் பார்த்தார். பையனுடைய நகைப்புக்குக் காரணம் என்னவாயிருக்குமென்று அவருக்குப் புரியவில்லை.

''ஏன் சிரிக்கிறாய்?''

''ஒன்றும் இல்லை. இவ்வளவு பெரிய லிங்கமும் ஆவுடையாரும் சேர்ந்து இந்த நந்தியின்மேல் சவாரி செய்தால் நந்தி என்ன ஆவது என்று நினைத்தேன், சிரிப்பு வந்தது, அவ்வளவுதான்.''

தீட்சிதர் தம் மனத்தில் இன்னொரு திட்டம் தீட்டிக்கொண்டார். இத் தனைக்கும் அவர் செவ்வப்பன் முகத்திலிருந்து தம் பார்வையை எடுக்கவேயில்லை.

''பிள்ளையார் மூஞ்சூரு இல்லையா? அம்மாதிரி நினைத்துக் கொள்ளேன்.''

அவர்கள் கோயிலைப் பார்த்துவிட்டுத் திரும்பும்பொழுது வெகு நேரமாகிவிட்டிருந்தது. மதிய உணவு அளிப்பதற்காகக் காத்திருந்த சத்திரத்து சமையற்காரன், ''ஐயா, வெகுநேரமாகி விட்டதே. உணவு ஆறிவிட்டிருக்குமையா, சற்று இருங்கள், எல்லாவற்றையும் கொஞ்சம் சுடவைத்துக் கொண்டு வருகிறேன்'' என்று உள்ளே ஓடினான், தீட்சிதர் மறுத்ததை அவன் கண்டுகொள்ளவே இல்லை. ஆனால், அவன் அதிக நேரம் எடுத்துக்கொள்ளவில்லை. இவர்கள் கைகால் சுத்தம் செய்துகொண்டு வருவதற்குள்ளேயே மணையிட்டு நல்ல தலைவாழை இலைகள் போடப்பட்டிருந்தன. இவர்கள் இலையில் அமர்ந்ததுமே அறுசுவை உண்டி பரிமாறப்பட்டது.

சாப்பிட்டுமுடித்து அவர்கள் சற்று இளைப்பாறுவதற்கு முன்னேயே தலைநகரிலிருந்து தூதன் ஒருவன் அரசரிடமிருந்து ஓலையுடன் வந்திருப்பதாகச் சத்திரத்து வேலைக்காரன் வந்து சொல்லவே தீட்சிதர் வாசலுக்கு வந்தார்.

வந்தவன் லிகிதக் குழலைக் கையில் கொடுத்து வணங்கியவுடன், ''ஐயா, இருந்து மறு உத்திரத்தையும் வாங்கிவரச் சொன்னார்கள்'' என்றான்.

லிகிதம் அரசரிடமிருந்துதான் வந்திருந்தது. அதில் எழுதியிருந்த சில விஷயங்கள் அவருக்கு ஏற்கெனவே தெரிந்ததுதான். மற்ற விஷயங்களெல்லாம் புதிதாக இருந்ததுடன் குழப்பமாகவும் இருப்பதாகத் தோன்றின. தன்னுடன் கூட இருப்பது செவ்வப்பன் தான் என்று தனக்கே இன்னும் சரியாகத் தெரியவில்லை. ஆனால் அவன் திருவடி தேசப்போர் முடியும்வரை தலைமறைவாகவே இருக்கட்டும் எனக்கூறியது அவருக்குத் திருப்தியாயிருந்தது. கொஞ்சம் அதைப்பற்றி யோசனை செய்துவிட்டு உள்ளே போய் அந்த லிகிதத்தை செவ்வப்பனிடம் கொடுத்தார். பல விஷயங்கள் அவனுக்குப் புரியவில்லை எனினும் தன்னைப்பற்றி எழுதியிருந்தது தீட்சிதரைப் போலவே அவனுக்கும் வியப்பாகவேயிருந்தது.

''இந்த லிகிதத்தைப் பற்றி நீங்கள் என்ன நினைக்கிறீர்கள்? என்னைப் பற்றி யார் அவர்களுக்குக் கூறியிருக்க முடியும்?''

''இதில் என்ன சந்தேகம்? சிதம்பரத்தில் நாம் ராணி திருமலாம் பாளின் சகோதரியைப் பார்த்தோமில்லையா? அவர்கள் கூறி இருக்கலாமில்லையா?''

''அவர்களுக்கு என்னைப் பற்றித் தெரிந்ததாகத் தோன்ற வில்லையே!''

திருமலாம்பாளைப் பற்றி பேச்சு வந்ததும் மூர்த்தியின் நினைவு அவனை இனிமையாகப் பாதித்தது. அவன் மறுபடியும் ''நாம் இளையராணியிடம் சொல்லிக்கொண்டுதான் வந்திருக்கவண்டும்'' என்றான்.

தீட்சிதர் சிரித்துக்கொண்டார்.

''வாஸ்தவம்தான். அப்பொழுது அவர்களை எழுப்புவதும் சரியாகத் தோன்றவில்லையே! ஆனால் ஊருக்குப் போனதும் உன்னைக் காணோமென்ற விஷயம் காதில் விழுந்திருக்கும். பெயரும் செவ்வப்பன் என்றுதானே அவர்களிடம் சொன்னோம்? நீ

தொலைந்து போன செவ்வப்பனாகத்தான் இருக்கும் என்று ஊகிப்பது சிரமமேயில்லை.''

''அப்படித்தான் இருக்கவேண்டும்.''

''எது எப்படியோ. எனக்கு ஒரு பொறுப்பு விட்டது என்றுதான் நான் நினைக்கிறேன்.''

இதைக் கேட்டதும் செவ்வப்பன் முகம் வாடிவிட்டது.

''ஏன் ஐயா, நான் தங்களுக்கு அவ்வளவு சிரமம் கொடுத்து விட்டேனா?''

''ஐயய்யோ, அப்படி இல்லையப்பா. செவ்வப்பனை ஏன் இவ்வளவு நாள் மறைத்து வைத்திருந்தீர்கள், அவன் இருப் பிடத்தைப் பற்றி ஏன் அரசாங்கத்திற்குத் தெரிவிக்கவில்லை என்றெல்லாம் கேள்விகள் எழலாமல்லவா? நான் உன்னை இதற்கு முன்னால் பார்த்ததில்லை. உன் முகஜாடையைப் பார்த்து நீ மல்லப்பர்கள் தம்பியாக இருக்கலாமென்று யூகித்தேன். அப்படியிருந்தால், உன்னை நான் எந்த நிலையில் கண்டெடுத் தேனென்று நினைத்து, சிலகாலம் நீ தலைமறைவாக இருப்பது நல்லதென்று நினைத்தேன். அதனால்தான் நீ யாரென்று நான் கேட்கவேயில்லை. நீ யாரென்று எனக்குத் தெரிந்தால் அதை அரசாங்கத்திற்கு அறிவிக்கவேண்டியது என் கடமை. அதனால் அவர்களே தெரிந்துகொண்டதினாலும் அவர்களே தலைமறை வாயிருக்கட்டும் என்று எழுதியிருந்ததினாலும் என் பொறுப்பு விட்டது என்று நினைத்தேன். அவ்வளவுதான். மற்றபடி உனக்கு சேவை செய்வதில் எனக்குப் பரம சந்தோஷம். சீக்கிரத்திலேயே நீ ஒரு பெரிய தலைவனாய் வருவாய் என்ற நம்பிக்கை எனக்கு உண்டு. அப்பொழுதும் உனக்கு சேவை செய்ய நான் முனைந்து நிற்பேன்.''

மளமளவென்று பேசி முடித்த கோவிந்த சூரியைச் செவ்வப்பன் விசித்திரமாகப் பார்த்தான். என்றாலும் அவன் மனத்திலும் அபிலாஷைகள் இல்லாமலில்லை. ஆதலால் அவர் சொல்லுவது அவனுக்குப் பிடித்திருந்தது.

அப்பொழுது திடீரென்று காவி உடை தரித்து ஜடாமுடியுடன் கூடிய ஒரு சாமியார் அவர்களை நோக்கி, ''இந்த இளவரசருக்கு ஆபத்துக்கள் காத்திருக்கின்றன. ஜாக்கிரதையாக அழைத்துப் போங்கள்'' என்றார்.

சொல்லிக்கொண்டே, ஓரமாகப் போய்க்கொண்டிருந்த செவ்வப் பனைப் பிடித்து நடுவில் வேகமாகத் தள்ளிவிட்டார். அவர் தள்ளிய வேகத்தில் கீழே விழாமல் தப்பியதே பெரிய புண்ணியம். ஆனால் அவன் நின்ற இடத்தில் பெரிய பாறாங்கல் ஒன்று தடாலென்று விழுந்தது!

''இது சின்ன ஆபத்துதான்!'' என்று கடகடவென்று சிரித்தபடியே அந்தச் சாமியார் வேகமாக நடந்து சென்றுவிட்டார்.

செவ்வப்பனும் சூரியும் விக்கித்து நின்றனர்.

(இப்பொழுது அங்கே ஆறுமுகன் கோயில் அமைந்துள்ளது. அது செவ்வப்ப நாயக்கர் காலத்தில் கட்டப்பட்டதாகும்.)

16

செவ்வப்பனின் சாகசம்

யாரோ வாசலில் அழைத்ததும் தீட்சிதர் வாசலுக்குச் சென்றார். யாராயிருக்கலாமென்று பலகணி வழியாகப் பார்த்த செவ்வப்பனுக்குத் தூக்கிவாரிப் போட்டது. துளிக்கூட அடையாளம் தெரியாமல் மலையாள நம்பூதிரி வேடத்தில் சத்ருக்கினன் நின்று கொண்டிருந்தார். அவன் அவருடன் நெருக்கமாகப் பழகி பல வேலைகளில் ஈடுபட்டிருக்கிறான். அவருடைய நெற்றி வடுவினாலும் பழக்கத்தினாலும் கண்டுபிடித்தானே தவிர யாராலும் கண்டுபிடிக்க முடியாது. அவருடைய மாறுவேடம் அத்தனை தத்ரூபமாயிருந்தது!

ஆனால் அந்தச் சமயத்தில் அவனுக்கு சத்ருக்கினன் பார்வையில் பட விருப்பமில்லை. ஆதலால் பக்கத்தில் இருந்த இன்னொரு வாயில் வழியாகப் படியிறங்கி வீட்டைவிட்டு வெளியே சென்றான். ஒரு பக்கமாக இன்னும் சில படிகளில் இறங்கினதும் ஒரு தோட்டம் தென்பட்டது. அதற்குள் புகுந்து அடுத்த பக்கத்திலுள்ள வாயில் வழியே அவன் ஒரு அகன்ற சாலையில் வந்து நின்றான்.

ஆனால் அவன் பயந்தபடி அவர் வீட்டின் உள்ளே வரவோ வெளியில் தாமதிக்கவோ இல்லை.

செவ்வப்பன் அந்தப் பெரிய சாலை வழியே கொஞ்சதூரம் நடந்து சென்றான். அங்கு ஒரு திருப்பத்தில் ஒரு பகவதி கோயில் தென்பட்டது. அவனுக்குச் சாதாரணமாக தியானம் முதலியவற்றில் ஈடுபாடு இல்லை. ஆனால் ஏனோ அன்று அங்கு அமர்ந்து சற்று நேரம் தியானம் செய்யலாமென்று தோன்றியது. அங்கு கிடந்த ஒரு மணைமீது பத்மாசனத்தில் அமர்ந்து தியானம் செய்யத் தொடங்கினான். ஆனாலும் அந்த இனிமையான மௌனம் அதிக நேரம் நீடிக்கவில்லை. திடீரென்று நகரா, மேளச்சத்தங்கள் கேட்கத்தொடங்கின. யாரோ முக்கியமான பெரிய மனிதர்கள் வருவதுபோல் தோன்றியது. செவ்வப்பனின் தியானம் கலைந்து விட்டாலும் அவன் கண்ணைத் திறக்கவில்லை.

முதலில் ஒரு நம்பூதிரி மணி அடித்தபடி கையில் மலர்கள், கனி வகைகள், அரைத்த சந்தனம் முதலிய பூஜை திரவியங்களுடன் வந்தார். பால்குடம் வந்தது. பிறகு வந்த ஒரு சிவிகையிலிருந்து இளம்பெண் இறங்கி அன்னமென ஒயிலாய் நடந்துவந்தாள். செவ்வப்பன் ஓரக்கண்ணால் பார்த்து அவள் அரசன் மார்த்தாண்ட வர்மனின் சகோதரி ராஜீவியாகத்தான் இருக்கவேண்டுமென ஊகித்தறிந்தான்.

ஆனாலும் அவனுக்குக் கண்ணைத் திறக்கவும் எழுந்திருக்கவும் மனம் இல்லை. என்ன நடக்கிறது என்று பார்க்கலாமென்று கண்மூடியே அமர்ந்திருந்தான்.

பின்னால் வந்த இரு சிவிகைகளிலிருந்து நாலைந்து பெண்கள் கலகலவென்று சிரித்தபடி மலையாளத்தில் ஏதோ பேசியபடி வந்துகொண்டிருந்தனர். ராஜீவி அவனைக் கண்டதும் சிலையென நின்றாள்.

இப்பொழுது அவன் தலையிலோ உடலிலோ கட்டு ஏதுமில்லை. ஆதலால் தலைமுடி, அவனுடைய அண்ணன் அன்புடன் ரசிக்கும் கரேலென்ற சுருட்டைமுடி, பின் கழுத்து வரை விரிந்து பரந்து கிடந்தது. நெற்றியில் சந்தனத்திலகம் இடப்பட்டு அதன் மத்தியில் குங்குமம் ஒளிர்ந்தது. சரிகைக் கரையிட்ட பட்டு உத்தரீயம் ஒரு தோளில் மட்டும் பூணுலைப் போலச் சுற்றியிருந்தது.

ராஜீவி வைத்த கண்களை எடுக்கவில்லை. அவளுடன் வந்த ஆள் ஒருவன், ஒரு குச்சியால் அவனைத் தட்டி எழுப்பப் போனான். ராஜீவி தடுத்துவிட்டாள்.

''அவர் தியானத்திலிருக்கிறார். அவரைத் தொந்தரவு செய்யாதீர்கள்.''

பகவதி அம்மனுக்குப் பால், இளநீர்,தேன் முதலியவைகளால் அபிஷேகம் நடந்தது. பிறகு அலங்காரம். நம்பூதிரி நைவேத்தி யத்திற்காக மட்டில் சற்றுத் திரையை மூடித் திறந்தார். பெரிய மணிச்சத்தத்துடன் கற்பூர ஹாரத்தி நடந்தது. செவ்வப்பன் மணிச்சத்தம் கேட்டு எழுந்ததுபோல வாரிச் சுருட்டிக்கொண்டு எழுந்தான்.

ராஜீவி அவனைப் பார்த்துப் புன்முறுவலுடன் கை கூப்பினாள். செவ்வப்பனும் அவளைக் கண்டதும் கண் இமைக்க மறந்து பிரமித்து நின்றான். 'அப்பா! என்ன அழகு! என்ன கம்பீரம்!' மலையாளச்செழிப்பு அவள் உடலெங்கும் பரவி மேனியழகை மிகைப்படுத்தி அங்கவளைவுகளையும் மார்பகங்களையும் எடுத்துக்காட்டுவதாயிருந்தது.

செவ்வப்பன் அவள் கைகூப்பியதைக் கண்டு பதறினான்.

''இது பகவதி சந்நிதி அல்லவா? அந்தப் பக்கம் பார்த்து கை கூப்புங்கள்'' என்று கூறித் தானும் கைகூப்பி பகவதியை மனமார வணங்கி நின்றான். தேவியின் பாதங்களில் லயித்து பொன்னம் மாவின் வீட்டில் தன்னைக் காத்த மாரியாத்தாளை நினைவுகூர்ந்தான்.

பூஜையெல்லாம் முடிந்து நம்பூதிரி பிரசாதத் தட்டுக்களை வழங்கினார்.

ராஜீவி தோழிகளுடன் தன் சிவிகையை நோக்கி நடந்தாள். போகுமுன் செவ்வப்பனை நோக்கி ஓர் அழகான புன்னகையை வீசிவிட்டுத்தான் நகர்ந்தாள்.

செவ்வப்பன் போவதற்குக் கிளம்பினான்.

அந்த நம்பூதிரி இவனருகில் வந்து, ''நீ யாரப்பா, இது இளைய ராணியின் வழிபாட்டிற்காக ஏற்பட்ட தனிக்கோயில். நீ எப்படி இங்கு வந்தாய்? வந்ததுமல்லாமல் இளையராணியின் கண்களில் வேறு பட்டுவிட்டாய். என்ன நடக்குமோ தெரியாது. அவர்கள் புன்னகையைக் கண்டு மயங்கிவிடாதே. அந்த பகவதிதான் உன்னைக் காப்பாற்றவேண்டும்'' என்று கூறி அவன் நெற்றியில் அம்பாள் குங்குமத்தை இட்டுச்சென்றார்.

செவ்வப்பன் திக்பிரமை பிடித்தபடி நின்றான்.

17

ரோகிணியின் தலைநகர விஜயம்

நான்கு குதிரைகள் பூட்டிய சிருங்காரமான ரதம் ஒன்று மந்திரி வீட்டு வாசலில் வந்து நின்றது. காவலர்கள் ஓடோடி வந்து குதிரைகளின் லகானைப் பிடித்துக் கொண்டனர். முதலில் சாரதி லகானை ஆட்களின் கையில் கொடுத்துவிட்டு ரதத்திலிருந்து குதித்தான். பிறகு ரதத்தின் திரைச் சீலைகளை அகற்றவே தாதி ஒருத்தி ரதத்திலிருந்து இறங்கினாள். பிறகு கைவாகு கொடுத்து அவள் ரோகிணியை இறக்கினாள்.

நாம் அன்று செல்லப்பா வீட்டில் பார்த்த ரோகிணிக்கும் இந்தப் பெண்ணிற்கும் சம்பந்தமே இல்லை. முகபாவங்கள் அப்படியே இருந்தாலும் நடை உடை பாவனைகளில் ஏராளமான வித்தியாசங்கள். பட்டாடைகள் அணிந்து அரசகுமாரியைப் போலத் திகழ்ந்தாள். கழுத்திலும் கைகளிலும் நவரத்தினங்கள் ஜொலித்தன. நடக்கும் பொழுது கால் சிலம்புகள் 'கலீர், கலீர்' என்றன.

சலகராஜு தன் பரிவாரங்களுடன் அவளை வரவேற்பதற்கு வாசலுக்கே வந்துவிட்டார்.

அவர் அவளை அவள் தகப்பனார் வீட்டில் ஏற்கெனவே பார்த்திருந்தாலும் இப்பொழுது பார்க்கும்பொழுது அயர்ந்து விட்டார். என்ன அழகு! இவ்வளவு அழகாயிருந்தாலும் எல்லாப் பெண்களையும்போல

நாணிக்கோணிக்கொண்டு நில்லாமல் என்ன கம்பீரம்! ஏற்கெனவே சிறுத்த இடையில் அணிந்திருந்த சலங்கை ஒட்டியாணம், இருந்த கொஞ்சம் இடையையும் முழுவதுமாகவே மறைத்துவிட்டாற் போலத் தோன்றியது. கருங்குவளை மலர்கள் போன்ற நீண்ட அழகிய ஆழமான கண்கள்... முத்துப் போன்ற பல்வரிசையில் புன்னகை சதா நெளிந்தபடிதான் இருந்தது. கைகள் பருமனாகவோ மெலிந்தோ இல்லாமல் அளவான பருமனுடன் சாட்டையைப் போல் இரு பக்கங்களிலும் தொங்கிக்கொண்டிருந்தன. நெற்றிச் சுட்டியில் ஒரு சிறுபதக்கம் மட்டில் அணிந்திருந்தது நெற்றியைச் சற்றுச் சுருக்கியே காண்பித்தது. சற்று குழியும் கன்னங்கள் சிரிக்கும் பொழுது இன்னும் அதிகமாகக் குழிந்து அவளுடைய சிவந்த அதரங்களை மேலும் சிவக்க வைத்தன. மார்பங்களின் கனம் தாங்காமல் சற்றுக் குனிவதுபோல் தென்பட்டாலும் அவள் நிமிர்ந்தே நடந்தாள். பாம்புபோல் பின்னால் தொங்கவிடப்பட்ட கூந்தலில் அங்கங்கே பொருத்தியிருந்த வைரத் திருகு வில்லைகள் அவள் நடக்கும்பொழுதெல்லாம் ஒளிச்சிதறல்களைப் பரப்பி, அவள் கூந்தலின் செழுமையைப் பறைசாற்றின. இடை சற்று அசையும்படி அவள் இங்குமங்கும் செல்லும்பொழுது அந்த நடையழகு ராஜுவை அந்த வயதிலும் மயக்கியது.

ராஜுவின் மனைவி கல்யாணி ஒரு வெள்ளித் தாம்பாளத்தில் ஆரத்தி எடுத்துவந்து சுற்றிக் கொட்டினாள். இந்த அழகான பெண்ணுக்கு உள்ளபடியே கண்ணேறு பட வாய்ப்புள்ளது என்று எண்ணிக் கொண்டாள்.

அந்த அம்மாளுக்கு ரோகிணியை அந்தச் சமயத்தில் அழைத்து வருவதில் அவ்வளவாக விருப்பமில்லை. எனினும் அவள் வந்த பிறகு தன் விருப்பு வெறுப்புக்களை ஒதுக்கி வைத்துவிட்டு அவளிடம் அன்புடனேயே நடந்துகொண்டாள்.

''வா அம்மா, உன் பெயர் ரோகிணிதானே? பிரயாணம் சௌகரிய மாயிருந்ததா? கை கால் கழுவிக்கொண்டு வா அம்மா, ஏதாவது பலகாரம் தருகிறேன். வெகுநேரம் பிரயாணம் செய்ததில் களைப்பாக இருப்பதோடு பசியாகவும் இருக்கும். வா'' என்று உள்ளே அழைத்துச் சென்றாள்.

ராஜுவும் கூட உள்ளே வந்து, ''அவளுக்கு ஏதாவது ஆகாரம் கொடு'' என்றார்.

சிற்றுண்டி என்று சொன்னார்களே ஒழிய, ஒரு பெரிய விருந்தே நடந்தது. நிறைய இனிப்புப் பண்டங்களும் குடிப்பதற்கு நார்த்தம் பழ சர்பத்தும் இருந்தன.

ரோகிணி பேருக்கு ஏதோ கொஞ்சம் கொறித்துவிட்டுக் கல்யாணி அம்மாள் இவளுக்கு என்று காண்பித்த அறையில் சென்று சற்று சயனித்துக்கொண்டாள்.

சற்று நேரத்திற்குப் பிறகு ஸ்நானம் செய்து சற்று எளிமையாக உடுத்திக்கொண்டு, பாரமான ஆபரணங்களைக் கழற்றி சர்வ ஜாக்கிரதையாகப் பேழையில் வைத்துவிட்டு, வெளியே வந்தாள். ராஜுவும் சிற்றுண்டியை முடித்துக்கொண்டு சற்று இளைப்பாறி அவளை அழைத்துப்போகத் தயாராய் வந்தார்.

''குழந்தாய், உனக்குக் களைப்பாக இல்லையென்றால் நம் மாளிகையெல்லாம் சுற்றிப் பார்க்கலாமா?'' என்று வினவினார்.

''ஆகா! பார்க்கலாமே! நான் அதற்குத்தானே வந்திருக்கிறேன்!''

ரோகிணி மரியாதையுடன் பதிலளித்தாள்.

ராஜுவின் மாளிகை பெரிய அரண்மனை போலிருந்தது. இடமிடமாகப் பார்த்துக்கொண்டு வந்தார்கள். பாதி வழியில் ராஜுவின் மகன் கோவிந்த ராஜு ஓடிவந்து அவர்களுடன் கலந்து கொண்டான். சற்று நேரங்கழித்து ரோகிணி, ''மாமா உங்களுக்கு இவ்வளவு தூரம் என்னுடன் சுற்றுவது ஆயாசமாக இருக்கலாம். மேலும் உங்களுக்கு எவ்வளவோ வேலைகள் காத்திருக்கும். மற்ற இடங்களை எனக்கு இவர் சுற்றிக் காண்பிக்கட்டுமே...'' என்றாள். அவருக்கு அந்த எண்ணம் உகந்ததாகவே இருந்தது. அவள் ராஜுவுடன் கொஞ்சம் பழகுவது நல்லதுதான் என நினைத்தார். ஆனாலும் இவன் அசட்டுத்தனம் வெளியாகாமலிருக்கவேண்டுமே எனவும் பயந்தார். தன் பிள்ளையைப் பார்த்து, ''நீ என்ன சொல்கிறாய்? எல்லாம் சுற்றிக் காண்பிக்க உனக்கு நேரம் இருக்கிறதா? வேறு ஒன்றும் முக்கியமான வேலை இல்லையே...'' என்று கேட்டார்.

''இல்லை இல்லை, நான் எல்லா இடங்களையும் காண்பிக்க வேண்டும். லாயக் கொட்டடிக்கு வருவதாகக் கூறியிருந்தேன். இன்று நான் வரவில்லை என்று சொல்லி அனுப்பிவிடுங்கள்'' என்றான். சின்ன திருமலை சற்றுத் தயக்கத்துடனேயே கிளம்பினார்.

அவர் அங்கிருந்து போன பிறகு ரோகிணி, ''உங்களுக்கு அச்வ சாத்திரம் தெரியுமா?'' என்றாள்.

''அப்படியென்றால்?''

ரோகிணி புன்சிரிப்புடன், ''குதிரைகளைப் பற்றிய விஷயங்கள் - எந்த ஜாதிக் குதிரை எப்படி இயங்கும், எந்தவிதக் குதிரைகள்

சவாரிக்கு ஏற்றவை, எவை போர் புரிய உகந்தவை, எவை எவைகளை ரதத்தில் கட்டலாம் என்பது போன்ற விஷயங்கள். மேலும் அவைகளுடன் எப்படிப் பேசுவது என்பதுகூட அடங்கி இருக்கும்.''

''குதிரைகளுடன் பேசுவதா, அதிசயமாக இருக்கிறதே. குதிரைகளுடன் ஏன் பேசவேண்டும்?''

ரோகிணிக்கு இந்தக் கேள்வி வேடிக்கையாயிருந்தது.

''ஏனா? நாம் சொல்வதை அவைகள் புரிந்துகொண்டால்தான் அவைகள் நம் சொற்படி நடக்கும்?''

''ஆமாமாம்.''

தான் அடிக்கடி குதிரை மேலிருந்து கீழேவிழும் மர்மம் அவனுக்கு இப்போது புரிந்து போயிற்று. ரோகிணிக்கும் இவனைப் பற்றிய பல விஷயங்கள் புரிந்து போயின.

''இந்த அரண்மனையிலுள்ள எல்லா இடங்களும் உங்களுக்குத் தெரியுமா?'' என்றாள் ரோகிணி.

''அதென்ன அப்படிக் கேட்டுவிட்டீர்கள்... எல்லா இடமும் தெரியும். தர்பார் மண்டபம், ஆலோசனை மண்டபம், அந்தரங்க ஆலோசனை மண்டபம், நவராத்திரி கொலு மண்டபம், தினசரி பூஜைகள் செய்யப்படும் பூஜை அறை, அந்தப்புரம் - என் அம்மா அங்கு தங்குவதே இல்லை, தாதியர்தான் இருக்கிறார்கள் - உப்பரிகையிலுள்ள விருந்தினர் அறை, என் தந்தையின் விசாலமான அறை, பக்கத்திலேயே உள்ள என் தாயின் அறை, தோட்டம், தோட்டத்திலுள்ள கொடி வீடுகள், அந்தப்புரத் தோட்டத்திலுள்ள சிறு குளம், அந்தக் குளத்தின் கண்மாயில் சற்று மேல் படிக்கட்டுகள் ஏறி பிறகு கீழே செல்லும் சுரங்கவழி - ஏன் இன்னும்...'' அலட்சியமாகக் கேட்டுக்கொண்டு வந்த ரோகிணி இப்போது விழித்துக்கொண்டாள்.

''அது என்ன சுரங்க வழி? எனக்குப் புரியவில்லையே...''

''அப்படியா! கீழே படிக்கட்டுகள் தரை மார்க்கமாக இறங்கி வேறு ஒரு இடத்திற்குப் போகும்.''

''அப்படியா, இந்தக் குளத்திலிருந்து படிகள் எங்கே போகும்?''

''வெகு தூரம் படிகள் இருக்காது! படிகள் கொஞ்ச தூரம்தான் இருக்கும். பிறகு சமதளம் வந்துவிடும். இந்தத் தளம் காஞ்சீபுரம் கைலாசநாதர் கோயில் உட்பிராகாரத்தில் சென்று முடியும். வருகிறீர்களா, கொஞ்ச தூரம் படிகளில் சென்றுவரலாம்...?''

''ஐயோ இன்று வேண்டாம். எனக்குப் பயமாயிருக்கிறது. இன்னொரு நாள் பார்க்கலாம்.''

அவன் கலகலவென்று சிரித்தான். ரோகிணிக்குத் தெரியாதது தனக்குத் தெரிந்திருக்கிறதே என்று அவனுக்கு ஒரே பெருமை.

''ஆமாம் இன்னும் சுரங்கங்கள் இருக்கின்றனவா?''

''ஆகா, என் தகப்பனார் சயன அறையில் ஒன்று இருக்கிறது. அது பெரிய அரண்மனைக்கே போகும். நான்கு நாட்கள் முன்புதான் ஆட்கள் அவற்றைச் சுத்தம் செய்தார்கள். இப்பொழுது அதைப் பார்க்கலாமே... வருகிறீர்களா, இல்லை பயமாக இருக்கிறதா?''

''ஓ பார்க்கலாமே... உள்ளே பயமில்லை. வெளியில் போவதாக இருந்தால்தான் பயம். ஆமாம், அரண்மனைக்குப் போய்ச்சேர எவ்வளவு நேரம் ஆகும்?''

''வேகமாய்ப் போனால்கூட இரண்டு நாழிகைக்கு மேலாகும். பாதி தூரத்துக்கு மேல் குனிந்தேதான் செல்லவேண்டும். வழியும் கரடுமுரடாயிருக்கும்.''

''நீங்கள் அடிக்கடிப் போவதுண்டா?''

''அய்யய்யோ! நானா? நான் போகவே மாட்டேன். எனக்கு அந்த வழி பிடிக்காது. ஒரே ஒரு தடவை அப்பா பிடிவாதமாக அழைத்துச் சென்றார். போயிருந்தேன். அவ்வளவுதான். இப்பொழுது நீங்கள் கூப்பிட்டால் வருகிறேன்... ''

''இது அரண்மனையில் எங்கு போய் முடிகிறது?''

''இது, இளவரசன் சிக்க வேங்கடாத்திரி இல்லை, அவன் சயன அறையில் போய் முடிகிறது.''

ரோகிணிக்குப் பகீரென்றது.

''இப்பொழுது நாம் அங்கே போனால் இளவரசர் இருப்பாரா?''

''இருக்க மாட்டார். வாட்போர் பயிற்சிக்குப் போயிருப்பார்.''

''இப்பொழுது நாம் அங்கே சென்றால் கதவு திறந்திருக்குமா?''

''இதற்குப் பூட்டு, சாவி எல்லாம் கிடையாது. வெளியில் சுவரில் ஒரு சக்கரம் புதைத்தபடியிருக்கும். அது நன்றாக கவனித்தால்தான் கண்ணுக்குப் புலப்படும். அதை முழுமையாக மூன்று தடவை வலதுபுறமாகச் சுழற்றினால் அது நகர்ந்து சுரங்கவாயில் திறக்கும். ஆனால் அதற்கும் நாம் உள்ளே பல படிகள் ஏறவேண்டும். இதெல்லாம் எதற்கு என்றுதான் எனக்குப் புரிவதில்லை.''

ஆனால் ரோகிணிக்கு நன்றாகவே புரிந்தது.

''ஆனால் உள்ளேயிருந்து வரவேண்டுமென்றால்?''

''அது ரொம்ப சுலபம். சுவரில் ஒரு பிறை இருக்கிறது. அதை திரைச்சீலை மறைத்திருக்கும். அதனுள்ளே சற்றுப் பெரிதாக ஒரு பேழை இருக்கும். அதனுள்ளிருக்கும் விசையைத் திருகினால் கதவு தானாகத் திறந்துகொள்ளும். ஆமாம்; இதெல்லாம் நீ எதற்காகக் கேட்கிறாய்?''

ரோகிணி விழித்துக்கொண்டாள்.

''நான் கேட்டேனா? சரியாய்ப் போயிற்று! நீங்கள் என்னை அழைத்து வந்திருக்கிறீர்கள். மாளிகையைச் சுற்றிக் காண்பிப் பதற்காக. சரி, இன்று இவ்வளவே போதும். நாளை மறுபடி வரலாம். எனக்குக் கால் வலிக்கிறது'' என்றாள்.

மறுநாள் ராஜு தன் மனைவியை ரோகிணிக்கு அரண்மனையைக் காண்பித்துவிட்டு வரச்சொன்னார்.

அவர்களுடைய மனஸ்தாபத்திற்குப் பிறகு கல்யாணி அம்மாள் அரண்மனைக்குப் போகவே இல்லை. ஆதலால் ஆர்வத்துடன் கிளம்பினாள். ரோகிணியும், 'அம்மா' என்றோ 'அத்தை' என்றோ அழைக்காமல், அந்தணர் குடும்பத்தைப்போல 'மாமி மாமி' என்று அழைத்தபடியே, அவளுடன் பிரியத்துடன் ஒட்டிக்கொண்டாள். அதைக் காண கல்யாணியைவிட ராஜுவிற்கு அதிக திருப்தியாக இருந்தது.

கல்யாணி, ரோகிணி இருவரும் ஒரு சிறு ரதத்தில் அரண்மனைக்குச் சென்றனர். இவர்கள் வருவதை முன்கூட்டியே அறிந்ததால் திருமலாம்பா ஒரு தாதியுடன் வந்து முகமன் கூறி அவர்களை அந்தப்புரத்திற்குள் அழைத்துச் சென்றாள். வரதாம்பிகையுடன் அவர்களைச் சற்றுநேரம் தனியாக இருக்கவிட்டுத் திருமலை திரும்பினாள்.

வரதாம்பிகைக்குச் சற்று உடல்நிலை சரியில்லாததினால் இருவரையும் திருமலை அங்கேயே அழைத்துச்சென்றாள். வரதாம்பிகைக்குத் தன் அண்ணியைப் பார்த்ததில் மிக்க மகிழ்ச்சி. அத்துடன் ரோகிணியையும் அழைத்துப் போய் மகாராணிக்கு

வணக்கம் தெரிவிக்கச் சொன்னார். மேலும் ரகசியமாக மகாராணிக்கு மட்டும் கேட்கக்கூடிய குரலில், ''இந்தப் பெண்ணைத் தம் மருமகளாக்கிக் கொள்ளலாம் என்று தங்கள் அண்ணா நினைக்கிறார்'' என்றார்.

''பெண் பார்ப்பதற்கு லட்சணமாயிருப்பதுடன் நல்ல விவரம் தெரிந்தவளாகவும் இருப்பாள் போலிருக்கிறது'' என்றார் மகாராணி.

''ராயர் தம் பெண்ணை நன்றாகவே வளர்த்திருக்கிறார். வடமொழி, தெலுங்கு இரண்டும் நன்றாகக் கற்றிருக்கிறாளாம். இப்போது அங்கேயே ஓர் ஆசானிடம் தமிழும் பயின்று வருகிறாளாம். இவைகளைத் தவிர வாள்வீச்சு, வேலெறிவது, மற்றும் குதிரை ஏற்றம் ஆகியவற்றிலும் தன் சகோதரர்களுக்குச் சமமாகத் தேர்ச்சி பெற்றிருக்கிறாளாம். ராயரின் புத்திரர்கள் நல்ல வீரர்கள் என்று கேள்விப்பட்டிருப்பீர்கள்தானே...'' என்றாள்.

கல்யாணியின் பேச்சில் அவள் இப்பொழுதே தங்கள் வீட்டு மருமகளாகிவிட்டாற்போன்ற பெருமை தொனித்தது.

''உன் மகன் கோவிந்த ராஜுவைப் பார்த்தாளா இந்தப் பெண்?''

அவள் கேள்வி கல்யாணிக்குக் கொஞ்சம் சங்கடமாக இருந்ததுடன், கோபத்தையும் உண்டாக்கியது.

'உன் பிள்ளை ரோகிணியைப் பார்த்தானா' என்று கேட்காமல் தன் நாத்தி இப்படிக் கேட்கிறாளே என்று இருந்தது கல்யாணிக்கு. ஆனால் கேட்பதிலும் ஒரு நியாயம் இருக்கிறது என்பதைப் புரிந்துகொண்டு பதில் கூறினாள்.

''நேற்று அவன்தான் ரோகிணியை அழைத்துப் போய் மாளிகையைச் சுற்றிக் காண்பித்தான். இன்னும் நிச்சயதார்த்தம் என்று ஒன்றும் ஆகவில்லையாதலால் சகஜமாகப் பழக விடுவதில் ஒன்றும் தவறில்லைதானே...''

''வாஸ்தவம்தான்.''

இருந்தாலும் வரதாம்பிகைக்கு உயர்ந்த குடும்பத்திலிருந்து ரோகிணியைப் போன்றதொரு புத்திசாலிப்பெண், கோவிந்த ராஜுவைப்போன்ற ஓர் அசடனுடன் சகஜமாகப் பழகுகிறாள் என்பதை ஜீரணிக்க முடியவில்லை. சற்றுப் பொறாமையாகக்கூட இருந்தது. இருந்தாலும் ரோகிணி வந்து வணங்கியபொழுது, ''நன்றாயிரு அம்மா'' என்று மனதார ஆசீர்வதித்தாள்.

பிறகு, வரதாம்பிகை, கல்யாணி இருவருமே திருமலாம்பாள் இருக்குமிடத்தை நாடிச் சென்றனர். மூர்த்தி ரோகிணியைக் கண்டு 'இவ்வளவு அழகா' என்று அதிசயித்தாள். ரோகிணி மூர்த்தியைக் கண்டு, 'அப்பா என்ன சௌந்தரியம்! என்ன கம்பீரம்! இப்பொழுதே இவள் ராணியைப் போலிருக்கிறாளே! பாலையும் சந்தனத்தையும் குழைத்துப் பூசியது போன்ற மேனி' என்று அதிசயித்தாள்.

ஒருவருக்கொருவர் பொறாமை கொள்வதற்குப் பதிலாக ஒருவரைப் பற்றி இன்னொருவர் உயர்வாக நினைத்துக் கொண் டார்கள். இருவருக்குமே ஒருவரை ஒருவர் பிடித்துப் போயிற்று. தனியாக அளவளாவவேண்டும் என்ற ஆவல் இருவருக்குமே உண்டாயிற்று. அதை ஊகித்து அறிந்ததைப்போல் திருமலை, ''மூர்த்தி, ரோகிணியை அழைத்துப் போய் நம் அந்தப்புரத் தோட்டத்தைச் சுற்றிக் காண்பித்து வாயேன், உனக்கும் பொழுது போகும். ஆனால் இப்பொழுதுதான் உடல் கொஞ்சம் தேறியிருக் கிறது. கொஞ்சம் களைப்பாய் இருந்தால்கூட மேலே போக வேண்டாம். வந்துவிடு.''

''சரி அக்கா'' என்று மூர்த்தி ரோகிணியின் கையை அன்புடன் பிடித்து அழைத்துச் சென்றாள்.

அவர்கள் சென்றபின் வரதாம்பிகை தான் சற்றுக் கண்ணயர்வதாகக் கூறிச்சென்றாள். கல்யாணி திருமலையைப் பார்த்து, ''திருமலை, மூர்த்திக்கு என்ன ஆயிற்று?'' என்றாள்.

திருமலாம்பாளுக்குக் கல்யாணியிடம் மிக்க அன்பும் நம்பிக்கையும் உண்டு. ஆதலால் அவளுக்குத் தெரிந்திருப்பது நல்லதுதான் என்று நினைத்து ஆதியோடந்தமாக எல்லாவற்றையும் பகிர்ந்து கொண்டாள்.

கல்யாணிக்கு இப்பொழுது தன் கணவரின் கோபத்திற்குக் காரணம் புரிந்தது. 'ராயரின் ஆட்கள்' என்று அவர் அலுத்துக்கொண்டதன் காரணமும் புரிந்தது. அவள் சற்று யோசனை செய்தாள். இதை விட்டால் இம்மாதிரியான சந்தர்ப்பம் மறுபடி கிடைக்காதெனத் தோன்றியது.

''அக்கா, ஒரு முக்கியமான விஷயம்; உங்களிடம் கூற வேண்டு மெனத் தோன்றுகிறது. ஆனால்...'' என்று இழுத்தாள்.

''ஏன் தயங்குகிறீர்கள்? நீங்கள் எது வேண்டுமானாலும் என்னிடம் சொல்லலாம்... என்ன பிரச்சினை உங்களுக்கு?''

''எனக்கு ஒரு பிரச்சினையும் இல்லை...''

''யார் பிரச்சினையாயிருந்தாலும் தயங்காமல் கூறுங்கள்.''

''என்ன, இந்தப் பெண்பிள்ளை தன் கணவரைப் பற்றியே நம்மிடம் குறை கூறுகிறாளே என்று தயவுசெய்து தவறாக நினைக்காதீர்கள். நானும் எவ்வளவோ தடவை பொறுத்துப் பார்த்தேன். தவறாக ஏதும் நடந்துவிடக்கூடாது என்ற கவலையினால்தான் உங்களிடம் சொல்ல வந்தேன்'' என்ற பீடிகையுடன் மூர்த்தியைப் பற்றியும், தங்கள் வீட்டில் சிறு பூசல் விவரத்தைப் பற்றியும் திருமலையிடம் கல்யாணி விளக்கினாள்.

''என்ன நடந்தது? என்ன காரணம் என்று ஏதாவது சொன்னாரா?''

''ஊஹூம்; இதுகூட நான் யூகித்ததுதான்.''

திருமலாம்பாள் பொறுமையுடன் கேட்டுக்கொண்டிருந்தாள். பிறகு, ''எனக்கு இதைப்பற்றி முன்பே தெரியும். அதாவது மூர்த்தி யைத் தூக்கிக்கொண்டு போய் நாங்கள் விடுவித்த பிறகு... ஏதோ கொஞ்சம் சந்தேகம் இருந்தது. அதுவும் இப்போது நிவர்த்தி யாகிவிட்டது. உங்களுக்கு ரொம்ப நன்றி.''

''எதற்காக பாவம், அந்தப் பெண்ணைத் தூக்கிப் போகவேண்டும்?'' என்றாள் கல்யாணி.

''ஏன் தெரியுமா? மயக்கநிலையிலேயே உங்கள் மூத்தார் பெரிய திருமலையின் மகனை வைத்து அவளுக்கு கோயிலில் திருட்டுத் தாலி கட்டுவதற்கு'' என்றாள் திருமலை.

கல்யாணி அப்படியே வாயடைத்துப் பதுமைபோல் உட்கார்ந்து விட்டாள்.

''ஏதோ உங்கள் மூர்த்தி பிழைத்தாள்.''

''தாலிகட்டிய பின்னால் மூர்த்தியை மகாராணி ஆக்குகிறேன் என்று சொன்னால் அந்த விவாகத்தை நான் அங்கீகரித்து விடுவேனாம்.''

''ஓகோ! அப்படிச் சொல்லித்தான் என் கணவரும் ரோகிணியை கோவிந்த ராஜுவிற்கு மணமுடிக்கப் பார்க்கிறார். காளிங்க ராயர் எப்படி...''

''நீங்கள் சொல்வதிலிருந்து ராயரின் ஆட்கள்தான் கடத்தப் பார்த்தார்களென்று தெரிகிறதே...''

''எனக்கு ஒன்றுமே பிடிக்கவில்லை அம்மா. இருப்பதை வைத்துக்கொண்டு சந்தோஷமாக இருக்கத்தெரியாமல்...''

''என்ன செய்வது! ஆசை யாரை விட்டது...''

''அண்ணன் தம்பி இருவரும் தற்சமயம் ஒற்றுமையாய்த் தானிருக்கிறார்கள். ஆனால்...''

''ஆனால்?''

கல்யாணி விழித்துக்கொண்டாள். என்ன உளற இருந்தோம் என்று நினைத்தபொழுது அவளுக்குத் திகிலாய்விட்டது. வாயை மூடிக்கொண்டுவிட்டாள்.

''ஏதோ சொல்ல வந்தீர்களே...''

''விடுங்கள். எனக்கு இந்தப் பேச்சே பிடிக்கவில்லை. கொஞ்சம் எச்சரிக்கையாயிருப்பது நல்லது என்று பட்டதனால் எனக்குத் தோன்றியதைச் சொன்னேன். மறந்துவிடுங்கள்.''

திருமலாம்பாளுக்கு அவள் கூறவந்தது என்ன என்று நன்றாகவே புரிந்தது.

தோட்டத்தைச் சுற்றிப்பார்க்கச் சென்ற கன்னிகைகள் இருவரும் ஆனந்தமாக அளவளாவினர்.

ரோகிணிக்கு மூர்த்தியைக் கடத்த முயன்ற விஷயமே தெரியாது. மூர்த்தியும் ஏதோ ஒரு தயக்கத்தால் சொல்லவில்லை.

''உங்களுக்கு ஏதோ உடல்நிலை சரியாக இல்லை என்று சொன்னார்களே, இப்பொழுது பரவாயில்லையா?''

''இப்பொழுது பரவாயில்லை. அதோ! அந்த சம்பங்கி மரத்தைப் பாருங்கள். வருடம் முழுதும் பூக்கும். எங்கள் நந்தவனத்தில் நம் நாட்டில் கிடைக்கும் அத்தனை மரங்களும் உண்டு.''

''அப்படியா! அந்த குண்டு மல்லிகை மலரைப் பாருங்கள்! எத்தனை அழகாயிருக்கிறது! எனக்கு மல்லிகை, அதிலும் அடுக்கு மல்லிகை ரொம்பப் பிடிக்கும்.''

தன் உடல்நிலையைப் பற்றி மூர்த்தி பேச விரும்பவில்லை என்பதை ரோகிணி புரிந்துகொண்டு அதன் பிறகு அதைப்பற்றிப் பேசவில்லை.

பூந்தோட்டம் அற்புதமாயிருந்தது. அந்த சீதோஷ்ணநிலை மலர்களுக்கு உகந்ததாயிருந்தது போலும்! மல்லிகை, முல்லை, இருவாட்சி, இறைவனுக்கு அர்ப்பணிப்பதற்குரிய பவழமல்லிகை, செம்பருத்தி, பற்பல வண்ணங்களில் ரோஜா, அதேபோல்

பலவண்ண சாமந்தி, நந்தியாவட்டை இன்னும் பல மலர்கள் அழகையும் மணத்தையும் ஒருங்கே பரப்பியவாறு நின்றன. அருகிலேயே சில நாகலிங்க மரங்கள் லிங்கத்திற்குக் குடைபிடிப்பது போன்ற நாகலிங்க மலர்களைச் சொரிந்து நின்றன. மஞ்சள் வண்ணத்தில் சிவப்புக் கரையிட்டது போன்ற ஒரு ரோஜாமலர் ரோகிணியின் கவனத்தை ஈர்த்தது.

அது புதிதாக நீலகிரி மலைச்சாரலிலிருந்து கொண்டுவந்து பயிர் செய்ததாக மூர்த்தி சொன்னாள். செயற்கைக் குன்றத்திலிருந்து சுழன்று சுழன்று வழிந்தோடிய நீர் அந்தச் சூழ்நிலையையே குளிரச் செய்துகொண்டிருந்தது.

ரோகிணி திடீரென்று நினைத்துக்கொண்டு கேட்டாள். ''நீங்கள் காவியமெல்லாம் எழுதியிருக்கிறீர்களாமே...''

''ஏதோ ஒன்றிரண்டுதான் எழுதியிருக்கிறேன். அக்கா நிறைய எழுதியிருக்கிறார்கள்.''

''எந்த மொழியில்?''

''தெலுங்கில்தான். வடமொழியில் ஓரிரண்டு கவிதைகளும் ஒரு சம்புவும் மட்டில்தான் எழுதியிருக்கிறேன்.''

''சம்பு என்றால்?''

''சம்பு என்றால் கவிதையும் இயல் மொழியும் கலந்த நாடகம்.''

''இலக்கியத்தில் நிறையத் தெரிந்து வைத்திருக்கிறீர்கள் போலிருக் கிறதே!''

''அதெல்லாம் ஒன்றுமில்லை. ஏதோ பொழுது போகவேண்டும் அல்லவா...''

''உங்கள் கவிதைகளில் சிருங்கார ரசம் அதிகமாக இருக்குமா?''

மூர்த்தி 'பக்'கென்று சிரித்துவிட்டாள்.

''இதுவரையில் இல்லை; இனிமேல்... தெரியாது.''

ரோகிணியும் சிரித்தாள். அதற்குள் ஒரு தாதி வந்து இளையராணி அழைப்பதாகக் கூறவே இருவரும் திரும்பினர். அரண்மனையில் கல்யாணி விடைபெற்றுக்கொண்டிருந்தாள்.

18

முத்திரை மோதிரம்

அரண்மனையிலிருந்து வாசலில் சிவிகை வந்து நின்றதும் செவ்வப்பன் அவரை வாசலில் வந்து வரவேற்றான். பல்லக்குத் தூக்கிகள் செவ்வப்பனை ஒரு நோட்டம் விட்டபடியே திரும்பிச் சென்றனர். அவர்களுடைய கூரிய பார்வையைக் கண்ட தீட்சிதர், செவ்வப்பன் இருவருக்குமே சற்றுக் கவலையா யிருந்தது. உள்ளே வந்ததும் செவ்வப்பன் தீட்சிதரின் பரிசுகளைப் பார்த்து மனமகிழ்ந்தான். ஆனாலும் தீட்சிதர் மகிழ்வதற்குப் பதிலாக மிகுந்த கவலைக்கிடமானார்.

இவர்கள் போய் அரசரிடம் ஏதாவது கூறுவார்களா என்பதையும் மல்லப்பரின் தம்பி என்று தெரிந்தால் அரசரின் பிரதிபலிப்பு எப்படி இருக்கும் என்பதையும் அவரால் கணிக்க முடியவில்லை.

''செவ்வப்பா, நீ வெளியில் உன் சொந்த உருவத்தில் யார் கண்ணிலும் படாமல் இருப்பதுதான் நல்லது என்று நான் நினைக்கிறேன்'' என்றார்.

''எனக்கும் அப்படித்தான் தோன்றுகிறது'' என்றவன், பகவதி கோயிலில் நடந்த விஷயத்தைப் பற்றியும், அங்கு இருந்த நம்பூதிரியின் எச்சரிக்கையைப் பற்றியும் அவரிடம் கூறினான்.

தீட்சிதர் பேசினார்.

''சரி, பயந்துகொண்டு உட்கார்ந்திருப்பதற்காக நாம் இங்கு வரவில்லை. நான் இங்கே என் நண்பர் வீட்டுக் குழந்தைகளுக்குப் பாடம் சொல்லுகிறேன். நீ பட்டாணியனாகத் துறைமுகத்திற்குச் சென்று பார்த்து வா. நம் குதிரைகள் இருக்குமிடம் தெரியுமல்லவா?''

''தெரியும். ஆனால்...'' என்று இழுத்தான்.

''நம் வாயிலிலிருந்து நேரே கிழக்கே போனால் குதிரை லாயம் இருக்கிறது... குதிரையை வாங்கிக்கொண்டு நீ அங்கேயே உடை மாற்றிக்கொள்ளலாம். நம் நாயரை வெளியே காவலுக்கு நிற்கச் சொல்லிவிட்டுச் செய். அரபுக்குதிரைகள் வந்திருப்பதாகக் கேள்விப்பட்டு வந்திருப்பதாகக் கூறு. உண்மையிலேயே ஏதாகிலும் நன்றாக இருந்தால் வாங்கிவிடு. திருச்சியில் ஸ்ரீரங்கத்திற்குப் பக்கத்தில் ஸலீமுக்கு ஒரு கொட்டடி இருக்கிறது. அதன் விவரத்தின் குறிப்புகளும் உள்ளே வைத்திருக்கிறேன். மேலும் நமக்கு வேண்டியவர்களின் இருவரைப் பற்றிய குறிப்புகளும் இதில் உள்ளன. முக்கியமான விவரங்கள் அடங்கிய ஒரு புத்தகத்தையும் அந்த மூட்டைக்குள் வைத்திருக்கிறேன். ஜாக்கிரதை! தொலைத்து விட்டால் தொல்லை நமக்கில்லை. அவர்களுக்குத்தான்.''

செவ்வப்பன் உடனே மூட்டையைத் திறந்து அதில் எழுதியிருக்கும் விலாசங்களை மனப்பாடம் செய்துகொண்டு அக்குறிப்புகளைக் கிழித்தெறிந்துவிட்டான். தீட்சிதருக்கு நிம்மதியாயிருந்தது.

மூட்டையுடன் வெளியேறிய செவ்வப்பன் பகவதி கோயில் வழியாகச் செல்லாமல் அரண்மனையைச் சுற்றிக்கொண்டு சென்றான். அதனால் அவன் யார் கண்ணிலும் படவேண்டிய அவசியம் இருக்காது என நினைத்தான். ஆனால் அது நடக்கவில்லை. ஏனெனில் அரண்மனையின் அந்தப்புரமே அங்குதான் இருந்தது.

அந்தப்புரத்தின் வீதியை ஒட்டினாற்போல் ஓர் அழகான வாவியும், அதில் தாமரை மலர்களும், ஹம்ஸம் போன்ற சிற்சில நீர்ப்பறவைகளும் மிதந்துகொண்டிருந்தன. கேரள நாட்டில் ஹம்ஸங்கள் உண்டா என்று யோசித்தான். எல்லாவற்றையும் வெளியிலிருந்து பார்க்க முடிந்தாலும், சுற்றி பலமான முள்வேலி போடப்பட்டிருந்தது. அந்தக் குளத்தைச் சுற்றி அழகான பளிங்குப் படிக்கட்டுகளும், படிகளில் வசீகரமான சிறு சிறு சிற்பங்களும் வைக்கப்பட்டிருந்தன. குளத்தின் படிக்கட்டுகளின் அக்கரைப்

பக்கமாக ஒரு கொடிவீடும் தென்பட்டது. அக்குளத்தில் தாமரை, அல்லி இரண்டுமே கூம்பியிருக்கும் முன்மாலைப்பொழுது அது. அவை ரசிகனான செவ்வப்பனை ஈர்க்கவே, அவைகளைப் பார்த்த படி சற்று நின்றான். அந்த இடத்தினுடைய இயற்கை அழகின் செழிப்பும் சௌந்தரியமும் அவன் கால்களைக் கட்டிப்போட்டன. தான் வந்த வேலையையும், அதன் அவசரத்தையும் மறந்து, பிரமித்தபடி நின்றான். சற்று நேரத்தில் கொடிவீட்டைவிட்டு நகர முயன்றபொழுது கொடிவீட்டினருகில் அரவம் கேட்டது.

ராஜீவி சலங்கை சப்திக்க கொடிவீட்டுக்குள் நுழைந்து அங்கிருந்த ஊஞ்சலில் அமர்ந்தாள்.

'ஆகா! என்ன அற்புதமான அழகு!' அவள் கண்களிலிருந்த நீல மணிகளிலிருந்து நீல வண்ணம் வழிவதாகத் தோன்றியது செவ்வப்பனுக்கு.

அவள் மலையாள பாணியில் உடுத்தியிருந்த ஜரிகை இழையோடிய நீலக்கரையிட்ட ஊதாநிறப் பட்டுப் புடைவையும், எடுத்துக்கட்டி முத்துச்சரம் அணிந்த மேல் கொண்டையும், அவள் கண்களின் நீலக் கருமணிகளை எடுத்துக்காட்டுவதுபோல் இருந்தன. எல்லாமாகச் சேர்ந்து செவ்வப்பனுக்கு அவள் தேவ லோகத்திலிருந்து இறங்கிய ஓர் அப்ஸரஸ் போலத் தோற்ற மளித்தாள்.

கண்களா அவை! ஆழ்ந்த நீலக்கடல் போன்ற மேல் நோக்கிய சற்றுக் கூரிய கர்வமான பார்வை. இந்தக் கண்களுக்கு எங்கிருந்து இத்தனை ஆழம் வந்தது எனச் சிந்தித்தபொழுது, அவனால் மூர்த்திமாம்பாளின் நேரிடையாகப் பார்க்கும் கனிவான பார் வையை ஒப்பிடாமல் இருக்க முடியவில்லை. இம்மாதிரியான சிந்தனையுடன் அவன் அங்கிருந்து கிளம்ப யத்தனித்தான்.

ஆனால் அலைபாயும் ராஜீவியின் கண்கள் வேலிக்கு அப்பாலிருந்த இவனைக் கண்டுவிட்டன. ஒரு நிமிடம் அவை நிலைகுத்தி நின்றன. உடனேயே ஊஞ்சலில் இருந்து குதித்து இறங்கி ''நில்லுங்கள்! நில்லுங்கள்!'' என்றபடி ஓடோடி வந்தாள். செவ்வப்பனால் நகரமுடியவில்லை.

அவள் படலைத் திறந்து, ''உள்ளே வாருங்களேன்'' என்று அழைத்தாள்.

''இல்லை, இல்லை; நான் எப்படி உள்ளே வரமுடியும்?''

''தெரிந்துதான் வந்தீர்களா?''

‘‘இல்லை, வேறு எங்கோ போய்க்கொண்டிருந்தேன். அழகான தோட்டம். வாவி இரண்டையும் கண்டதும் சற்று நின்றேன். அவ்வளவுதான்.’’

‘‘இதற்குமுன் இந்தப்பக்கம் வந்ததில்லையா?’’

‘‘இல்லை, நான் வெளியூர்க்காரன்.’’

‘‘எந்த ஊரோ?’’

‘‘திருச்சிப் பக்கம்.’’

‘‘இங்கே எப்பொழுது என்ன காரியமாக வந்தீர்கள்? உங்களைப் பார்த்தால் படைவீரர் போல் தோன்றுகிறதே!’’

செவ்வப்பன் வாய்விட்டுச் சிரித்தான்.

‘‘படைக்கும் எனக்கும் வெகுதூரம். அம்மணி, நான் ஒரு வணிகன். இங்கு என் நண்பன் ஒருவன் சாவகம் கடாரம் சென்று பொருளீட்டி வந்ததும் அல்லாமல், என்னை அவனிடம் உள்ள பொருட்களை வாங்கி, திருச்சி, தஞ்சாவூர்ப் பக்கங்களில் விற்றால் நன்றாகப் பொருளீட்டலாம் என்று கூறுகிறான். அதற்காகத்தான் வந்தேன். மேலும் கேரளம் மிக அழகான நாடு என்று கேள்விப் பட்டிருக்கிறேன். சுற்றிப் பார்க்கவும் ஆசை. வாணிபத்திற்கு ஏதாவது வாய்ப்புக் கிடைக்குமா என்று பார்க்கவும் ஆசை’’ என்றான்.

‘‘உங்கள் நண்பன் என்ன பொருட்கள் கொண்டுவந்திருக் கிறானாம்?’’

‘‘தெரியாது. ‘எல்லாவற்றையும் லிகிதத்தில் எழுதமுடியாது. நீயே நேரில் வந்து பார்’ என்று எழுதியிருக்கிறான்.’’

‘‘மூட்டையில் என்ன இருக்கிறது?’’

‘‘தெரியாது’’ என்று உண்மையைச் சொன்னான் அவன்.

‘‘தெரியாமலா சுமந்துகொண்டு போகிறீர்கள்?’’

‘‘எங்கள் வீட்டுப் பக்கத்தில் உள்ள இஸ்லாமியப் பெரியவர் ஒருவர் இங்குள்ள தன் உறவினரிடம் சேர்த்துவிடச்சொல்லிக் கொடுத்தது இது. அதைத்தான் எடுத்துக்கொண்டு போகிறேன்.’’

‘‘உள்ளே என்ன இருக்கிறதென்று பார்க்கத் தோன்றவில்லையா?’’

‘‘இல்லை; அதற்கு எனக்கு உரிமையும் கிடையாது.’’

‘‘உள்ளே ஏதாவது தவறான பொருள் இருந்து, ஒற்றன் என்று சந்தேகப்பட்டு காவலாளிகள் திறந்து பார்த்துவிட்டால்?’’

''அப்படிப் பார்த்தால் பார்க்கட்டுமே... தவறான விஷயம் என்றால்? எனக்குப் புரியவில்லையே?''

''ஏதாவது ஆபத்தான ஆயுதங்கள் இருக்கலாம். அல்லது மாறுவேட சாமான்கள் இருக்கலாம்...''

செவ்வப்பனுக்குத் துணுக்கென்றது. அதற்குள் ஏதாவது அவள் கூறியது போன்ற சாமான்கள் இருக்கலாம் என்று எண்ணி இப்பொழுது நிஜமாகவே பயம் ஏற்பட்டது. அவளிடமிருந்து தப்பிச்சென்றால் போதுமென்று பட்டது.

''அப்படி எதுவும் இருக்காது என நினைக்கிறேன். ஏனெனில் என்னிடம் இதைக் கொடுத்தவர், கருணை உள்ளம் படைத்த ஒரு ஹக்கீம். ஏதாவது மருந்துச் சாமான்கள் இருக்கலாம். நான் பிடிபட்டு காவலர்கள் கையில் தவறான சாமான்கள் ஏதும் அகப்பட்டால் என் துரதிருஷ்டம் என்றுதான் சொல்லவேண்டும்.''

அவள் கலகலவென்று சிரித்தாள்.

''சும்மா வாயால் சொன்னதற்கே இவ்வளவு கவலைப்படுகிறீர்களே! ஏதாவது பிரச்சினை என்றால் என்னிடம் வாருங்கள். இந்த ஊரில் என்ன என்று தெரியாத பொருட்களுடன் நடமாடுவது ஆபத்தானது. இந்தாருங்கள். இதை வைத்துக்கொள்ளுங்கள்! முத்திரை மோதிரம். இந்த முத்திரை மோதிரத்தைக் காட்டினால் யாரும் எதுவும் செய்ய மாட்டார்கள். நாளை இதே நேரத்திற்கு இங்கு வந்தீர்களானால் தோட்டத்தைச் சுற்றிக் காண்பிக்கிறேன்'' என்றாள்.

செவ்வப்பன் மோதிரத்தை நன்றி சொல்லிப் பெற்றுக்கொண்டான்.

''நாளை வர இயலாதம்மா. போகும் வேலை முடிந்ததும் இரண்டு நாள் பொறுத்து வருகிறேன்.''

''சரி, அப்படியே செய்யுங்கள்; நான் தினமும் இந்த நேரத்திற்கு இங்கேதான் இருப்பேன். அந்த வியாபாரியிடமிருந்து நான் வாங்கக் கூடிய பட்டு, முத்து வகைகள் கிடைத்தால் எடுத்து வாருங்கள்.''

செவ்வப்பன் நன்றி சொல்லிவிட்டுப் 'பிழைத்தோம்' என்று எண்ணி ஓட்டமெடுத்தான்.

19

படைவீட்டில் பட்டாணியர்

செவ்வப்பனுக்குப் பட்டாணியன் வேடம் கனகச்சிதமாகப் பொருந்தியிருந்தது.

சிறிய அரும்பு மீசை இருந்த இடத்தில் கரிய கொடுவாள் மீசை. பட்டாணியர்களுக்கே உரிய நல்ல உயரத்துடன் கூடிய கட்டுமஸ்தான உடல். கரும்பச்சை நிறத்தில் நீண்ட பெரிய அங்கி. அந்தத் தொள தொளப்பான அங்கியின் மார்புப் பாகத்தில், வேறு வண்ணத்தில் தைக்கப்பட்ட பிறைச் சந்திரன், விண்மீன்கள் காணப்பட்டன. தலையில் பல வண்ணங்கள் சேர்ந்த துணியால் கட்டப்பட்ட பெரிய தலைப்பாகை. அந்தத் தலைப்பாகை, அவன் பிடறிவரை தொங்கிக்கொண்டிருந்த அழகான சுருண்ட முடியை அடியோடு மறைத்ததோடு, முதுகுப்பக்கத்தில் ஒரு வால் போன்று தலையிலிருந்து கிட்டத்தட்ட ஒரு முழநீளத்திற்குத் தொங்கிக்கொண்டிருந்தது. கழுத்தில் கொஞ்சம் பருமனான ஒரு கறுப்புக் கயிறு. அதில் ஏதோ ஒரு மந்திரத் தாயத்துப்போல ஒன்று தொங்கிற்று. வலதுகையில் முக்கால் அங்குல அகலத்திற்கு சற்று மங்கிய ஒரு வெள்ளிக் கங்கணம். இடக்கையில் சுட்டு மற்றும் மோதிர விரல்களில் ஒரு புளியங்கொட்டை அளவிற்கு பச்சை மற்றும் மஞ்சள் கற்கள் பதித்த மோதிரங்களும் காணப்பட்டன. அவனுடைய சிவந்த மேனிக்கு மாறாக, உடலெங்கும்

மலைஜாதியினரைப் போன்ற ஒரு கோதுமை கலந்த வெள்ளை நிறமே தென்பட்டது. நீண்ட அங்கிக்குக் கீழே, முழங்காலிலிருந்து தொளதொளவென்று தொங்கி கணுக்கால்களின் அருகில் வரும்பொழுது சற்று சுருக்கித் தைத்த ஒரு கால்சராய். இடுப்பில் மஞ்சள் நிறத்தில், கறுப்புப் பொட்டுப் போட்டது போன்ற கச்சிலிருந்து தொங்கிய ஒரு முழநீளம் இறங்கக்கூடிய உறையிலிட்ட வாள். கால் விரல்களுக்கடியில் மெத்தென்ற தோலில், நுனியில் நன்றாக மேல் நோக்கி வளைந்திருந்த தடிமனான ஜோடணிகள்.

இந்தப் பட்டாணியன் படைவீட்டருகில் உள்ள குதிரை லாயத் திற்குச் சென்று அங்குள்ள குதிரைகளைப் பார்வையிட்டான். வாங்குவதற்காக விலையும் பேசினான். அவன் பேசிய தமிழைக் கண்டு அங்குள்ளவர்கள் சிரமப்பட்டு சிரிப்பை அடக்கிக் கொண்டனர்.

அந்தச் சமயத்தில் பின்னாலிருந்து அவன் தோளில் பலமான ஒரு கை விழுந்தது. திடுக்கிட்டுத் திரும்பினான் செவ்வப்பன். இவனைப் போலவே, ஆனால் சற்றுக் குள்ளமாக, அங்கே இன்னொரு பட்டாணியன் நின்றுகொண்டிருந்தான். செவ்வப்பனுக்குத் திகிலாய்விட்டது. வியாபாரம் செய்யும் முறையில் ஏதோ ஓரிரண்டு சொற்கள் பட்டாணிய மொழியில் கற்றிருந்தானே தவிர அவனுக்குப் பட்டாணியர் பேசும் 'பஷ்டு'வோ 'குர்முகி'யோ தெரியாது. ஏன், ஹிந்துஸ்தானியோ அல்லது முகமதியர் பேசும் அரபு மொழியோகூடத் தெரியாது. 'இன்று நாம் தொலைந்தோம். நம் சாயம் வெளுத்துவிடும்' என்று திகிலடைந்தான். கையில் ராஜீவி கொடுத்த மோதிரம் இருக்கிறதா என்று தொட்டுப் பார்த்துக் கொண்டான். அவன் கூடியவரையில் அதை உபயோகப்படுத்தக் கூடாது என நினைத்திருந்தான்.

ஆனால் அவன் பயந்ததுபோல் எதுவும் நடக்கவில்லை.

''என்ன, நலமாயிருக்கிறாயா? என் கண்ணில் படவேண்டாம் என்றுதான் நீ பார்த்தாய்! அது எப்படி சாத்தியம்? நான் உன்னைப் பார்க்கத்தானே இவ்வளவு தொலை தூரம் வந்திருக்கிறேன்?''

செவ்வப்பனுக்கு மகிழ்ச்சி தாங்கவில்லை.

''சத்ருக்கின ஐயா! தாங்கள் எப்படி இங்கே!''

சத்ருக்கினன் 'உஷ்' என்று வாயில் விரலை வைத்து சமிக்ஞை செய்தார்.

செவ்வப்பன் குரலைத் தாழ்த்திக்கொண்டான். ''தாங்கள் எப்படி இந்த வேடத்தில்? உங்களைப் பார்க்கவேண்டாமென்று நான் போகவில்லை. அந்த இடத்தில் காண்பது உசிதமில்லை என நினைத்தேன். உங்களிடமிருந்து மறைந்துகொள்ள வேண்டுமென்ற எண்ணம் சிறிதும் எனக்கில்லை.''

''அது போகட்டும்; தலைக்காயம் முழுதும் ஆறிவிட்டதா? இப்பொழுது நாம் என்ன செய்யப்போகிறோம்?''

''பின் மண்டையில் இன்னும் சற்று வலியிருந்தாலும் காயம் முழுதும் ஆறிவிட்டது. இன்று படைவீட்டுப் பக்கம் போகலா மென்று நினைத்தேன்'' என்றான் செவ்வப்பன்.

சத்ருக்கினன் தாழ்ந்த குரலில் சொல்லத் தொடங்கினார். ''நாம் இருவரும் கோல்கொண்டா சுல்தானின் ஆட்கள். போர் நிகழும் பட்சத்தில் திருவடி தேசத்திற்குப் படைகளை அனுப்ப கோல் கொண்டா சுல்தான் ஒப்புக்கொண்டிருக்கிறார். நாம் இவர்களுக்கு என்ன தேவை என அறிந்து சுல்தானிடம் சென்று சிபாரிசு செய்யப் போகிறோம்'' என்று சிரித்தார்.

''நம்மை உள்ளே விடுவார்களா?''

''உன்னைப் பற்றி நான் இப்பொழுது ஒன்றும் கூறமுடியாது. எப்படியாவது நுழையவேண்டியதுதான். ஆனால் என்னிடம் சுல்தானின் இலச்சினை இருக்கிறது.''

''என்னிடம் இந்த நாட்டின் இலச்சினை இருக்கிறது'' என்ற செவ்வப்பன் தன்னிடம் ராஜீவி கொடுத்த மோதிரத்தை எடுத்துக் காண்பித்தான்.

''சபாஷ்! இதை வைத்துக்கொண்டு எவ்வளவோ செய்யலாம். இது எப்படி உன் கையில் கிடைத்தது?''

செவ்வப்பன் நடந்ததைக் கூறினான்.

''இதை இப்போதைக்கு அவசியம் இருந்தால் உபயோகப்படுத்திக் கொள்ளலாம். ஆனால் இனிமேல் மிகமிக ஜாக்கிரதையாக இருக்கவேண்டும். சுல்தான் இலச்சினையை வைத்துக்கொண்டு இருவரும் நுழைய முடியுமா என்று பார்க்கலாம். மிக்க அவசியம் ஏற்பட்டாலொழிய அதை உபயோகப்படுத்தவேண்டாம். ஏனெனில் பின்தொடர்வதற்கு அதை ஒரு கருவியாகப் பயன்படுத்துவதுமுண்டு. பொதுவாக அரசு வட்டாரங்களிலும் படைவீடுகளிலும் ராஜீவியைப் பற்றி அவ்வளவு நல்ல அபிப்பிராயமில்லை.''

பிறகு செவ்வப்பன் பகவதி கோயிலில் நடந்தது பற்றியும் நம்பூதிரியின் எச்சரிக்கையைப் பற்றியும் கூறினான்.

சத்ருக்கினன் ''தெரியும்'' என்றார்.

''என்ன!!''

''ஆமாம். அந்த நம்பூதிரி நம் ஆள்.''

செவ்வப்பனுக்கு ஒரே ஆச்சரியம்.

''ஏதேது! ஒற்று அறிந்தே நீங்கள் கோட்டையைப் பிடித்து விடுவீர்கள் போலிருக்கிறதே!''

''ஆமாம் அப்பா, அதுதானே என் வேலை? என் வேலையை நான் சரிவரச் செய்யவேண்டாமா?''

''வாஸ்தவம்.''

''ராஜீவி உன்னைச் சந்தித்துப் பேசி, மோதிரமும் கொடுத்த விஷயம் எப்படி எனக்குத் தெரியாமல் போயிற்றென்றே எனக்குப் புரியவில்லை. அந்த இடத்தில் ஆட்களை மாற்றியாக வேண்டும்.''

''அது அவ்வளவு சுலபமா?''

''இல்லை; இல்லவே இல்லை. மிகமிக ஜாக்கிரதையாகச் செய்ய வேண்டும். ஏற்கெனவே இருப்பவரை இதைவிட முக்கியமான இடத்திற்கு அனுப்பவேண்டியிருப்பதாகச் சொல்லிச் சமாளிக்கலாம். இவர்களில் சிலர் பெண்களாகவும் இருப்பது இன்னும் சிரமம். இல்லாவிடில் இவர்களையும் சேர்த்துக் கண்காணிக்க வேறு ஆட்களைப் போடலாம். பார்க்கலாம். இப்பொழுது படைவீட்டின் பக்கம் போகலாம் வா.''

கோல்கொண்டா சுல்தானிடமிருந்து நேரே வந்திருக்கும் அந்த இரு பட்டாணியர்களுக்கும் நல்ல மரியாதை கிடைத்தது. உபசேனாபதி மாறவர்மன் படைகள் எல்லாவற்றையும் கொண்டு காட்டினார். யானைப்படை, குதிரைப்படை, தேர்கள், மல்யுத்த வீரர்கள் என்று பெருமையுடன் காட்டினார்கள். குதிரைப் படையைக் கண்டு இவர்களுக்குக் கேலியாயிருந்தது; மல்யுத்த வீரர்களை மிக்க மரியாதையுடன் பார்த்தார்கள்; யானைப்படையைக் கண்டு நடுங்கி விட்டார்கள்.

வைத்தியம் செய்யும் பிரிவு மிக நன்றாக வேலை செய்யும் எனத் தோன்றியது. சுருட்டி வைக்கப்பட்ட படுக்கைக் குன்றுகளும்,

பெட்டிபெட்டியாக சீலைத்துணிகளும், மருந்து அரைக்கும் கல்லுவங்களும் ஏராளமாகத் தென்பட்டன.

பட்டறைகள் முழுமூச்சுடன் வாள், வேல் முதலியவைகளைச் செய்து குவித்துக்கொண்டிருந்தன.

எல்லாம் முடிந்து சமையலறைப் பக்கம் வந்ததும் அந்த வாசனையில் செவ்வப்பனுக்குப் பசிக்க ஆரம்பித்துவிட்டது. அவர்களும் 'சமையல் பக்குவமாகிவிட்டது, இருந்து எங்களுடன் சாப்பிட்டுவிட்டுப் போகவேண்டும்' என்று வேண்டிக்கொண்டனர். இருவரும் கொஞ்சம் பிகுவுடன் நல்ல விருந்துச் சாப்பாட்டைச் சாப்பிட்டுவிட்டுக் கிளம்பினார்கள்.

அப்பொழுது, 'குஞ்சுண்ணி மேனன் வருகிறார், குஞ்சுண்ணி மேனன் வருகிறார்' என்ற குரல்கள் கேட்டன.

மாறவர்மன், ''இருந்து பார்த்துவிட்டுப் போகிறீர்களா? அவரும் உண்டபிறகு பார்க்கலாம்'' என்றான்.

''இன்று நேரமாகிவிட்டது, நாளை வருகிறோம்.''

மாறவர்மன் பேச்சோடு பேச்சாக ''எங்களுக்கு இரண்டாயிரம் குதிரைகளும் அதை அடக்கும் வீரர்களும்வேண்டும். சுல்தானின் காதில் போட்டால் நல்லது'' என்றார் பணிவாக.

''சரி, அப்படியானால் நாளை வருகிறோம். சேனாபதியைப் பார்த்தாலும் நல்லதுதான். இல்லாவிட்டாலும் பரவாயில்லை. நீங்கள் உங்கள் தேவைகளை ஒரு லிகிதம் மூலம் எழுதிக் கொடுத்தால், நாங்கள் சுல்தானிடம் சேர்ப்பித்து விடுகிறோம். இன்று மாலை குஞ்சுண்ணி மேனனையும் கலந்துகொண்டோ... அல்லது அரசரே கைப்பட எழுதிக் கொடுத்தாலும் சரி, நாங்கள் சுல்தானிடம் சேர்த்துவிடுகிறோம். ஆனால் நாங்கள் நாளை ஒருநாள்தான் இங்கிருப்போம். மறுநாள் நாங்கள் மதுரை கிளம்பிவிடுவோம்'' என்று கூறிக் கிளம்பினார்கள். மாறவர்மன் வெளிவாசல் வரை வந்து வழியனுப்பவும் இருவரும் குதிரையில் ஏறிக் காற்றாய்ப் பறந்தனர்.

செவ்வப்பன் பிரமிப்பிலிருந்தான். சிரித்தபடி கேட்டான்.

''நாளை லிகிதம் வாங்கப் போகப்போகிறீர்களா?''

''ஆகா, அவசியம் போகப் போகிறேன். காரணங்கள் மூன்று; நாம் படைவீடுசென்று சுற்றிப்பார்த்து விஷயங்களைத் தெரிந்து

கொண்டதற்கு ஆதாரம் வேண்டும். இரண்டு: நாம் நாளை வரா விட்டால் இவர்கள் வேறு முயற்சி செய்து தூது அனுப்பக்கூடும். அதைத் தடுத்தாகவேண்டும். அத்துடன் சந்தேகம் வந்து நம்மையும் தேட ஆரம்பித்துவிடலாம். அகப்பட்டால் சிரச்சேதம்தான். மூன்றாவது: இவர்கள் எழுதியது போன்று நாம் எழுதும் லிகிதம் சுல்தானுக்குப் போய்ச்சேர வேண்டும். அதற்கு இவர்கள் எழுதும் லிகிதத்தின் முன்மாதிரி வேண்டும். புரிந்ததா?'' என்றார்.

செவ்வப்பன் வாயடைத்து நின்றான்.

20

செவ்வப்பனின் வியாபாரம்

படைவீட்டிலிருந்து திரும்பியதும் செவ்வப்பனும் நம்பூதிரியும் தங்கள் பழைய வேடத்துக்கு, அதாவது செவ்வப்பன் வியாபாரியாகவும் சத்ருக்கினன் நம்பூதிரியாகவும் உருமாறினார்கள்.

''செவ்வப்பா, நீ அரண்மனை நந்தவனம் வழியாகத் தானே திரும்பப்போகிறாய்?'' என்று வினவினார் விஷமச் சிரிப்புடன்.

''மோதிரத்தைத் திருப்பிக் கொடுத்துவிடு என்கிறீர்களா?''

''இல்லை, இல்லை; இன்று திரும்பக்கொடுத்தால் சரியாக இருக்காது. அன்றைய மாறுவேடப் பொருட்களை என்னிடம் கொடுத்துவிடு. இனி அவை உனக்குத் தேவையாய் இருக்காது என நினைக்கிறேன். அதற்குப் பதிலாக உன் கூற்றை நிரூபிப்பதற்குச் சில பொருட்கள் தருகிறேன். அவைகளை விற்று பொருள் சம்பாதிக்க உன்னால் முடியுமா என்று பார்ப்போம். ஆனால் அன்பளிப்பாக எதையும் தரவேண்டாம். ஏனென்றால் நீ சாதாரண வியாபாரி.''

''சரி, அப்படியே ஆகட்டும்; சத்ருக்கின ஐயா சொல்வதை மீறவே மாட்டேன்'' என்றான் செவ்வப்பன்.

அவர் சில பட்டுச்சீலைகள், முத்தாரங்கள், பவழம், நவரத்தின மாலைகள், சில சீனத்துப் பொம்மைகள் ஆகியவற்றை செவ்வப்பனிடம் கொடுத்தார். அவரே அவைகளுக்கு விலையையும் குறிப்பிட்டுச் சொன்னார்.

''விலையைக் குறைக்காதே. அவர்கள் பேரம் பேசமாட்டார்கள்'' என்று கூறி ஒவ்வொன்றின் விலையையும் தனித்தனியாகவும் மொத்தமாகவும் அவரே குறிப்பிட்டுச் சொன்னார்.

அவர்கள் எதிர்பார்த்தது போலவே அந்தப்பக்கம் செவ்வப்பன் சென்றபொழுது அவனை எதிர்பார்த்து ராஜீவி இவனுக்காகவே காத்துக்கொண்டிருந்ததுபோல் இருந்தது. அதே ஊஞ்சலில் உட்கார்ந்திருந்தவள் எழுந்து வந்தாள். அன்று இவனைச் சந்திப்பதற்கு விசேஷமான அலங்காரங்கள் செய்துகொண்டிருந் தாள். ஆபரணங்களும் சற்று அதிகமாகவே அணிந்துகொண்டிருந் தாள். வெளியில் செவ்வப்பனைக் கண்டதும் முகமலர்ச்சியுடன், ''வாருங்கள் வணிகரே, வாருங்கள்! நீங்கள் எப்பொழுது வருவீர்கள் என்று வழிமேல் விழிவைத்துக் காத்திருக்கிறாள் இந்த ராஜீவி.''

''அப்படியா?'' முகத்தில் ஆச்சரியத்தைக் காட்டினான் செவ்வப்பன்.

மறுபடியும் குறும்பாக ''அது நான் கொண்டுவருவதாகச் சொன்ன சீனத்துப்பட்டு, நவரத்தினங்களுக்காகவா, அல்லது...'' என்று இழுத்தான்.

''நீங்கள் வம்புக்காரராக இருப்பீர்கள் போலிருக்கிறதே! உங்கள் பெயர் என்ன என்று சொன்னீர்கள்?''

''என் பெயர் தேவசேனன். சென்ற தடவையே சொன்னேன் என்று ஞாபகம்.''

''இல்லை, சொல்லவில்லை. ஏன் சொல்லவில்லையோ?''

''நீங்கள் கேட்டிருக்க மாட்டீர்கள். இந்த ஏழையின் பெயரை நினைவு வைத்துக்கொள்ளவேண்டிய அவசியம் என்ன?''

''அது போகட்டும்; இனிமேல் நினைவு வைத்துக்கொள்கிறேன். மோதிரம் பத்திரமாயிருக்கிறதல்லவா?''

''ஆகா! இதோ!'' என்று தன் பையிலிருந்து ஒரு சிறிய பையை எடுத்து மோதிரத்தை எடுத்துக் காண்பித்தான். திருப்பிக் கொடுக்க முயன்றான்.

‘‘அதை எதற்கெல்லாம் உபயோகப்படுத்தினீர்கள்? நீங்கள் உண்மையையே கூறலாம்.’’

‘‘அதற்கு அவசியம் ஏற்படவில்லை. அத்துடன் பொய் கூற வேண்டிய அவசியமும் எனக்கில்லை.’’

‘‘அடேயப்பா! கோபம் பொத்துக்கொண்டு வருகிறதே! இங்கு இன்னும் சில நாட்கள் தங்குவீர்களல்லவா? அதுவரையிலும் உங்களிடமே இருக்கட்டும். போவதற்கு முன்னால் வந்து கொடுத்தால் போதும்.’’

‘‘உங்களுக்காக சீனத்துப்பட்டும் நவரத்தினங்களும் கொத்து முத்துக்களும் கொண்டுவந்திருக்கிறேன். பார்க்கிறீர்களா?’’

‘‘எனக்கு எதற்காக நீங்கள் பரிசு கொடுக்கவேண்டும்?’’

‘‘ஐயையோ! நல்ல உயர்ந்த ரகப் பட்டுக்கள். நீங்கள் விலை கொடுத்து வாங்குவீர்கள் என்ற நம்பிக்கையுடன் வந்திருக்கிறேன்’’ என்றான்.

‘‘சரி உள்ளே வாருங்கள் பார்க்கலாம்’’ என்றாள் ராஜீவி. செவ்வப்பன் தயங்கினான்.

‘‘உள்ளே வராமல் தயங்கி நின்றால் பட்டுக்களையோ, ரத்தினங்களையோ எப்படிப் பார்க்க முடியும்? பட்டுத்துணிகளை நல்ல பாய்களிலோ அல்லது ரத்தினக்கம்பளங்களிலோ விரித்துப் பரப்பிப் பார்த்தால்தான் அவைகளின் தரத்தையோ நிறத்தையோ தெளிவாகக் காணமுடியும். ரத்தினங்களை அரண்மனைப் பொற்கொல்லரை அழைத்துத்தான் பார்க்கவேண்டும். இப்பொழுது கைதேர்ந்த பொற்கொல்லர் ஒருவர் காஞ்சியிலிருந்து வந்திருக்கிறார். சொல்லியனுப்புகிறேன். உள்ளே வாருங்கள்’’ என்றாள்.

செவ்வப்பனின் மனம் துள்ளியது. ‘‘சமயம் இதுதான்!’’ என்று மனம் ஓலமிட்டது. அவன் சாதுவாக உள்ளே நுழைந்தான்.

ராஜீவி அவனை அந்தப்புரக் கூடத்திற்கு அழைத்துச் சென்றாள்.

‘‘ராஜீவி! நீ என்ன செய்கிறோமென்று தெரிந்துதான் செய்கிறாயா? யாரோ முன்பின் தெரியாத வியாபாரியை அந்தப்புரக் கூடத்தில் கொண்டுவந்து உட்கார வைத்திருக்கிறாயே? அவன் வியாபாரி என்று சொல்லிக்கொண்டு வந்த போக்கிரியாகவோ துஷ்டனாகவோ இருக்கலாம். ஒற்றனாகக்கூட இருக்கலாம். வியாபாரியாக இருந்தால் அரண்மனைக்குத் தன் பொருட்களுடன்

வரவேண்டியதுதானே! அந்தப்புரத் தோட்ட வாசலுக்கு ஏன் வரவேண்டும்?'' மகாராணி பொரிந்து தள்ளினாள்.

''அண்ணி, அவர் தானாக இங்கு வரவில்லை. நேற்று அவர் இந்த வழியாகப் போய்க்கொண்டிருந்தார். நான் அகஸ்மாத்தாக வெளியில் சென்றபொழுது அவர் மூட்டையுடன் வெளியில் சென்றதைப் பார்த்தேன். நிறுத்தி விசாரித்துப் பார்த்ததில் சீனத்துப்பட்டு வியாபாரம் செய்யும் வணிகர் என்று தெரிந்தது. ரத்தினங்கள்கூட வியாபாரம் செய்கிறாராம். நான்தான் பார்க் கலாமே என்று வரச்சொன்னேன். பார்த்தால் சாதுவான மனிதராகத் தோன்றுகிறார். கொஞ்சம் மிரட்டிப் பேசினால்கூட அரண்டு விடுகிறார்.''

''தற்சமயம் எனக்கு எதுவுமே வேண்டாமென்றாலும் உன்னைத் தனியாக விடவேண்டாமென்று வருகிறேன்.''

எப்படியிருந்தாலும் அண்ணி வருவதற்கு ஒத்துக்கொண்டதில் ராஜீவிக்கு மிக்க மகிழ்ச்சி. அண்ணிக்கு நவரத்தினங்களைப்பற்றி நன்கு தெரியும். போலியாக இருந்தால் உடனே கண்டுபிடித்து விடுவார். எதற்கும் காஞ்சியிலிருந்து வந்திருக்கும் பொற் கொல்லரை வரச்சொல்லலாம். நாம் பட்டுத் துணிகளைப் பார்க்கும் பொழுது அவர் வந்துவிடுவார் என்று எண்ணினாள். உடனே ஒரு தாதியை அனுப்பி, காஞ்சியிலிருந்து வந்திருக்கும் பொற்கொல்லரை உடனே வரும்படிப் பணித்துவிட்டு, செவ் வப்பன் இருக்கும் இடத்தை நாடிவந்தாள். அவள் அண்ணியும் பின்னாலேயே வந்து சேர்ந்துகொண்டாள்.

அதற்குள் செவ்வப்பன் மலையாளத்து மெத்தைப் பாய் ஒன்றை விரித்துக் கடை பரப்பி இருந்தான். மயக்கும் சீனத்துப் பட்டுக்கள் கண்ணைப் பறிக்கும் வர்ண ஜாலங்களுடன் மின்னின. வண்ணங்கள் ஒன்றுக்கொன்று போட்டியிட்டுப் பரப்பிய கதிர்களைக் கண்டு பெண்கள் இருவரும் அயர்ந்து நின்றனர். செவ்வப்பனோ இவ்வளவு உயர்ந்த பட்டுக்கள் சத்ருக்கின ஐயாவிற்கு எப்படிக் கிடைத்தன என்று வியந்து கொண்டிருந்தான்.

ராணிகள் இருவரும் கீழே அமர்ந்து துணிகளைப் பார்வையிடத் தொடங்கினர்.

தனக்கு எதுவும் வேண்டாமென்று மகாராணி முதலில் சொல்லி யிருந்தாலும், அந்த வண்ணஜாலங்களில் மயங்கி சிலவற்றைப் பொறுக்கவே செய்தாள்.

ஒரு கருநீலப்பட்டில் அகலமான ஜரிகைக் கரையுடன் உடலெங்கும் ஆங்காங்கே ஜரிகை நட்சத்திரங்கள் இழைக்கப்பட்டிருந்த புடைவை செவ்வப்பன் கண்களில்பட்டு அவன் கவனத்தை ஈர்த்தது. அதை அவன் எடுத்து என்ன காரணத்தினாலோ தன் பையிலேயே திரும்பவும் வைத்துக்கொண்டான். ராஜீவி அதைக்கண்டு, ''அதை இப்படிக் கொடுங்கள் பார்க்கலாம்'' என்றாள். அதற்குள் அவள் அண்ணி ''யாருக்காகவாவது எடுத்தீர்களா... ராஜீவி அதை அவரிடம் கொடுத்துவிடு. எத்தனை நீலம்தான் நீ கட்டுவாய்'' என்றாள்.

செவ்வப்பன், ''பரவாயில்லையம்மா, எடுத்துக்கொள்ளட்டும். நான் அவர்களுக்கு வேறு ஏதாவது எடுத்தால் போயிற்று. உங்களுக்குப் பிடித்தால் நீங்கள் வைத்துக்கொள்ளுங்கள்'' என்றான்.

அந்தக் கனிவான பார்வையில் ராஜீவி நெகிழ்ந்து போனாள். 'இவரைப் போய் சந்தேகப்படுகிறாரே அண்ணி' என நினைத்துக் கொண்டாள். அவள் அண்ணிக்கும் செவ்வப்பனிடம் உள்ள தயக்கம் காணாமல் போயிருந்தது. செவ்வப்பனிடம் இருந்த சரக்கும் காணாமல் போயிருந்தது. அந்த நீலப்பட்டுப் புடைவையை மட்டில் பிரியமுடன் எடுத்து பையில் வைத்துக்கொண்டான். அவன் மூர்த்தியை நினைத்துக்கொண்டுதான் அந்தப் புடைவையை எடுத்து வைத்தான் என்பது அவனுக்கு மட்டுமே தெரியும்.

பிறகு நிதானமாக, கெம்புக் கற்களையும், நவரத்தினங்கள் இழைத்த மாலைகளையும், கொற்கை முத்துச் சரங்களையும் ஒவ்வொன்றாக வெளியே எடுத்தான். எல்லாம் கண்ணைப் பறித்தன. அவன் அவைகளை எடுத்துவைத்த லாகவத்தையும், கையாண்ட விதத்தையும் காண்கையில் அவன் வணிகனல்ல என்று கூறவே முடியாது.

''சற்று இருங்கள்; இதோ பொற்கொல்லர் வந்துவிடுவார்'' என்ற மகாராணி ராஜீவியைப் பார்த்து, ''அதுவரை நாம் அந்தப்புரத்தில் இருக்கலாம் வா'' என்று சொல்லவும், இருவரும் கிளம்பிப் போனார்கள்.

செவ்வப்பன் பொறுமையுடன் காத்திருந்தான். அது பலனளித்தது.

ஒரு தாதி ஒரு பொற்கொல்லரை அழைத்து வந்து, ''இங்கே அமருங்கள் ஐயா, இன்னும் சற்று நேரத்தில் மகாராணியும் இளையராணியும் வந்துவிடுவார்கள்'' என்று சொல்லிவிட்டுப் போய்விட்டாள்.

அங்கே அமரப்போன வடிவேலன் என்ற பொற்கொல்லன் செவ்வப்பனைக் கண்டதும் தூக்கிவாரிப் போட்டு எழுந்திருக்க முயன்றான்.

செவ்வப்பன் சுற்றுமுற்றும் பார்த்துக்கொண்டு, ''நீங்கள் காஞ்சீ புரத்திலிருந்து வருகிறீர்களா? நான் எப்பொழுதோ ஒருமுறை அங்கு சென்றிருக்கிறேன். மிக அழகான ஊர்'' என்றான்.

நல்லவேளையாக அவன் கண் சிமிட்டலை வடிவேலன் புரிந்து கொண்டு வாயை மூடிக்கொண்டான். ஆனாலும் அவன் முகத்தில் அபரிமிதமான கேள்விக்குறிகள்.

''சற்றுப் பொறுங்கள் ஐயா, இதோ ராணிமார்கள் வந்துவிடு வார்கள்'' என்றான்.

இருவரும் சற்றுநேரம் காத்திருந்த பின்னர் ராணிமார்கள் இருவரும் வந்தனர்.

ராஜீவியைக் கண்ட செவ்வப்பன் அசந்துவிட்டான். வைத்த கண் வாங்காமல் அவளை நோக்குவதற்கு அவன் வெட்கம்கூடப் பட வில்லை. அவன் கொடுத்திருந்த இளம்பச்சை வண்ணப் பட்டில் அதற்குத்தகுந்த அலங்காரங்களுடன் ஜகஜ்ஜோதியாய் நின்றாள்.

''என்னிடமிருந்த பொருள் இவ்வளவு உயர்ந்தது என்று நான் நினைக்கவேயில்லை!'' என்று ஆச்சரியத்துடன் மொழிந்தான் செவ்வப்பன்.

''அது உடுத்துவது யார் என்பதைப் பொருத்திருக்கிறது'' என்று மகாராணி வேடிக்கையாக மொழிந்தாள்.

''அண்ணி, நீங்கள்கூடவா?'' என்று ராஜீவி செல்லமாகச் சிணுங்கினாள்.

செவ்வப்பனின் நகை வியாபாரம் துவங்கியது. அவனிடம் உள்ள ரத்தினங்களையும் சில நவரத்தின மாலைகளையும் கல்லிழைத்த அட்டிகைகளையும் கண்டு வடிவேலனே அதிசயித்தான். இரண்டு மோதிரங்களிலும் ஒரு நவரத்தின மாலையிலும் தன் அண்ணனின் கைவரிசையைத் தெளிவாகக் காணமுடிந்தது. அது அவனுக்குப் பெருமையாகக்கூட இருந்தது.

பெண்கள் இருவரும் நகைகளையும் முத்து மாலைகள், தனி சிவப்புக்கற்கள் இவைகளையும் பரிசோதித்தனர். ராஜீவி ஒரு முத்துமாலையையும் மகாராணி அந்த நவரத்தின மாலையையும்

எடுத்துக்கொண்டனர். சில கற்களையும் வாங்கினர். ஆனால் பட்டுத்துணிகளைப்போல் எல்லாம் விலை போகவில்லை.

செவ்வப்பனிடம் நிறையவே பாக்கி இருந்தது.

''இதைப்போன்ற மாலை உங்களால் செய்யமுடியுமா?'' செவ்வப்பன் சவாலாகக் கேட்டான்.

''ஆகா! செய்துதருகிறேன். உங்களிடம் உள்ள கற்களைக்கொண்டே செய்துதருகிறேன். அத்துடன் உங்களிடம் உள்ள பாக்கி சரக்குகளையும் விற்றுத் தருகிறேன்.''

''அதைச் செய்யும்; உங்களுக்கு நான் மிக நன்றி உள்ளவனாக இருப்பேன்.''

அதற்குப்பிறகு ராணிமார்களுக்கு நகைகளின் தரத்தைப் பற்றிப் பொற்கொல்லரிடம் விசாரிக்கவேண்டிய அவசியமே இருக்க வில்லை.

வடிவேலன், ''நன்றி எல்லாம் இருக்கட்டும்; முக்கிய வீதியில் 'ஐசுவரியம்' என்ற ஒரு பெரிய நகைக்கடை இருக்கிறது. அதற்கு மூன்றாவது கடை என்னுடையது. அந்தப்பெரிய கடைகூட என் சொந்தக்காரருடையதுதான். அவசியம் வாருங்கள்.'' அவன் அழுத்தம் கொடுத்துச் சொன்னதை செவ்வப்பனும் புரிந்து கொண்டான்.

அதற்குள் ராணிகள் இருவரும் கிளம்பினர். மகாராணி பொற் கழஞ்சுகள் நிரம்பிய ஒரு பையை செவ்வப்பனிடம் கொடுத்தாள். செவ்வப்பன் மரியாதையுடன் பெற்றுக்கொண்டான்.

மகாராணி ஒரு தாதியை விளித்து, ''இவர்களை வெளியில்கொண்டு பத்திரமாக விட்டுவிட்டுவா'' என்று உள்ளே சென்றுவிட்டாள். வடிவேலன் தாதியுடன் நடந்தபொழுது செவ்வப்பன் அவசரமாக ராஜீவியை அணுகி, ''அம்மா, தங்கள் மோதிரத்தைத் திரும்ப எடுத்துக்கொண்டுவிடுங்கள். இங்கு நான் மறுபடி வருவது சந்தேகத்திற்கிடமாகும். மேலும் உங்கள் பொற்கொல்லர் என் நகைகளையெல்லாம் விற்றுத்தருவதாகச் சொல்லியிருக்கிறார். நகைகள் விற்றாகிவிட்டால் நான் உடனே ஊருக்குச் சென்று விடுவேன்.''

ராஜீவி மோதிரத்தை அரை மனதாகத்தான் பெற்றுக்கொண்டாள்.

செவ்வப்பன் வாசலை நோக்கி நடந்தான்.

அன்று இரவே தீட்சிதரும் செவ்வப்பனும் வடிவேலனைச் சந்தித்தனர். வடிவேலு தீட்சிதரைக் கண்டதும் விழுந்து வணங்கினான்.

அவர்கள் அவனிடம் அவன் அண்ணன் வீரர்களுக்குச் செய்து கொடுத்த ஆபரணங்களைப் பற்றி விசாரித்தனர். அவன் தனக்குத் தெரிந்ததை, அதாவது அந்த வீரர்களின் பேச்சிலிருந்து தான் தெரிந்து கொண்டதை, கூறினான். காளிங்க ராயர் தன் மகளின் நிச்சயதார்த்தத்தின்பொழுது தன் மருமகனுக்குப் பரிசாகக் கொடுப்பதற்காகச் செய்யச்சொன்னதாகத் தெரிந்தது.

தீட்சிதர் சில அரசியல் விஷயங்களை அறிந்துகொள்ளத் தனக்கு உதவி செய்யும்படி கோரினார். அவனும் முழு மனதாக ஒப்புக் கொண்டு, தான் அதற்காகக் காத்திருப்பதாகக் கூறினான்.

21

வீணையின் நாதம்

மார்த்தாண்டவர்மன் சபை கூடியிருந்தது. ராஜீவியும் மன்னருக்கு அடுத்த ஆசனத்தில் கம்பீரமாக அமர்ந்திருந்தாள்.

ராயசம் எழுந்திருந்து மன்னருக்கு வணக்கம் செலுத்தி, ''தங்கள் சமூகத்தைக் காணவேண்டுமென்று தஞ்சையி லிருந்து வந்திருக்கும் கோவிந்த சூரி என்னும் வணி கரிடமிருந்து விண்ணப்பம் வந்திருக்கிறது பிரபோ'' என்றார்.

''ஓ கோவிந்தசூரியா? அவர் வணிகரில்லையே... வடமொழிப் புலவர் என்றுதான் கேள்விப் பட்டிருக்கிறேன். உள்ளபடியே அவர் வீணை வாசிப்பவராக இருக்காது என்றுதான் நான் நினைக்கிறேன்.''

''அவரது வீட்டு வழியாகச் சென்றபொழுது உப்பரிகையிலிருந்து இனிமையான வீணை நாதம் கேட்பதாகச் சொன்னார்கள்.''

''அப்படியா? அவர் இங்கு வந்து வீணை வாசிக்கட்டுமே, அண்ணா...'' என்றாள் ராஜீவி.

''சரி, நாளை சூரியாஸ்தமனத்தின்போது வரட்டும். இரவு விருந்திலும் கலந்துகொள்ளலாம்.''

''அவர் சீடனைப் பற்றி எழுதியிருக்கிறாரே?''

''சீடனெல்லாம் வேண்டாம். நமக்கு அரைகுறை ஆசாமி யாரும் தேவையில்லை. இவரே ஏதோ ஒரு சாக்கை வைத்துக்கொண்டு அரண்மனையில் நுழையப் பார்க்கிறாரோ என்று எனக்கு ஒரு சந்தேகம். அவர் இளம் வயதுடைய ஒரு வித்வான் என்று மட்டில் எனக்குத் தெரியும். அதனால் வந்துவிட்டுப் போகட்டும். நமக்கு வித்வான்களிடம் எந்த விரோதமும் இல்லை. எங்கே தஞ்சாவூரி லிருந்துதானே வருவதாகச் சொல்கிறார்? தஞ்சை சாளுவநரசிம்மர் வசம்தான் இருக்கிறது இல்லையா?''

''ஆமாம்.''

''இன்று மாலை அஸ்தமனத்திற்கு முன்னால் சபை கூடும்பொழுது வீணையுடன் அவர் மட்டில் வந்து வாசிக்கட்டும்... நம் ஆஸ்தான வித்வானையும், வீணவாசிக்கும் சங்கரன்குட்டியையும்... அவர் வீணையுடன் வரச்சொல்லுங்கள்'' என்றார் மன்னர்.

பிறகு ராஜீவி பக்கம் திரும்பி, ''ராஜீவி, உன் அண்ணியையும் மெதுவாகக் கொண்டுவந்து உட்காரவை... அவள் மனத்திற்கும் உடலுக்கும் இனிய இசை மருந்தாக அமையலாம்'' என்றார்.

''ஆகட்டும் அண்ணா'' என்றவள் 'அவள் வந்தால்தானே' என்று தனக்குள் முணுமுணுத்துக்கொண்டாள்.

மாலை வந்தது. கோவிந்த சூரி இருக்குமிடத்திற்குப் பல்லக்கு அனுப்பப்பட்டது.

சத்ருக்கினன் திரும்பிச் சென்றபிறகு உள்ளே சென்ற தீட்சிதர் லிகிதத்தைப் படித்து முடித்ததும் அதைப்பற்றி செவ்வப்பனிடம் பேசலாமென்று திரும்பினார்.

ஆனால் அவனை வீட்டில் எங்கும் காணாது கொஞ்சம் திகைத்துத் தான் போனார். வெளியில் சென்று தேடலாம் என்று நினைத் ததுடன், அவன் இப்பொழுது வெளியில் செல்வதோ அரண்மனை ஆட்களின் கண்களில் படுவதோ ஆபத்து எனப்பட்டது. அப்படித் தேடுவதானாலும் வெளியில் சென்று எங்கே என்று தேடுவது?

குழம்பிய மனத்தைச் சற்று சமநிலைப்படுத்த அவர் சற்று நேரம் தியானத்தில் அமர்ந்தார்.

அவர் தியானத்தை முடித்துக்கொண்டு எழுந்தபொழுது செவ்வப்பன் உள்ளே வந்து வீணையை சுருதி சேர்த்துக்கொண்டிருந்தான். சற்று நேரத்தில் இனிய நாத அலைகள் சுற்றிலும் நிறைந்து பரவத் தொடங்கின.

அன்று மாலை அரண்மனையிலிருந்து பதில் வந்ததுடன் சற்று நேரத்தில் சிவிகையும் வந்தது. செவ்வப்பன் அரண்மனைக்குச் செல்லாதது அவர்கள் இருவருக்குமே நிம்மதியாயிருந்தது. செவ்வப்பன் ராஜீவியை மறுபடி சந்திக்க நேர்ந்து ஏதாவது குழப்பம் ஏற்படப்போகிறதே எனப் பயந்தான். தீட்சிதர் ஏதோ மரியாதைக்காகத்தான் சீடனைக் குறிப்பிட்டிருந்தாரே தவிர, அவன் அரசர் கண்ணில் படாமலிருப்பதுதான் நல்லது என நினைத்தார்.

அரண்மனையில் தீட்சிதருக்குக் கோலாகலமான வரவேற்பு அளிக்கப்பட்டது. அவரைத் தவிர நான்கு வணிகர்கள் வீணையுடன் அமர்ந்திருந்தனர். அவையைப் பார்த்ததுமே அவருக்கு வியப்புடன் சற்று வேடிக்கையாகவும் இருந்தது.

உள்ளே வந்ததும் மன்னருக்கு முறைப்படி வணக்கம் செலுத்திவிட்டு ராஜீவியைப் பார்த்துப் புன்னகை செய்தார்.

ராஜீவி 'எனக்கும் வணக்கம் செலுத்தியிருக்கலாமே! வயதில் சிறியவராகத்தானே தென்படுகிறார்! சற்று வித்யாகர்வம் இருக்கும் போலிருக்கிறது. பரவாயில்லை. நம் வைணிகர்களின் வாசிப்பைக் கேட்டால் சரியாகிவிடும்' என நினைத்துக்கொண்டாள். அரசனோ, 'இவர் வைணிகரே அல்ல. ஏதோ ஒற்று அறிவதற்காக வைணிகரைப்போல வந்திருக்கிறார். பாவம், அவமானப்பட்டுத் திரும்பப் போகிறார்' என்று எண்ணிக்கொண்டார்.

வந்திருப்பவர்களில் ஒரு வித்வானோ, தன்னிடம் சிட்சைக்காக வந்திருக்கலாமென்று நினைத்தார். 'ஆனாலும் சரியான சிஷ்யனாயிருந்தால்தான் ஏற்றுக்கொள்ளலாமே தவிர...' இந்த ரீதியில் அவர் சிந்தனை ஓடிற்று.

மன்னர் அந்த வித்வானைப் பார்த்து ''ஆரம்பிக்கலாமே...'' என்றார்.

அவருக்கு மன்னர் தன்னை முதலில் வாசிக்கச் சொன்னதில் பரம சந்தோஷம்.

அது மாலை வேளையாதலால் அவர் அந்த வேளைக்குரிய ராகமான நாதநாமக்ரியா என்ற ராகத்தை எடுத்து, அதில் சற்று நேரம் சஞ்சாரம் செய்துவிட்டுப் புரந்தரதாஸர் கிருதி ஒன்றை எடுத்து, விஸ்தாரமாக அந்த ராகத்திற்குரிய சர்வ லட்சணங்களுடன் மீட்டினார். அவையில் சுநாதம் பரவிற்று. அரசர் கண்மூடி ரசித்தார். ராஜீவி போட்ட தாளம் கச்சிதமாயிருந்தது. அத்துடன் அவள் சவாலான ஒரு பார்வையை தீட்சிதரை நோக்கி வீசினாள். கூடவே அவரும் கண்மூடி ரசித்துக் கொண்டிருந்ததினால் அதைக் கவனிக்கவில்லை.

மன்னரும் அங்கிருந்த மற்றவர்களும் நல்ல சங்கீத ஞான முடையவர்கள் என்று அவர் அறிந்துகொண்டார். அதனால், தான் அங்கு வாசிக்கப்போவது அவருக்கு மிக்க மகிழ்ச்சி அளிப்பதா யிருந்தது. அவையில் எழுந்த நாத அலைகள் அவரை மிகச் சுமுகமானதொரு சூழ்நிலைக்கு இட்டுச்சென்றன.

இரண்டு நாழிகை காலம் நாதநாமக்ரியை அந்த வித்வான் கைகளில் விளையாடியது. அது முடிந்ததும் அவர் தீட்சிதரைப் பார்த்து, ''உம் பெயர் என்ன சொன்னீர்? ஏதோ தீட்சிதர் என்று...'' என்று இழுத்தாற்போல் சற்று இரைந்தே கேட்டார்.

''கோவிந்த தீட்சிதர்'' என்று அடக்கமாக பதில் வந்தது.

''சற்று வீணையை மீட்டுங்கள் கேட்கலாம். ஸ்வராவளி வரிசை யாயிருந்தால்கூட பரவாயில்லை'' என்று சற்று இறங்கி வந்து கூறியதுபோல் சொன்னார்.

தீட்சிதர் வீணையை எடுத்துவைத்துக்கொண்டு சுருதி சேர்த்தார். தற்காலத்திய மலயமாருதம் போன்ற ஒரு பண் வெளியே வந்தது. ஒரே ஒரு ஸ்வரக் கோர்வையைக் கோடிட்டுக் காட்டியதுமே வித்வான்கள் எல்லோருமே நிமிர்ந்து உட்கார்ந்தனர். இன்னும் சில வினாடிகள் தொடர்ந்ததும் அங்கே சூழ்நிலையே மாறிவிட்டது. அரசர் குனிந்து இசையை மிகத் தீவிரமாகக் கேட்கத்தொடங்கினார். ராஜீவி குனிந்து கண்களை மூடிக்கொண்டுவிட்டாள். அவர் வாசித்ததும் மாலைக்குரிய பண்தான். அப்பய்ய தீட்சிதர் இயற்றிய ஒரு வினாயகர் ஸ்துதியை வைத்துக்கொண்டு ராக சஞ்சாரம் செய்தார். ஆனால் சற்று நேரத்திலேயே அதில் எழுந்த கம்பீரம், மேகமூட்டங்களும் இடியும் மழையும் சீறும் மாலையோ எனத் தோன்ற வைத்துவிட்டது. நாடிநரம்பை உலுக்கிப்போடும் மேக கர்ஜனையா, யானையின் பிளிறலா அல்லது அலைகள் விம்மி ஆர்ப்பது போலவா...

இவையெல்லாவற்றையுமே நாதவெள்ளத்தில் மிதக்க விடமுடியுமா என்று சிலிர்த்து மயங்கியது அந்த அவை. நீரில் கல் விழுந்தால் பரவும் அலைகள்போல நாத அலைகள் எழுந்து விரிந்து பரந்துகொண்டே அந்த அரண்மனை முழுதும் வியாபிப்பதுபோல் தோன்றியது. ஆகா! இது என்ன சங்கீதமா! வீணையில் இப்படியெல்லாம்கூட விந்தை ஒலிகளை எழுப்ப முடியுமா! அந்த ஸ்வரங்கள் மெல்ல மெல்ல உச்ச ஸ்தாயிக்குச் சென்று அங்கு சற்று நேரம் ஓங்காரத்தில் மூழ்கி எழுந்து பிறகு மெதுவாக, மிகமிக மெதுவாக இறங்கி வந்து ஷட்ஜத்தில் ஒரு மயில் அகவல் போன்ற சத்தத்துடன் நின்றது. மயில் அகவல் கர்ண கடூரமாயிருக்குமென்று சொல்லுவார்கள். தீட்சிதர் ஷட்ஜத்திற்கு வந்து லயிக்கும்பொழுது, அந்த அகவலும் பொருத்தமாகவே இருந்தது.

சங்கீதம் நின்றதே ஒருவருக்கும் தெரியவில்லை. மகாராஜாவும் மற்றவர்களும் 'சபாஷ்' சொல்வதற்கே சற்று நேரம் பிடித்தது.

மன்னர் இருப்பதையும் பொருட்படுத்தாமல் ஒரே ஆரவாரம்! ''இது என்ன சங்கீதமா? எங்களையெல்லாம் எங்கேயோ வானவெளியில் சஞ்சரிக்க வைத்துவிட்டீரே! உம் குரு யார்? எந்த ஊரைச் சேர்ந்தவர்?'' என்று கேட்டார் அந்தப் பெரியவர்.

''என் குரு நாராயண தீட்சிதர். ஞானக் கடல் அவர். அவருக்கு ஊர் புவனகிரி. அங்குதான் இருக்கிறார்'' என்றார்.

''அடுத்தாற்போல் என்ன வாசிக்கப் போகிறீர்? உங்கள் சங்கீதத்தைக் கேட்டுக்கொண்டே இருக்கலாம் போலிருக்கிறதே...'' இன்னொரு வித்வான் பேசினார்.

தீட்சிதர் மிக்க மரியாதையுடன் மற்ற வித்வான்கள் பக்கம் கையைக் காட்டி, ''இவர்கள் யாராவது வாசிக்கலாமே'' என்றார்.

''பரவாயில்லை; அங்கேயே நடக்கட்டும்'' மன்னரின் குரல் சீறலாய் வெளிவந்தது.

மன்னரின் அதட்டலான குரலைக் கேட்டு எல்லோருக்கும் சற்று வியப்பாயிருந்தது. ஆனாலும் தீட்சிதர் மட்டில் புரிந்து புன்னகைத்துக்கொண்டார். ராஜீவிக்கும் புரிந்தது போலும். அவள் முகம் சற்றுச் சுருங்கிப் பின் பழைய நிலைக்கு வந்தது.

சங்கீதத்தை அரசர் பாராட்டினாலும் தன் சபையிலுள்ள வித்வான்களுக்குச் சமமாக, ஏன், அவர்களைவிட இன்னும் நன்றாக வேறொருவர் வாசித்ததை அவரால் ஜீரணிக்க முடியவில்லை.

அரசர் கலைஞராயிருந்தாலும் நல்ல சங்கீதத்தை ரசிக்க முடிந்தாலும், தான், தன்னுடையது என்னும் அகந்தை அவரை முழுமையாக ஆக்கிரமித்துக்கொண்டிருக்கிறது என்பதை உணர்ந்து கொண்டார் தீட்சிதர்.

தீட்சிதர் வீணையை மீட்டி மாயாமாளவ கௌளை என்ற ராகத்தை இசைக்கத் தொடங்கினார். அங்கே மிக மிருதுவான நாத இன்பம் சூழ்ந்தது. நாத அலைகளினூடே ஒரு பக்தன் தன் சிறிய பிராயத்திலேயே தன் அன்னையைக் கண்டுவிட்டதாகக் கூவுகிறான்.

'சின்னப் பிராயத்திலே தேவியுன் மின்னொளி
வடிவினைக் கண்டுமயங்கினேன்.'

அந்தக் குழையும் ராகத்தில் வாயினாலும் பாடி வீணையுடன் கொஞ்சும் பொழுது அங்குள்ள யாவரும் தெய்வத்தாயின் பக்தர்களாக மாறியது விந்தையினும் விந்தையாக இருந்தது.

மேலே அந்த இசையிலே முக்கி எடுத்தாற்போல் அநுபல்லவி போன்ற ஒரு அடிவந்தது.

'பொன்னடி சரண் புகுந்தேன், அதனில் என்னையே இழந்தேன்
இசையில் கலந்தேன்.'

அவருடைய வீணை நாதத்திற்கு அவர் குரல் வளம் குறைந்ததல்ல என்று சபையோர் கண்டுகொண்டனர். அவர் பாடிய பாடலின் பொருள்படி, வீணையின் நாதமும் அவர் குரலும் கலந்து இழைந்து காற்றில் பரவியது. 'இசையில் கலந்தேன்' என்ற அடியிலேயே திரும்பத் திரும்ப ஒன்றிவிட்டார் அவர். அவர் மறுபடி பல்லவியில் லயித்துப் பிறகு சரணத்தைத் தொட்டபொழுது எல்லார் கண்களும் கலங்கியிருந்தன.

'வெண்மலர் அணைதனிலே புண்ணிய இணைமலர் திருவடியும்' என்று பாடியபொழுது வெள்ளைத்தாமரையில் நிற்கும் கலைமகளை மனக்கண்ணில் காணமுடிந்தது. அவர் மென்மையான நிரவல் ஸ்வரங்களுடன் இந்த அடிகளைத் தொடர்ந்ததும், வீணையும் மலர்களும் கையில்கொண்டு, வாக்தேவதையே அங்கு காற்றில் பிரசன்னமாயிருக்கிறாள் என்பதில் யாருக்கும் சந்தேகம் இருக்கவில்லை.

'வெண்மலர் அணைதனிலே புண்ணிய இணைமலர் திருவடியும்
பன்மகள் வீணைக் கரமும் விரிமுகமலரும்

பெண்மையும் கண்டு உண்மையை உணர்ந்தேன்...'
(சின்ன பிராயத்திலே)

தீட்சிதர் முடிக்கும்பொழுது மற்ற வைணிகர்களின் கைகள் வீணையை மீட்டத் துடித்தன. தீட்சிதர் தலையை அசைத்ததும் அவ்வளவு வீணைகளும் ஒரே சமயத்தில் அந்தப் பண்ணை மீட்டி முத்தாய்ப்பு வைத்தன. இசை நின்றது.

தீட்சிதர் அடக்கத்துடன் எழுந்து எல்லோருக்கும் வணக்கம் சொன்னார்.

ராஜீவி எழுந்து வந்து முழங்கால் நெற்றி தரையில்பட அவரை நமஸ்கரித்தாள்.

மன்னரும் ஆனந்தத்துடன் வாய்நிறைய ''சபாஷ்! சபாஷ்!'' என்றார். ''நீர் எம் சமஸ்தானத்திற்கு வருவதாயிருந்தால் அச்சுத ராயர் எமக்கு நண்பராகிவிடுவார்'' என்றார்.

அதற்கு தீட்சிதர், ''நான் அச்சுத ராயர் சமஸ்தானத்து வித்வானல்ல. நான் எந்த அரசாங்கத்துடனும் என்னை இணைத்துக்கொள்ளாமல் சுதந்திரமாகவே இருக்க விரும்புகிறேன். இன்னும் சங்கீதத்தில் எவ்வளவோ செய்யவேண்டி உள்ளது. என் குரு என்னைக் கொஞ்சநாள் அப்பய்ய தீட்சிதரிடம் சென்று பாடம் கேட்கும்படிச் சொல்கிறார். ஆனால் அவ்விடத்தில் எப்பொழுது வந்து வாசிக்கச் சொன்னாலும் வருகிறேன்'' என்று அடக்கத்துடன் மொழிந்தார்.

மன்னர் தலையை அசைத்ததும் வெகுமானப் பொருட்கள் தட்டுத்தட்டாக வந்தன.

ஒரு தட்டு நிறைய பொன்கழஞ்சுகளும் முத்து மாலைகளும் இருந்தன. 'கௌரிசங்கரம்' என்று புகழ் பெற்ற நேபாள ருத்திராட்ச மாலையொன்றும் தட்டில் வைத்து மன்னரே கீழே இறங்கி வந்து ஜரிகை முற்றும் இழையோடிய சால்வையைப் போர்த்தித் தட்டுக்களையும் கொடுத்தார். ராஜீவி தன் பங்கிற்குத் தங்கத்தினால் செய்த சிறு சரஸ்வதி விக்கிரகம் ஒன்றைத் தட்டில் வைத்தாள். மன்னர் அவளை வியப்புடன் பார்த்தார். ஏனெனில் அது அவள் தனக்காகச் செய்யச்சொன்னது.

தீட்சிதர் இசையைப் போட்டியாகக் கருதாமல் முடிக்கும் தறுவாயில் எல்லோரையும் சேர்ந்து வாசிக்கச் சொன்னது மன்னருக்கு மிகவும் பிடித்திருந்தது.

22

மூர்த்தியின் விருப்பம்

மூர்த்தியின் விவாகத்தைப் பற்றிச் சிந்திக்கத் தொடங்கும் பொழுதே திருமலாம்பாளுக்கு மனம் நிலைகொள்ளாமல் தவித்தது. செவ்வப்பன் மூர்த்தியை ஏதோ ஒருவிதத்தில் பாதித்திருக்கிறான் என்பது மட்டில் புரிந்ததே தவிர, அவனுடன் விவாகம் என்பதை அவள் எப்படி வரவேற்பாள் என்பதை அவள் சகோதரியினால் அனுமானிக்க முடியவில்லை

மூர்த்தியைக் கூப்பிட்டனுப்புவதற்குப் பதிலாக திருமலாம்பாள் தானே அவள் இருப்பிடம் சென்றாள். மூர்த்திக்கு அது மிக வியப்பாயிருந்தது. பரபரப்புடன் எழுந்து வந்து தன் சகோதரியை வரவேற்றாள்.

''என்ன விஷயம் அக்கா, சொல்லி அனுப்பினால் நானே வந்திருக்கமாட்டேனா?''

''இல்லை மூர்த்தி, இது முக்கியமான விஷயம். உன்னிடத்தில் தனியாகப் பேசவேண்டும். அங்கு யாராவது வந்து போய்க்கொண்டு இருப்பார்கள். அதனால்தான் இங்கு வந்தேன்.''

''முதலில் அமருங்கள். குடிக்க ஏதாவது பழரசம் கொண்டுவரச் சொல்லட்டுமா?''

‘‘ஆகா, அப்படியே செய். இருவருமே இனிப்பாகக் கொஞ்சம் பழரசம் அருந்திவிட்டு விஷயத்தைத் தொடரலாம்.’’

மூர்த்திக்கு ஆவல் அதிகமாகியது.

இரண்டு அழகான கண்ணாடிக் கோப்பையில் திராட்சை ரசம் வந்தது.

திருமலாம்பா பேச்சைத் தொடங்கினாள்.

‘‘நேற்று முன்தினம் இங்கே பெத்த மல்லப்பர் வந்திருந்தார். உன்னைப் பார்க்கவேண்டுமென்று விருப்பப்பட்டார்.’’

‘‘என்னை நீங்கள் கூப்பிட்டனுப்பியிருக்கலாமே...’’

‘‘நீ கோயிலுக்குப் போயிருந்த சமயம் அது. அதனால்தான் சொல்லியனுப்பவில்லை.’’

‘‘அவர் எதற்காக என்னைப் பார்க்கவேண்டுமாம்? ஏதாவது சொன்னாரா?’’

‘‘உன் உடல் நலத்தைப் பற்றி விசாரிக்க விரும்பினார் என்று நினைத்தேன். மேலும் செவ்வப்பனைப் பற்றி ஏதாவது கேட்க நினைத்திருக்கலாம்.’’

‘‘எனக்குத்தான் அவரைப்பற்றி ஒன்றும் தெரியாது என்று சொன்னேனே! கோயிலிலே பார்த்தோம். அன்று இரவே தஞ்சாவூர் போகப்போவதாகச் சொன்னார். பார்க்கப்போனால் அவர் ஒன்றுமே பேசவில்லை. தீட்சிதர்தான் பேசினார். அவர் வாயே திறக்கவில்லை. தலையில் இருந்த பெரிய கட்டைப் பற்றி சித்தப்பா விசாரித்தபொழுது ‘குதிரை கீழே தள்ளி குழியையும் பறித்தது’ என்று கூறி பெரிதாக நகைத்தார். அந்தச் சிரிப்பினால் ஏற்பட்ட அசைவினால் உண்டான வலியில் முகத்தைச் சுருக்கித் தலையையும் பிடித்துவிட்டுக்கொண்டார். பாவம் ரொம்ப வலித்துவிட்டது போலிருந்தது’’ என்று பரிதாபப் பட்டுக்கொண்டாள்.

‘‘நீ அவனுடன் ஒன்றுமே பேசவில்லையா?’’

‘‘இல்லையே... சிதம்பரத்தில் சாப்பாட்டுக்குத் தங்கினால் நேரமாகி விடும் என்றும், மாயூரம் போய்ப் பார்த்துக் கொள்ளலாம் என்றும் சொன்னார். நான்தான், ‘சாப்பாட்டை எங்கு வைத்துக் கொண்டாலும் அதற்குரிய நேரம் ஆகத்தானே செய்யும்? ஆதலால் இரவு நம் வீட்டிற்கு வந்து இரவு உணவை முடித்துக்கொண்டு, இரவில் சிரமபரிகாரம் செய்துவிட்டு, காலையில்

புறப்பட்டாலாயிற்று' என்று சொன்னேன். சித்தப்பாவும் வற்புறுத்தியதின் பேரில் ஒருவழியாகச் சம்மதித்தார்கள்.''

''அதற்கப்புறம் நீ செவ்வப்பனுடன் எதுவுமே பேசவில்லையா?''

''இல்லையே... பிறகு நான் அவரைப் பார்க்கவேயில்லை. கோயிலுக்குப்போன அன்று நான் உணவு ஏதும் புசிப்பதில்லை என்பதால், நான் அவர்களுடன் சேர்ந்து உண்ணவில்லை. காலையில் பேசிக்கொள்ளலாமென்றுதான் இருந்தேன். ஆனால் அவர்கள் விடிவதற்கு வெகுநேரம் முன்பே கிளம்பிவிட்டார்கள். சித்தப்பாதான் எழுந்திருந்து அவர்களுக்கு விடைகொடுத் தார்களாம்.''

''அதனால்தான் நீ உன்னிடம் சொல்லிக்கொள்ளாமல் போய் விட்டார்கள் என்று சொன்னாயே...''

மூர்த்தி சற்று நிதானித்தாள்.

''ஆமாம்; சொன்னேன், ஆனால் நான் அன்று இருந்த நிலையில் எல்லாவற்றிற்கும் எல்லாரிடமும் கோபம் வந்துகொண்டிருந்தது. அன்று நான் சொன்னது சரியில்லை. அவர்கள் போகும்பொழுது சித்தப்பாவிடம் விடைபெற்று நன்றி கூறிவிட்டுத்தான் சென்றிருக்கிறார்கள். செவ்வப்பனும் நான் எப்பொழுது எழுந்திருக்கும் பழக்கம் என்று ஜாடையாய் விசாரித்ததைக் கூறி சித்தப்பா அவரைக் கேலி செய்துகொண்டிருந்தார். பாவம்!''

''பாவமா? என்ன பாவம்?''

மூர்த்தி கொஞ்சம் திணறினாள். ஏதும் காரணமில்லாமலேயே அவளுக்கு வெட்கம் வந்துவிட்டது. முகம் சிவந்தது.

''ஒன்றும் இல்லை அக்கா, ஏதோ பேச்சுக்குச் சொன்னேன். அது இருக்கட்டும்; நீங்கள் ஏதோ கூறவேண்டுமென்று வந்ததாகச் சொன்னீர்களே அதை...''

''செவ்வப்பனிடம் உனக்குக் கோபம் ஒன்றுமில்லையே...''

மூர்த்தி மறுபடியும் முகம் சிவந்தாள்.

''அப்படி ஒன்றும் இல்லை; முதலில் கொஞ்சம் ஏமாற்றம் இருந்தது உண்மைதான். ஆனால் பிறகு யோசிக்கும்பொழுது தூங்குபவர்களை எழுப்பி விடைபெறுவது நாகரீகமில்லை என்று புரிந்தது. மேலும் அவர் யாரோ நான் யாரோ... கோபித்துக் கொள்வதற்கும் குற்றம் சொல்வதற்கும் நான் யார்?''

''அதைத்தான் மாற்றிவிடலாமென்று பெத்த மல்லப்பர் நினைக்கிறார்'' என்றாள் புதிர் போடுவதைப்போல.

''என்ன சொல்லுகிறீர்கள்? எனக்குத் தலையும் புரியவில்லை, காலும் புரியவில்லை.''

''பெத்த மல்லப்பர் செவ்வப்பனுக்காக உன்னைப் பெண் கேட்கிறார்'' என்று போட்டு உடைத்தாள்.

அவ்வளவுதான்! மூர்த்திக்கு முகம் மட்டும் சிவக்கவில்லை! உடலே சிலிர்த்து ஒரு கூடை மலர்களைத் தன்மீது கொட்டினாற்போல இருந்தது. சற்றுநேரம் அவள் எதுவுமே பேசவில்லை. பிறகு சற்றுச் சமாளித்துக்கொண்டு கூறினாள்.

''அதற்கு நீங்கள் என்ன சொன்னீர்கள்?''

''உன்னைக் கேட்காமல் நான் என்ன சொல்ல முடியும் மூர்த்தி?''

''நீங்களும் மன்னரும் சேர்ந்து என்ன முடிவு எடுத்தாலும் அதை நான் ஏன் மறுத்துக் கூறப்போகிறேன்? இது உங்களுக்குத் தெரியாதா என்ன?''

''தெரியும். ஆனால் இங்குதான் கொஞ்சம் குழப்பம்.''

''என்ன? குழப்பமா?''

''ஆம், மன்னரின் கருத்து வேறாக இருக்கிறது. அவர் சலகம் பெரிய திருமலையின் மகனுக்கு உன்னைக் கொடுக்கலாமென நினைக்கிறார்.''

திருமலாம்பாளுக்குத் தன் தங்கையின் முழுமையான சம்மதம் வேண்டியிருந்தது. மேலும் அரசர் எண்ணத்தைத் தன் சகோதரியிடம் தெரிவிக்கவேண்டியது தன் கடமை என்றும் நினைத்தாள்.

''ஐயய்யோ! அவன் மகா முரடன். அவர்கள் வீட்டில் மகன், தந்தை, தாய் யாருமே சரியில்லை. சின்ன சலகம் வீட்டிலாவது தந்தை, மகன் இருவரும் சரியில்லை என்றாலும் கல்யாணி அம்மாள் நல்லவர்கள்.''

''ஏதோ கேட்டால் எங்கேயோ போகிறாயே!''

''உள்ளதைத்தான் சொன்னேன். சலகம் பெரிய திருமலையின் சம்பந்தம் நமக்கு வேண்டாம் அக்கா. கோவிந்த ராஜுவைப் போலவே அவனும் படிப்பறிவில்லாதவன்தான். மேலும் முரடன்.

எனக்கு வேண்டாம். செவ்வப்பனைப் பற்றிக் கூறினீர்கள். நான் ஏதாவது மறுத்துக் கூறினேனா? மல்லப்பருக்கு சரி என்று கூறிவிடுங்கள். மன்னருக்கும் மகாராணிக்கும் புரிய வையுங்கள்'' என்று முடிவாகக் கூறிவிட்டு மூர்த்தி எழுந்தாள்.

''சரி, அப்படியே ஆகட்டும்!'' என்று நிம்மதியுடன் கூறிவிட்டு மூர்த்தியைத் தோளில் தட்டிக் கொடுத்துவிட்டுத் திருமலாம்பாளும் கிளம்பினாள்.

23

மன்னரின் திக்விஜயம்

மன்னரின் திக்விஜயத்தின் பொறுப்பை அவருடைய மைத்துனர் சின்ன சலகம் ஏற்றிருந்தார். ஒவ்வொன்றாகப் பார்த்துச் செய்வதாக அதிகாரிகள் சாதாரணமாக நினைத்தாலும், ஆட்களை மாற்றும் பல்லக்குச் சாவடிகளிலும் குதிரை மாற்றும் இடங்களிலும், ஆட்களோ அடியாட்களோ தங்களைச் சேர்ந்தவர்களாகவோ அல்லது காளிங்க ராயரைச் சேர்ந்தவர்களாகவோ இருக்கும்படி மிகக் கவனமாகப் பார்த்துக்கொண்டார்.

அன்று ஓலை நாயகத்தை வரவழைத்து ஒவ்வொரு சிறுநாடு, உசாவடி, கூற்றம் போன்ற எல்லாப் பகுதிகளுக்கும் தனித்தனி ஓலை அனுப்பச் செய்தார். ஆங்காங்கு ஆட்களைக் குறிப்பிட்டு ஏற்பாடு செய்வது மிகச் சிரம சாத்தியமாயிருந்தது. ஆதலால் எல்லா இடங்களுக்கும் தம் நம்பகமான இரண்டு மூன்று ஆட்களைப் பொறுக்கி அனுப்பி மற்ற ஆட்களைப் பொறுக்க ஏற்பாடு செய்தார்.

அவர் மன்னரின் இந்த திக்விஜயத்தைத் தனது வருங்காலத் திட்டங்களை நிறைவேற்றிக்கொள்ள ஒரு நல்ல உபாயமாகத் தேர்ந்தெடுத்திருந்தார்.

எல்லாவற்றிற்கும் நடுவே அவருக்கு வேறொரு முக்கியமான விஷயமும் ஞாபகத்திற்கு

வந்துகொண்டே இருந்தது. சென்ற தடவை அவர் தன் மகன் கலியாண விஷயமாக காளிங்க ராயருடன் பேச்சுவார்த்தை நடத்தச் சென்றிருந்த பொழுது ரோகிணி நடந்துகொண்ட விதம் அவரை வெகுவாகப் பாதித்தது. முதலில் கொஞ்சங்கூட அவரை லட்சியம் செய்யாதவள், வெளியில் போய் வந்த பிறகு மிகவும் பவ்யமாகவும் பணிவாகவும் நடந்துகொண்டாள். அவள் எங்கு போய் யாரைப்பார்த்து வந்திருப்பாள்? வெளியில் போய் நின்று பார்க்கும் பொழுது அவள் வெகுதூரத்தில் குதிரைமேல் போவது தெரிந்தது. அதனால் அவள் முன்வாசல் வழியாகப் போகவில்லை. அவள் அந்தக் குதிரையில் அலட்சியமாகச் சவாரி செய்வதைப் பார்த்தால் குதிரை ஏற்றத்தில் மிக வல்லவளாக இருக்கவேண்டும் எனத் தெரிந்தது. எவ்வளவு சாதுவான குதிரையைக் கொடுத்தாலும் சமாளிக்கமுடியாமல் கீழே விழுந்து அவதிப்படும் தன் மகனை அவரால் நினைக்காமல் இருக்கமுடியவில்லை. இவ்வளவு சாமர்த்தியசாலியான இவளைக் கட்டிவைத்தால் அவன் திருந்தி விடுவானென்று நினைத்தார். ஆனால் இவ்வளவு புத்திசாலியான பெண்ணுக்கு இந்த மூடனைக் கட்டிவைக்கலாமா என்று ஏனோ அவருக்குத் தோன்றவேயில்லை!

இந்த விஷயத்தை எப்படி அணுகுவது என்பதைப் பற்றி யோசிக் கலானார். யாரைக் கலந்துகொள்வது என்பதைப் பற்றியும் அவரால் தீர்மானம் செய்யமுடியவில்லை. அவர் என்றுமே தன் அரசாங்க அலுவல்களில் தன் மனைவியைக் கலந்துகொள்வது இல்லை. அந்த அம்மாளும் அவர் அலுவலக விஷயங்களில் தலையிடுவதில்லை. இவர் மன்னருக்கு எதிராகச் செய்யும் பல காரியங்கள் இனிமையும் சாந்த சுபாவமும் உடைய அந்தப் பெண்மணிக்குப் பிடிப்பதில்லை. மேலும் அவள் பட்டத்து ராணி வரதாம்பிகையிடம் மிகுந்த அன்பும் பாசமும் வைத்திருப்பவள். ராஜூவின் சகோதரி என்பதுடன் அவர் பிறந்தவீட்டு வழியிலும் உறவுமுறை உண்டு. மந்திரியின் மனைவி என்பதால் அரண்மனையில் எங்கு போகவும் அவருக்குத் தடை ஏதும் இல்லை. திருமலாம்பாளிடமும் மிக்க மரியாதை உண்டு. அடிக்கடி அந்தப்புரத்திற்குச் சென்று ராணிமார்களுடன் பேசி மகிழ்வதுண்டு.

ராஜூவிற்கு, அவர் அழைத்தால் தலைநகரத்திற்கு வேண்டு மானாலும் வருவதாக ரோகிணி சிரித்துக்கொண்டே சொன்னது ஞாபகம் வந்தது. அந்தத்திட்டம் அவருக்கு மிகப் பிடித்திருந்ததோடு தன் மனைவி கல்யாணியும் இதற்கு மனப்பூர்வமாகச் சம்மதிப்பாள் என்றும் தோன்றியது.

மனதில் திட்டம் உருவானதும் அவர் ஒரு கணங்கூடத் தாமதிக்காமல் ஓலைநாயகத்தை வரவழைத்து காளிங்க ராயருக்கு, சில நாட்களுக்கு ரோகிணியை விஜயநகரத்திற்கு அனுப்பி வைத்தால் தங்களுக்கு மகிழ்ச்சியாக இருக்கும் என்பதுடன் தன் மனைவி கல்யாணியும் பார்த்த மாதிரி இருக்கும் என்று எழுதினார். அத்துடன் ரோகிணி விஜயநகரத்தை வந்து பார்க்கவேண்டுமென்று விருப்பம் தெரிவித்ததையும் குறிப்பிட்டிருந்தார். மேலும் அவர் சம்மதம் தெரிந்ததும் பல்லக்கோ அல்லது ரதமோ எதுவேண்டுமானாலும் அனுப்பி வைப்பதாக எழுதினார்.

லிகிதத்தை அனுப்பிவிட்டு அவர் தன் மனைவி கல்யாணியைக் கூப்பிட்டனுப்பினார். அந்த அம்மாளுக்கு ஒரே ஆச்சரியம். சாதாரணமாக அந்த அம்மாள் அரசியல் விஷயங்களில் தலையிடு வதில்லை. ஆனால் என்ன நடக்கிறது என்பதைப் பற்றி நன்கு தெரியும். எல்லாவற்றையும் மனதில் வைத்துப் பூட்டிக்கொண்டு விடுவார். சலகராஜு செய்யும் பல விஷயங்கள் அவருக்குப் பிடிப்பதில்லை. யாரிடமாவது சொல்லவேண்டுமென்று அவ்வப் பொழுது தோன்றுவதுண்டு. தன் அத்தைமகளும் நாத்தியுமான வரதாம்பிகையிடம் சொல்வதில் எந்த உபயோகமுமில்லை என்பது அவருக்குத் தெரியும். ஏனெனில் மகாராணிக்குத் தன் சகோதரர்கள் மீது அவ்வளவு நம்பிக்கை. அவர்கள் இருவருமே தன் மகனுக்காகவும் விஜயநகர சாம்ராஜ்யத்திற்காகவுமே உயிர் வாழ்கிறார்களென்று எண்ணம். ஆதலால் கல்யாணி அம்மாளால் எதுவும் செய்யமுடியவில்லை. அவளுக்குத் திருமலாம்பாளிடம் மிகுந்த மரியாதை உண்டு. ஆனாலும் பாரதப் பண்பாட்டில் ஊறிய அவர், தன் புருஷனைப் பற்றி இன்னொரு பெண்ணிடம் எப்படி அவதூறு சொல்வது என்ற கூச்சம் அவரது நாவைக் கட்டிப் போட்டது. யாரிடமும் கூறாமல் எந்த நடவடிக்கையும் எடுக்காமல் இருந்தால் நாட்டின் அழிவு நிச்சயம் என்பதை உணர்ந்தே இருந்தார்.

இம்மாதிரியான குழப்பத்தில் அவர் ஆழ்ந்திருக்கும்போதுதான் அவர் கணவர் அழைப்பதாகச் செய்தி வந்தது. ஆச்சரியத்துடன் அவரை அணுகினார்.

''என்னங்க, அழைத்தீர்களாமே? என்ன விஷயம்?''

மனைவியை ஏற இறங்கப் பார்த்து, ''என்ன செய்துகொண்டிருக் கிறாய்? எங்கோ வெளியில் கிளம்புகிறாய் போலிருக்கிறதே!''

''ஆமாம்; நீங்கள் சொல்ல வந்ததைச் சொல்லுங்கள்.''

''இல்லை; இது சாவகாசமாகப் பேசவேண்டிய விஷயம். நீ போய்விட்டு வந்த பிறகு சொல்லுகிறேன். எங்கே கிளம்புகிறாய்? கோயிலுக்கா?''

''அரண்மனைக்குக் கிளம்பிக்கொண்டிருக்கிறேன். இளையராணியின் தங்கை மூர்த்திக்கு ஏதோ உடல் நிலை சரியாக இல்லையாம். அதுதான் போய்ப் பார்த்து வரலாமென்று கிளம்பினேன்.''

''இளையராணி சிதம்பரத்தில் இருப்பதாகவன்றோ கேள்விப் பட்டேன்?''

கல்யாணி அம்மாளுக்குத் திக்கென்றிருந்தது. 'இவருக்கு எப்படித் தெரியும்?' என்ற யோசனை. ''இல்லை, சிதம்பரத்திலிருந்து திரும்பி வந்தாயிற்றாம். வந்ததிலிருந்துதான் உடல் நிலை சரியாயில்லையாம்.''

''என்ன? சிதம்பரத்திலிருந்து திரும்பி வந்தாயிற்றா? எப்போது? எப்படி?''

இப்போது ராஜுவிற்கு ஒரே திகைப்பு.

''இதற்காக உங்களுக்கு ஏன் இப்படித் தூக்கிவாரிப் போடுகிறது? உங்களுக்கும் இதற்கும் என்ன சம்பந்தம்?''

ராஜு விழித்துக்கொண்டார். ஆனாலும் முழுதும் திகைப்பு நீங்கியபாடில்லை. மனைவியை ஒன்றும் விவரம் கேட்டுத் தெரிந்துகொள்ள முடியாதென்று அவருக்குத் தெரியும்.

''என்ன, என் கேள்விக்கு ஒன்றும் பதிலைக் காணோமே!''

''என்ன கேட்டாய்?''

''ஓ... அதுவே மறந்துவிட்டதா? மூர்த்திமாம்பா சிதம்பரத்திலிருந்து திரும்பி வந்துவிட்டாள் என்றதும் நீங்கள் திகைப்பானேன்?'' அந்த அம்மாள் விவரமாகவே கேட்டாள்.

''எனக்கென்ன திகைப்பு? ஒன்றுமில்லையே! நீயாக ஏதாவது கற்பனை செய்துகொள்கிறாய். எனக்கு அவள் திரும்பி வந்தது தெரியாது. அதுதான்...''

''உங்களுக்கு எதற்குத் தெரியவேண்டும்? எப்போதும் இதைப் பற்றியெல்லாம் நீங்கள் கண்டுகொள்வதே இல்லையே! இப்போது மட்டும் என்னவாம்?''

‘‘ஐயோ! வதைத்து எடுக்காதே. நீ எங்கு வேண்டுமானாலும் போய் விட்டுவா. நான் ஏனென்று கேட்கவில்லை. போய்விட்டுவா. போய்விட்டு வந்து மூர்த்திமாம்பாளின் உடல்நிலை எப்படி யிருக்கிறதென்று சொல்லலாமென்றால் சொல். ஏதோ ஒரு நல்ல விஷயம் பேசலாமெனக் கூப்பிட்டால் நீ கண்டபடி பேசி என் ஆத்திரத்தைக் கிளப்பிவிட்டுவிட்டாய்.’’

‘‘நான்தான் அப்புறம் போகிறேனென்று சொன்னேனே!’’

‘‘நீ போய்த்தொலை!’’

ராஜு ஒரேகத்தாய்க் கத்தினார்.

கல்யாணிக்கு ஒன்றுமே புரியவில்லை. ஆனால் இவருடைய சதித் திட்டங்களில் ஒன்று திரும்ப வெடித்துவிட்டது என்று மட்டில் புரிந்தது.

‘‘இந்த ராயரின் ஆட்களுக்கு எதையுமே சரியாய்ச் செய்யத் தெரியாது.’’

திரும்பிப் போய்க்கொண்டிருந்த கல்யாணியின் செவிகளில் அவர் சற்று இரைந்தே முணுமுணுப்பது கேட்டது. அந்த அம்மாள் மூர்த்திக்கு ஏதாவது ஆபத்து வராமலிருக்கவேண்டுமே எனப் பயந்தாள். இதை எப்படியாவது திருமலாம்பாள் காதில் போட்டு விடவேண்டுமென்று தோன்றியது. ஆனாலும் அன்று அரண்மனைக்குப் போகவில்லை.

மறுநாள் நிதானமாகக் காளிங்க ராயன் பெண் ரோகிணியைத் தங்கள் மகன் கோவிந்த ராஜுவிற்கு மணம் பேச இருப்பதை மெல்ல வெளியிட்டார். அதைக் கேட்ட கல்யாணிக்கு ஒரு பக்கம் மகிழ்ச்சியாகவும் ஒரு பக்கம் திகைப்பாகவும் இருந்தது.

‘‘அப்படியா? ராயர் சம்மதித்துவிட்டாரா? அந்தப் பெண் நன்கு படித்தவள் என்றும் நல்ல புத்திசாலி என்றும் கேள்விப் பட்டிருக்கிறேன்.’’

‘‘சம்மதிக்காமல் என்ன? விஜயநகர சாம்ராஜ்யத்தின் பட்டமகிஷி ஆக்குகிறேன் என்றால் கசக்கிறதா?’’

‘‘இப்பொழுது என்ன குறைந்துவிட்டது? உங்கள் சகோதரிதானே பட்டத்து ராணியாக இருக்கிறார்? அரண்மனையில் உங்களுக்கு இல்லாத செல்வாக்கா? இருந்தும் ஏன் இப்படிப் பேராசைப்பட்டு அலையவேண்டும்? எனக்குப் புரியவில்லை.’’

''உனக்குப் புரியாது. ஏனென்றால் நீ ஒரு ஜடம். அது போகட்டும். உன் பிள்ளை கலியாணத்தைப் பற்றி ராயரிடம் பேசி இருக்கிறேன். அந்தப் பெண்ணை இங்கு அழைத்து வந்து கொஞ்சநாள் வைத்திருந்து ஊரெல்லாம் சுற்றிக் காண்பிக்கலாம் என்று பார்க்கிறேன்.''

அந்த அம்மாளுக்கு ஒருபக்கம் மகிழ்ச்சியாக இருந்தாலும் இதில் ஏதோ சதி இருக்கிறதென்று தோன்றியதால் பிடிக்கவில்லை.

''ஏதோ செய்யுங்கள்'' என்று விரக்தியாகக் கூறிவிட்டு உள்ளே சென்றுவிட்டாள்.

24

பஞ்சகல்யாணிக் குதிரை

அவள் கலியாண விஷயத்தில் மூர்த்தியின் கருத்து மன்னருக்கு அவ்வளவு சம்மதமில்லாவிட்டாலும் அதிலுள்ள நியாயம் அவருக்குப் புரிந்தது. திருமலாம்பாள் அவரிடம் எதுவும் கூறவில்லை எனினும், வீரப்பனின் ஆட்கள் சிலர் மூலமாக அவளைக் கடத்த முயற்சித்தது திருமலை சகோதரர்கள் தாம் என்பது அவருக்குத் தெரிந்தே இருந்தது. மூர்த்தி அன்று முரடர்களிடம் அகப்பட்டிருந்தால் விபரீதமாகி இருக்கும். வேங்கடப்பன் இந்நேரம் அவளுக்குத் தாலி கட்டி இருப்பான். திருமலாம்பாளைச் சமாதானப் படுத்தியிருக்கவே முடியாது. ஏதோ இதுவரை தப்பித் தது பெரும் புண்ணியம். அவர் சுமுகமாக ஒப்புக் கொண்டதில் திருமலாம்பாளுக்கு மகிழ்ச்சி. பெரிய ராணியைச் சமாதானப்படுத்துவது கொஞ்சம் சிரமமாகத்தான் இருந்தது. அவனை மணக்க மூர்த்தி விருப்பப்படவில்லை என்றதும் விட்டுவிட்டார்.

பெத்த மல்லப்பர் இன்னும் செவ்வப்பனைக் கலந்தா லோசிக்கவில்லை. மன்னரின் திக்விஜயத்தின்போது திருச்சி மகாசபையில் அவன் வந்து கலந்துகொள்ள வாய்ப்பிருப்பதாக சத்ருக்கினன் வந்து கூறியதிலிருந்து தெரிந்தது. ஆனாலும் மன்னர்பிரானுடன் பேச்சு வார்த்தை வைத்துக்கொள்ளும்பொழுது அவன் முழுச்

சம்மதமும் தெரிந்திருக்கவேண்டுமே... அதற்கு என்னசெய்யலா மென்று யோசித்தவண்ணம் இருந்தார்.

தீட்சிதரும் செவ்வப்பனும் திருவடி தேசத்திலிருந்து கொஞ்சதூரம் கால்நடையாக வீணைகளைப் பாரவண்டியில் ஏற்றிப் பயணம் செய்தனர். செவ்வப்பன் வணிக வேடத்திலேயே இருந்தான். அந்நாட்டு எல்லையைத் தாண்டியபிறகு, ஏற்கெனவே மொடக் கண்ணியிடம் ஏற்பாடு செய்யச் சொல்லியிருந்தபடி, சமீபத்தி லிருந்த குதிரை லாயத்திலிருந்து அரசு இலச்சினையைக் காட்டி அவரவர்களுக்குத் தகுந்தபடி வேண்டிய குதிரைகளைப் பெற்றுக் கொண்டனர்.

செவ்வப்பனுக்கு வேடத்தைக் கலைத்ததும் ‘அப்பாடா’ என்றிருந்தது. திருவடி தேசம் சென்ற வேலை செவ்வனே முடிந்ததில் அவனுள்ளே மிகுந்த திருப்தி நிலவியது. கோவிந்த தீட்சிதரும் வடிவேலனைத் தவிர இன்னும் இரு ஒற்றர்களைத் தயார் செய்து சத்ருக்கினரிடம் அனுப்பியிருந்தார். ஆக, திருவடி தேசத்தில் சத்ருக்கினரின் ஆட்கள் இல்லாத இடம் இல்லை என்ற நிலைதான்.

கோல்கொண்டா சுல்தான் இனி திருவடி தேசத்தின் உதவிக்கு வர மாட்டார். குதிரைப்படை, யானைப்படை இவைகளைப்பற்றி வல்லாளத்தேவரிடம் விரிவாகக் கூறவேண்டுமென்று எண்ணிக் கொண்டான் செவ்வப்பன்.

ஆதவன் மலைவாயிலில் வீழ்ந்துகொண்டிருந்த சமயம் அது. மேல் வானம் சில இடங்களில் செக்கச்சிவந்தும் சிற்சில இடங்களில் தங்கமுலாமும் வெள்ளி ரேகைகளுமாக தகதகாயமாய் வானத்தில் கோலமிட்டிருந்தன. புள்ளினங்கள் அன்றைய வேலையை முடித்துக்கொண்டு தங்கள் குஞ்சுகளைக் காணும் ஆவலுடன் தங்கள் கூடுகளை நோக்கி முன்னேறின. அவர்கள் நதிக்கரையோரமாகவே பிரயாணம் செய்துகொண்டிருந்தனர். அங்கு ‘ஏலேலோ’ பாடிக்கொண்டு செம்படவர்கள் தங்கள் ஓடங்களில் தங்கள் காதலிகளைக் காண விழைந்து திரும்பிக்கொண்டிருந்தனர். நதிநீரின் சலசலப்புடன் பறவைகளின் இனிய கானமும், அந்த இயற்கையை மேலும் சிங்காரிப்பது போன்ற தென்றலும், தாளமிடுவது போன்ற அவர்களது குதிரைகளின் குளம்படி ஓசையும் சேர்ந்து அந்தச் சூழ்நிலையை ரம்யமாய்ச் செய்துகொண்டிருந்தன. அவ்விரு இளைஞர்களும் எதுவுமே பேசிக்கொள்ளாமல் இயற்கையை அனுபவித்தபடி பெருநடையாகச் சென்றுகொண்டிருந்தனர். செவ்வப்பன் மூர்த்தியைப் பற்றி யோசனை செய்தவாறு இருந்தான். அவ்வளவு செய்தவர்களுக்குப் புறப்படும் பொழுது சொல்லாமல்

கொள்ளாமல் கிளம்பும்படி நேர்ந்துவிட்டதே... சற்று விடிந்தபிறகே கிளம்பியிருக்கலாமே என்று தன்னையே கேட்டுக் கொண்டான். ஊருக்குச் சென்றதும் அவர்களைப் பற்றித் தன் சின்ன அண்ணியிடம் பேசவேண்டுமென்று எண்ணிக்கொண்டான். என்ன வென்று சொல்வது? குழப்பமாகவும் கூடவே வெட்கமாகவும் இருந்தது அவனுக்கு.

இது புது மாதிரியாக இருக்கிறதே! அண்ணியிடம் என்னவென்று சொல்வது?

இதுவரை அவன் எந்தப் பெண்ணையும் ஏறெடுத்துப் பார்த்த வனில்லை. ராஜீவியின் அபரிமிதமான அழகுகூட அவனைத் தொடவில்லை. என்னென்னவோ சிந்தனைகள்! மூர்த்தியை எப்படியாவது தனக்கே சொந்தமாக்கிக்கொள்ள வேண்டுமென்று ஒரு துடிப்பு அவனுள்ளே ஊறி அவனை முழுமையாய் ஆக்கிரமிப்பது கண்டு திகைப்பும் பயமும் ஒருங்கே ஏற்பட்டன.

அவன் தீட்சிதரைத் திரும்பிப் பார்த்தான். அவர் இயற்கையின் அழகை அனுபவித்தபடி மெல்லவே குதிரையை ஓட்டிக் கொண்டிருந்தார்.

அந்த இனிமையான சூழ்நிலையில், ''நில்'' என்று அதட்டலான ஒருகுரல் கேட்டது. இருவருமே ஒன்றும் புரியாமல் தத்தம் குதிரைகளை இழுத்துப் பிடித்தனர். தஞ்சாவூரில் அவனை உந்தித்தள்ளி இடிபாடுகளிலிருந்து மீட்ட அதே துறவி அங்கு நின்றுகொண்டிருந்தார்!

மெதுவாக செவ்வப்பன் அருகில் வந்து, ''உனக்கு அசுவ சாத்திரம் தெரியுமா?'' என்றார்.

''தெரியும்; ஆனால்...''

செவ்வப்பனுக்கு வேறு எந்தப் பதிலும் கூறாமல் தீட்சிதரைப் பார்த்து, ''இங்கே அருகில் குதிரைக்கொட்டடி ஏதாவது இருக்கிறதா?'' என்றார்.

''இங்கிருந்து பத்து காததூரத்தில் ஒன்று இருக்கிறது சாமி'' என்றார்.

''அங்கு போய்த்தங்கி சற்றுத் தாமதித்துப் புறப்படுங்கள். பத்து காததூரம் என்கிறாய். பார்க்கலாம்... அவசியமானால் பெரிய குதிரையை மாற்றிக்கொள்ளுங்கள்.''

செவ்வப்பன் ''சாமீ..'' என்றான்.

ஆனால் அவர் அவன் பக்கம் திரும்பாமல் தீட்சிதரையே பார்த்து, ''பத்திரம்'' என்று கூறிவிட்டுத் திரும்பிக்கூடப் பார்க்காமல் விரைவாகச் சென்றுவிட்டார்.

இருவரும் சற்று நேரம் ஒன்றும் புரியாமல் நின்றனர்.

செவ்வப்பன் நிதானமாக, ''என்ன சொல்கிறார் இவர்?'' என்றான்.

''அவர் கேட்டதையே நானும் கேட்கிறேன். உனக்குக் குதிரை களைப்பற்றி நன்றாகத் தெரியுமா? அவர் பேசியதை நான் புரிந்து கொண்ட மட்டில் உன் குதிரை விஷயத்தில் ஏதோ தவறு நடந்திருக்கிறது'' என்றார் தீட்சிதர்.

''ஏதோ சுமாராகத் தெரியும்'' என்ற செவ்வப்பன் குதிரையைத் தட்டிக்கொடுத்து அதன் காதில் ஏதோ கூறினான். ஆனால் அது விருப்பத்துடன் பதில் கனைப்புக் கொடுக்கவில்லை. ஏதோ முனகினாற்போலக் கனைத்தது.

''அது கனைப்பதைப் பார்த்தால் ஏதோ உடலில் கோளாறு என்றுதான் தோன்றுகிறது'' என்றார்.

''இப்பொழுது என்ன செய்யலாம்? அதன் மீது ஏறாமல் நடத்திக் கொண்டு போகலாமா?''

''வேண்டாம். சிகிச்சைக்கு நேரமாகிவிடும்... உட்கார்ந்து தட்டிவிடு, வேகமாகப் போய்விடுவோம்'' என்றார் தீட்சிதர்.

அவர்கள் வேகமாகக் கிளம்பினார்கள். நாலு காதம் வரை எந்தப் பிரச்சினையும் இல்லை. பிறகு செவ்வப்பன் குதிரைக்குக் கால் பின்னத்தொடங்கியது. அவன் உடனே கீழே குதித்து குதிரையை அன்புடன் தட்டிக் கொடுத்து அதனுடன் ஏதோ பேசினான். அது நெடுங்குரலெடுத்துக் கனைத்தது.

இருவரும் ஒருவரை ஒருவர் பார்த்துக்கொண்டனர். குதிரையுடன் மறுபடியும் அன்புடன் பேசி நடத்திச்செல்ல முயன்றான். ஆனால் தீட்சிதர் தன் குதிரையைத் தட்டிவிட்டு ''நான் முன்னால் போய் அந்தக் கொட்டடியில் இருக்கும் நகுலன் என்ற குதிரை வைத்தியனை அனுப்புகிறேன். மாற்றுக்குதிரையும் அனுப்புகிறேன். குதிரையைப் பத்திரமாகப் பார்த்துக்கொள்'' என்றதும் அவர் குதிரை நாலுகால் பாய்ச்சலில் பறந்தது.

செவ்வப்பன் கீழே நின்றபடி குதிரையின் கழுத்தை இதமாகத் தடவியபடி அதன் காதில் ஏதோ கூறிக்கொண்டிருந்தான். அதன்

கண்ணில் நீர் வடிந்துகொண்டிருந்தது. அவனுக்கு அதற்கு என்ன கொடுக்கவேண்டுமென்று தெரியும். ஆனால் மருந்து எதுவும் கைவசமில்லை. அவன் தவித்தான். மீண்டும் குதிரை பெரிதாகக் கனைத்தபடி கால்களை மடக்கிக் கீழே சரிந்தது. செவ்வப்பன் இதை ஏற்கெனவே எதிர்பார்த்திருந்ததினால் அதை லாகவமாகத் திருப்பி வசதியாகப் படுக்கவிட்டு இதமாக ஏதோ மெல்லிய குரலில் கூறியபடியிருந்தான். சற்று நேரத்திலேயே அந்தக் கொட்டடியிலிருந்து வைத்தியர் ஒருவர் செவ்வப்பனுக்குத் தகுந்த ஒரு வெள்ளை பஞ்சகல்யாணிக் குதிரையுடன் வந்தார்.

அந்தக் குதிரையைக் கண்டதும் செவ்வப்பனுக்கு மகிழ்ச்சி தாங்கவில்லை. நகுலன் அந்தக் குதிரையைத் தட்டிக்கொடுத்து, ''வீரா என்று அழைத்தால் எங்கிருந்தாலும் ஓடோடி வந்துவிடுவான். (அந்தக்குதிரை செவ்வப்பனுக்கு ஆயுட்காலம் முழுதும் உழைத்தது.) உங்களுக்குத் தகுந்தவன் இவன் நாயக்கரே'' என்று மரியாதையுடன் கூறினான்.

பிறகு கீழே கிடந்த குதிரையைப் பரிசோதித்து, ''இதற்குக் கடுமையான விஷம் கொடுக்கப்பட்டிருக்கிறது. தீட்சிதர் சொல்லிய சில மருந்து உருண்டைகளையும் பச்சிலைகளையும் கொணர்ந்திருக்கிறேன். வாயில் நுரை தள்ளத் தொடங்கிவிட்டது. என்னால் முடிந்தவரை இதைப் பிழைக்க வைக்க முயற்சி செய்கிறேன். பிறகு கடவுள் சித்தம். குதிரையை எங்கிருந்து கொண்டுவந்தீர்கள் என்பதைத் தீட்சிதர் கூறினார். அங்கு சென்று விசாரித்து அந்தக் கயவனைப் பிடித்து அரசாங்கத்திடம் ஒப்படைக்கிறேன். நீங்கள் தாமதிக்க வேண்டாம். தீட்சிதர் உங்களுக்காகக் காத்திருக்கிறார். புறப்படுங்கள்'' என்றான்.

செவ்வப்பன் குதிரையில் ஏறிப் பறந்தான்.

25

செவ்வப்பனுக்கு அன்பான வரவேற்பு

கோவிந்த தீட்சிதரைக் கொட்டடியில் சந்தித்துப் பேசி இருவரும் கிளம்பினார்கள். எந்தச் சந்தேகமும் இல்லாமலிருக்க மட்டக்குதிரையும் மாற்றப்பட்டது. செவ்வப்பன் தனக்குக் கிடைத்த பஞ்சகல்யாணிக் குதிரையை ரசித்தபடியும், அதே சமயம் அந்தச் சாமியார் யார், தன்னிடம் அவருக்கு என்ன அக்கறை என்பதைப் பற்றியும் யோசனை செய்தபடி பெரு நடையாகக் குதிரையை நடத்திச் சென்று கொண்டிருந்தவன் திடீரென்று, ''அந்தக் குதிரை பிழைக்குமா?'' என்றான்.

''நகுலன் நல்ல வைத்தியன். விஷம் சூட்சும நாடிகளைத் தொடாமலிருந்தால் அவன் பிழைக்க வைத்துவிடுவான். அவன் அதன் வாயில் நுரைதள்ளத் தொடங்குகையிலேயே வந்துவிட்டான். ஆதலால் அநேகமாகப் பிழைத்துவிடும். ஆனால் நான் வேறு ஏதோ யோசனையில்இருந்தேன்.''

''சாமியார் யார் என்றுதானே?''

''இல்லை; குதிரைக்கு யார் விஷம் வைத்திருப்பார் களென்று.''

''அதுவும் யோசிக்கவேண்டிய விஷயம்தான். நாம் குதிரைகளைப் பார்வையிட்ட பிறகு கன்னையன்

என்பவன்தான் அவைகளுக்கு ஆகாரம் கொடுத்து சேணம் பூட்டி நம்மிடம் ஒப்படைத்தான். அவன் ஒரு வேளை...'' என்று இழுத்தான்.

தீட்சிதர் அவனை வியப்புடன் நோக்கினார். இவ்வளவு கூர்மையாக அவன் கவனித்திருந்தது மிக ஆச்சரியமாயிருந்ததுடன் மிகத் திருப்தியாகவும் இருந்தது.

செவ்வப்பன் மிக விரைவிலேயே மிக உன்னதமான பதவிக்கு வரப்போகிறான் என்று ஏற்கெனவே அவர் கணித்திருந்தார். அதற்கு வேண்டிய சூட்சுமம், திறமை, தன்னம்பிக்கை, தூரதிருஷ்டி, தைரியம் அனைத்தும் அவனிடம் குடிகொண்டுள்ளன என்பதை அந்தத் தீர்க்கதரிசி அறிந்திருந்தார்.

யோசனையிலிருந்து திரும்பி அவர், ''ஆம், கன்னையனைச் சிறையிலடைக்கவேண்டும்'' என்றார்.

செவ்வப்பன் திடுக்கிட்டு, ''விசாரிக்காமலேயே அவனைச் சிறையிலடைத்துவிடலாமா?'' என்றான்.

''ஆம், அப்படித்தான் செய்யவேண்டும். இல்லாவிட்டால் அவன் தலைமறைவாகிவிடுவான். குதிரைகள் அவன் பார்வையிலிருக்கும்பொழுது இந்த வேலையை வேறு யாரும் செய்திருக்க முடியாது. அவன் தலைமறைவாகிவிட்டால் அந்தத் துரோகி யாரிடமிருந்து கைக்கூலி பெற்றிருக்கிறான் என்பது தெரியாது போய்விடும். விஷம் வைக்கப்பட்டது என்பதைவிட யார் அதைச் செய்யத் தூண்டியது என்பது நமக்குத் தெரியவேண்டும். ஒன்றுதான் என்னை உறுத்துகிறது. நீ பிழைத்திருக்கிறாயா என்பதும், எங்கு இருக்கிறாய் என்பதும், யாருக்கும் - முக்கியமாக நம் எதிரிகளுக்கு - தெரிய வாய்ப்பில்லை என்று நினைத்தேன். அது தவறென்று இப்போது புரிகிறது. இனிமேல்தான் நாம் மிகக் கவனத்துடன் செயல்படவேண்டும்.''

''இப்பொழுது நாம் தஞ்சைக்குத்தானே செல்கிறோம்? அங்கே எங்கு தங்கப்போகிறோம்?''

''நான் ஏற்கெனவே கூறியபடி அங்கு வீரநரசிங்கராயர் மாளிகை இருக்கிறது. அங்கேதான் ஏற்பாடு செய்யச் சொல்லி இருக்கிறேன்.''

''ரோகணன் வீரநரசிங்கராயரின் மகன் என்பது எனக்கு இப்பொழுதுதான் தெரியும்... ஏன் அவர் அங்கு தங்குவதில்லையா?''

அப்பொழுதுதான் தீட்சிதர் தலைநகரின் நடப்பு ஏதும் அவனுக்குத் தெரியாதென்று புரிந்துகொண்டார். பிறகு செல்லப்பருக்கு நேர்ந்த துன்பத்தையும் அவர் தலைமறைவாகி இருப்பதையும் எடுத்துக் கூறினார்.

''அவர் மகன் ரோகணன்?''

''அவனுக்கு அம்மாளிகையில் வாழ விருப்பமில்லை. அவன் சங்ககாலத் தமிழ் இலக்கியத்தை ஆராய்ச்சி செய்து வருகிறான். மேலும் அங்கு ஒரு புத்தகாலயத்தை நிறுவவேண்டுமென்று அவனுக்கு ஆசை. பார்க்கலாம்.''

''ரோகணன் எங்கு வசிக்கிறார்?''

''அவன் தன் தகப்பனாருக்குச் சொந்தமான ஒரு வீட்டில் வசித்து வருகிறான்.''

''எனக்கும் ஒரு புத்தகாலயம் நிறுவ ஆசைதான். மேலும் விஜய நகரத்திலேயே ரோகணனிடம் எனக்குப் பழக்கம் உண்டு.''

தீட்சிதர் இதை மனதில் குறித்துக்கொண்டார்.

ஆனால் அவர்கள் நினைத்தபடி அவர் தஞ்சை செல்ல முடிய வில்லை.

26

மூர்த்தியின் விரகம்

தன் சகோதரியிடம் தீர்மானமாகச் சொல்லிவிட்டு வந்திருந்தாலும் மூர்த்தியின் மனம் நிலை கொள்ளாமல் தவித்தது. அவ்வளவு விரைவில் அக்காளிடம் தன் எண்ணத்தை வெளியிட்டிருக்கக் கூடாதோ? இது என்ன அசட்டுத்தனம்! அவளை வெட்கம் பிடுங்கித் தின்றது. இப்படிக்கூட ஒரு பெண் இருப்பாளா... ஐயோ! நான் என்ன செய்வேன்?

அக்கா சலகம் திருமலையின் மகனைப் பற்றிப் பேச்செடுத்திராவிட்டால் நான் சொல்லியிருப்பேனா? ஊஹூம், கிடையவே கிடையாது. அப்பொழுது சொல்லியிராவிட்டால் ஆபத்தாகிவிடுமே! ஆனால்... ஆனால்... மூர்த்தி மறுபடியும் தனக்குத்தானே வெட்கப்பட்டுக்கொண்டாள். அக்கா கேட்கா விட்டாலும் தான் சொல்லித்தானே ஆகவேண்டும்? இன்று இல்லாவிட்டால் ஏதோ ஒரு நாள்!

பெத்த மல்லப்பர் வந்து பெண் கேட்டிருந்தால் செவ்வப்பனுக்கு எப்படித் தெரியும்? அவர்தான் இன்னும் தன் தம்பியைப் பார்க்கவேயில்லை போலிருக்கிறதே! இவர்களாக ஏதாவது கேட்டுவைத்து அது அவருக்கு விருப்பமில்லா விட்டால்? அவளுக்குப் பகீரென்றது. அப்படிக்கூட இருக்குமா? இருக்கவே இருக்காது. அவர்களுக்குத் தம்பியின் மனம் தெரியாமல் இருக்குமா?

அவளுக்கு ஒரே குழப்பமாகிவிட்டது. ஒரு பக்கம் மனம் மகிழ்ச்சியில் துள்ளினாலும் செவ்வப்பன் விருப்பம் தெரிந்தால் தேவலாம் எனத்தோன்றியது.

இதென்ன சந்தேகம்? பிடிக்காமலிருக்கலாமென்று சிறுசந்தேகம் இருந்தாலும் பெத்த மல்லப்பர் அக்காவிடம் பெண் கேட்டு வந்திருப்பாரா?

இருக்கவே இருக்காது என்று பத்தாவது தடவையாகத் தானே சொல்லிக்கொண்டாள் அவள். ஆனால் மனம் நிலைகொள்ளாது தவித்து அலை பாய்ந்தது.

செவ்வப்பன் முகத்தை மறுபடியும் மனத்தில் உருவகப்படுத்திப் பார்த்தாள்.

பெத்த மல்லப்பர் என்னிடம் பேசும்பொழுது அழகான சுருட்டைமயிர் என்று சொன்னாரே... மூர்த்திமாம்பா அவனுடைய தலைக்கட்டை நீக்கி சுருட்டை முடியுடன் அவனை உருவகப்படுத்த முயன்றாள். ஒன்றும் சரியாகப் பிடிபடவில்லை. என்றாலும் அந்த விஷமச்சிரிப்பு! அதனிடையே தெரிந்த வெளேரென்ற பற்கள்! சிறு அரும்பு மீசை. அப்பா! எவ்வளவு உயரம்! மெலிந்த சிறு உருவமான தீட்சிதருடன் இவரைக் காணும்பெழுது... அவளுக்குச் சிரிப்பு வந்தது.

அதே சமயத்தில் அந்தக் குறைந்த நேரத்தில் தான் இவ்வளவு தூரம் அவரைக் கவனித்திருப்பது கண்டு திகைப்பாகவும் அச்சமாகவும் கூட இருந்தது.

ஏன் பயப்படவேண்டும்? நான் அவரைத்தானே பார்த்தேன்? இதென்ன? யார் அந்த அவர்? ஏதோ சொந்தம் போல...? சொந்தமாகப்போகிறார் என்றுதானே தோன்றுகிறது... அவளே சிரித்துக்கொண்டாள். தனக்குத்தானே ஒரு நிச்சயமும் செய்து கொண்டாள். இந்தக் கலியாணம் நடந்தாலும் சரி, நடக்கா விட்டாலும் சரி, அவரைத் தவிர வேறு யாருக்கும் கழுத்தை நீட்டப் போவதில்லை என்று பிரமாணமும் எடுத்துக்கொண்டாள்.

உடனே செவ்வப்பனைப் பார்த்துத் தன்னிடம் ஏன் சொல்லிக் கொண்டு போகவில்லை என்று சண்டை பிடிக்கவேண்டும் என்று தோன்றியது. தொடக்கத்திலேயே சண்டையா என்று நினைத்து மறுபடியும் சிரித்துக்கொண்டாள்.

மூர்த்தி இம்மாதிரி சிரிப்பும் குழப்பமுமாக இருந்தபொழுது செவ்வப்பனும் கிட்டத்தட்ட அதே நிலையில் இருந்தான் என்றுதான் சொல்லவேண்டும்.

தீட்சிதரும் செவ்வப்பனும் அவர்களுக்காக முன்னால் நிச்சயிக்கப் பட்ட சத்திரத்தில் தங்காமல் ஏதோ ஒரு சாதாரண வழிப்போக்கர்கள் தங்கும் சத்திரத்தில்தான் தங்கினார்கள். சத்திரத்து அதிகாரி இவர்கள் யாரென்று தெரிந்துகொண்டு மிக்க மரியாதை செய்தாலும் இவர்களுக்கு வசதிக் குறைவாக இருக்குமோ என்று சங்கடப் பட்டான். முறையான குதிரைலாயம் இல்லாதது அந்த அதிகாரிக்குப் பெரிய குறையாகத் தோன்றினாலும் விருந்தாளிகள் இருவரும் இந்த வசதிக்குறைவுகளைப் பொருட்படுத்தவே இல்லை.

குதிரைகள் இரண்டையும் அங்கிருந்த மரங்களில் கட்டி, அவர்களே சேணம் முதலியவைகளைக் கழற்றி, குதிரைகள் இரண்டையும் இதமாக நீவிவிட்டனர். சத்திரத்து வேலையாளைக் குதிரைக்கு வேண்டிய உணவு தானியங்களை நாணயம் கொடுத்து வாங்கி வரச்செய்து பிறகு அதற்குத் தங்கள் கையாலேயே ஆகாரமும் கொடுத்தனர்.

இதற்குள் சத்திரத்துச் சமையற்காரன் நல்ல ருசியான சமையல் செய்துவைத்திருந்தான். சாப்பிட்டுவிட்டு இருவரும் படுத்தாலும் தூங்கவில்லை. மாற்றி மாற்றி எழுந்து குதிரையைக் கண்காணித்து வந்தனர்.

ஒரு வழியாகப் பொழுது விடிந்தது.

ஆனால் பொழுது விடிவதற்கு முன்பே இருவரும் எழுந்து அருகிலுள்ள நதிக்கரைக்குச் சென்று குதிரைகளை வலியாறத் தேய்த்துக் குளிப்பாட்டித் தாங்களும் காலைக்கடன்களை முடித்து ஸ்நானம் செய்து திரும்பினர்.

சத்திரத்திற்குத் திரும்பியதும் இரு குதிரைவீரர்கள் அரசாங்க முத்திரை ஓலையுடன் காத்திருந்தனர். தீட்சிதர் ஆச்சரியத்துடன் ‘‘இங்கு எப்படியப்பா வந்தீர்கள்?’’ என்று வினவினார்.

‘‘வழியில் இரண்டு மூன்று சத்திரங்களில் தேடிவிட்டுத்தான் வருகிறோம்.’’

‘‘அப்படியானால் நாங்கள் வருவது அந்தச் சத்திரங்களில் உள்ளவர்களுக்குத் தெரிந்திருக்குமே?’’

''இல்லை ஐயா, நாங்கள் யாரையும் விசாரிக்காமல்தான் தேடினோம். ராயசத்தின் உத்தரவு அப்படி.''

இந்தத் தடவை இருவருக்கும் தனித்தனியே லிகிதங்கள் இருந்தன. தீட்சிதருக்கு ராயசத்திடமிருந்தும், செவ்வப்பனுக்கு பெத்த மல்லப்பரிடமிருந்தும் லிகிதங்கள் இருந்தன.

தீட்சிதருக்கான கடிதம் சற்று நீளமாக இருந்தது. இருவர் கடிதங்களிலும் அவர்கள் தற்சமயம் தஞ்சைக்குச் செல்லவேண்டா மென்றும் திருச்சி அருகிலுள்ள உறையூரில் அவர்கள் தங்க ஏற்பாடு செய்யப்பட்டிருப்பதாகவும் திருச்சியில் நடக்கப்போகும் திக்விஜய மகாசபையில் கலந்துகொண்டு அதன் பிறகு தஞ்சைக்குச் செல்லலா மென்றும் கண்டிருந்தது.

தீட்சிதர் கடிதத்தில் ராயசம் இவ்வளவுநாளும் செவ்வப்பனுக்குத் துணையாயிருந்ததுபோலவே, இனியும் அவனுக்கு மந்திரியாய் இருந்து துணைபுரிய வேண்டுமென்று கேட்டுக்கொண்டிருந்தார். தீட்சிதருக்குத் தலையும் புரியவில்லை, காலும் புரியவில்லை. இருந்தாலும் ராயசம் உருப்படியாக ஏதோ செய்யப்போகிறார் என்றும், அதில் செவ்வப்பனுக்கு முக்கியமான பங்கு இருக்கு மென்றும் ஊகித்தார். ஏற்கெனவே படைவீட்டில் நடந்ததை அவன் தீட்சிதரிடம் விளக்கியிருந்தான். அதனால் கோல்கொண்டா சுல்தான் உதவி திருவடி தேசத்திற்குக் கிடைப்பது அசாத்தியம் என்பதை உணர்ந்திருந்தார். ஆனால் உள்நாட்டுக் கலகத்தைத் தடுத்துவிடமுடியும் என்று தோன்றவில்லை.

ஆனால் லிகிதத்தை இன்னொருமுறை படித்து ஜாக்கிரதையாகத் தன் பையில் வைத்துக்கொண்டார்.

பிறகு செவ்வப்பன் முகத்தைப் பார்த்தார். அவன் முகத்தில் மகிழ்ச்சி விரவிக்கிடந்தது. அவர் அவனை ஒன்றும் கேட்கவில்லை. அவனும் ஒன்றும் சொல்லவில்லை. அதில் பெத்த மல்லப்பர், மன்னருக்கு அவனிடத்தில் அசாத்திய நம்பிக்கை இருப்பதாகவும் அவனிடம் முக்கியமான பொறுப்புகளைக் கொடுக்க நினைத்திருப்பதாகவும் எழுதியிருந்தார். பிறகு இளையராணி திருமலாம்பாளின் இளைய சகோதரி மூர்த்திமாம்பாவை அவனுக்குப் பெண் கேட்க நினைத்திருப்பதாகவும் கூறி, மூர்த்திமாம்பாவின் குணாதிசயங் களை ஒரு பக்கம் முழுதும் வர்ணித்து எழுதியிருந்தார்.

'நாங்கள் சொல்வதை நீ தட்டமாட்டாய் என்ற நம்பிக்கை எனக்குண்டு. ஆனால் திருச்சியில் நாம் சந்திக்கும்பொழுது

உன்னிடம் இதைப்பற்றிப் பேசி ஒரு முடிவு எடுத்தபின் மன்னரிடம் பேசலாமென்று இருக்கிறேன். இளையராணிக்கு விருப்பம்தான்.' இப்படியாக நலம் கூறி கடிதம் முடிந்தது.

செவ்வப்பனுக்குத் தன் முயற்சி இல்லாமலேயே தன் விருப்பப்படி காரியங்கள் நடைபெறுவதில் மிக்க மகிழ்ச்சி.

தீட்சிதர் செவ்வப்பனை நோக்கி, ''நாம் இப்பொழுது தஞ்சைக்குப் போகமுடியாது. திருச்சியில் தங்கும்படி உத்தரவு வந்திருக்கிறது'' என்றார்.

''என் அண்ணனும் அதைத்தான் குறிப்பிட்டிருக்கிறார். வரும் புதன்கிழமை திருச்சியில் மன்னரின் சபைகூட இருக்கிறதாம். அதில் கலந்துகொண்டபிறகு தஞ்சை போவதைப் பற்றி யோசிக்கலா மென்று எழுதியிருக்கிறார்.''

''அப்படியே ஆகட்டும், காலைச் சிற்றுண்டியை முடித்துக்கொண்டு கிளம்பலாம்.''

தலைநகரில் திக்விஜயத்திற்கான ஏற்பாடுகள் தீவிரமாகத் தொடங்கி விட்டன. அரசருடன் ஒரு பெரும் படை செல்வதாக இருந்தது. திருச்சியில் மகாசபை கூடி திருவடி தேசத்துப் போரைப் பற்றித் தீர்மானிப்பதாக இருந்தது. செல்லப்பா சண்டை ஏதுமின்றி இடத்தைக் காலிசெய்துவிட்டதில் சலகம் சகோதரர்களுக்குக் கொஞ்சம் ஏமாற்றம்தான். இந்தக் கலகம் என்ற சாக்கில் அவரை எப்படியாவது கொன்றுவிட வேண்டுமென்பது அவர்கள் எண்ணம். அதற்குத் தக்க தருணத்தை எதிர்பார்த்துக்கொண்டிருந்தனர். அதற்கு வழியில்லாமல் போய்விட்டது. காளிங்க ராயருக்கு திருவந்திபுரம் அருகே நிலம் ஏதும் பெரிதாக இல்லை. ஆதலால் அவர் திருப்பாப்புலியூரிலிருந்து தஞ்சை வரை வளைத்துப் போட்டு விடவேண்டுமென்று மனப்பால் குடித்துக்கொண்டிருந்தார். இப்போது அந்த பூமி நேரே விஜயநகரத்தின்கீழ் வருமா அல்லது வேறுயாரிடம் போகுமா என்று புரியவில்லை. எப்படியும் சலகம் திருமலையில் ஒருவர் பட்டத்திற்கு வருவது சர்வநிச்சயம் என்று நினைத்தார். திருவடி தேசம் மூலம் மன்னர் சாய்வதும் நிச்சயம்தான். ஆதலால் எப்படியும் அந்தப் பிரதேசத்தைத் தன் கைவசம் கொண்டுவந்து விடவேண்டுமென்ற துடிப்புடன் இருந்தார்.

மன்னருடன் பெரும்படை சென்றாலும் சேனாதிபதி வல்லாளத் தேவன் படையுடன் செல்லவில்லை. அவன் தம்பி சங்கரத் தேவன் மன்னருடன் படையை நடத்திச் செல்வதாகவும் பட்டத்து

இளவரசன் சிக்க வேங்கடாத்திரியுடன் வல்லாளத் தேவன் தலைநகருக்குப் பாதுகாப்பாக இருப்பதென்றும் ஏற்பாடாயிற்று. சிக்க வேங்கடாத்திரி இருப்பதால் ராணி வரதாம்பிகையும் காஞ்சீபுரத்திலேயே தங்குவதென்றும் மன்னரும் இளையராணியும் காஞ்சீபுரத்திலிருந்தே திக்விஜயத்திற்குப் புறப்படுவதென்றும் தீர்மானித்தார்கள். வரதாம்பிகை வராததினால் திருமலாம்பிகை உடன் வரவேண்டியதாயிற்று. நாடு இருக்கும் நிலையில் மூர்த்தியைக் காஞ்சியில் தனியே விடாமல் அவளையும் தங்களுடனேயே வரச்சொல்லிவிட்டார் மன்னர்.

காஞ்சீபுரத்திலிருந்து திருக்கோயிலூர், முதுகுன்றம் (விருத் தாசலம்), திருத்துறையூர், திருப்பாப்புலியூர், பரங்கிப்பேட்டை, சிதம்பரம், சீர்காழி, மாயூரம், தஞ்சை வழியாக திருச்சி ஸ்ரீரங்கம் வரையில் எந்தத் தடையும் இல்லை. இதில் வேடிக்கை என்ன வெனில், வெளிநாட்டிலிருந்து என்பதைவிட மன்னருடைய பகை எல்லாம் உள்நாட்டில்தான் குமுறிக்கொண்டு நின்றது. அதுவும் அவருடைய நேர்ப் பார்வையிலிருந்த பிரதேசங்களிலிருந்துதான்.

பரங்கிப்பேட்டையில் காளிங்க ராயர் பெரிய வரவேற்பிற்கு ஏற்பாடு செய்திருந்தார். கிட்டத்தட்ட எல்லா ஊர்களிலுமே அந்தந்தக் கூற்றத் தலைவர்கள் தோரணங்கள், பந்தல், மேள தாளங்கள் என்று அச்சுத ராயர் அமர்க்களமாக வரவேற்கப்பட்டார். எல்லா சிறுநகரங்களும் ஊர்களுமே விழாக்கோலம் பூண்டிருந்தன. மன்னரின் படை எங்கும் தங்கவில்லை என்றாலும் மக்களின் மனப்பூர்வமான மகிழ்ச்சியையும் ஆர்வத்தையும் காணும்பொழுது சாம்ராஜ்யத்தின் செல்வாக்கு சற்றும் குறையவில்லை என்றே தோன்றியது. ஸ்ரீரங்கத்திலும் திருச்சியிலும் கேட்கவே வேண்டாம். தெருவுக்குத் தெரு, வீட்டுக்கு வீடு வாசலில் நீர்தெளித்துக் கோலமிட்டு, தோரணங்களும் மாவிலைக்கொத்துக்களும் தீபாலங்காரங்களும் மின்னின.

மன்னரின் சபை நடக்குமிடத்தை மகாதோரணவாயில் என்று அழைத்தனர். ஸ்ரீரங்கத்திற்குப் பக்கத்தில் படை திரண்டு இருந்தது.

உறையூரில் தீட்சிதருக்கும் செவ்வப்பனுக்கும் மிக உயர்ந்த முறையில் வரவேற்பு அளிக்கப்பட்டது. அருகே உள்ள இன்னொரு மாளிகையில் செஞ்சி வையப்ப நாயக்கரும் மதுரை விசுவநாத நாயக்கரும் தங்கப்போவதாகக் கேள்விப்பட்டனர்.

தீட்சிதருக்கும் சரி, செவ்வப்பனுக்கும் சரி, இந்த வரவேற்பு முறையைப் பற்றிச் சில சந்தேகங்கள் எழுந்தன. இருந்தாலும் வாய்விட்டு எதையும் பேசிக்கொள்ளவில்லை.

தீட்சிதருக்கு மகாசபை கூடும்பொழுது செவ்வப்பனை பிரபுக்கள் மத்தியில் அமர்த்திப் பார்க்க விருப்பமிருந்தது. ஆனால் அவனது வீரக்கழல், கங்கணம், ரத்தினகண்டி போன்ற அணிகலன்கள் அத்தனையும் புவனகிரியில் அல்லவா மாட்டிக்கொண்டு விட்டன? பெத்த மல்லப்பருக்குச் செய்தி சொல்ல முடிந்தால் நன்றாயிருக்கும். ஆனால் அதற்கெல்லாம் நேரமில்லை. நன்றாக உடை உடுத்திக் கொண்டு வரட்டும், அவ்வளவுதான். அவைகளைக் கடையில் வாங்கிவிடலாம். செவ்வப்பனிடம்கூட வியாபாரத்திற்காக சத்ருக்கினன் கொடுத்ததில் ஏதாவது இருக்கலாம்.

இந்தரீதியில் அவர் சிந்தனை ஓடிக்கொண்டிருந்தபொழுது அரசரிடமிருந்து செவ்வப்பனுக்கு என்று சீர் வரிசைகள் போன்று தட்டுத்தட்டாக அணிகலன்களும் பட்டாடைகளும் வந்தன. மன்னரின் மகாசபைக்கு வரும்பொழுது செவ்வப்பன் எல்லா வற்றையும் அணிந்து வரவேண்டுமென்று ராயசம் கேட்டுக் கொண்டதாகக் கொண்டுவந்தவர் கூறினார். செவ்வப்பனுக்குக் கொஞ்சம் குழப்பமாயிருந்தாலும் தீட்சிதருக்குப் பரமசந்தோஷம். மன்னரின் அங்கீகாரம் செவ்வப்பனுக்குக் கிடைத்துவிட்டது என்று புரிந்தது.

புதன்கிழமையன்று நகரமே விழாக்கோலம் பூண்டிருந்தது. எங்கு பார்த்தாலும் தோரணங்கள், வரவேற்பு வளைவுகள்... பத்து நாழிகைக்குத்தான் சபை கூடுவதாயிருந்தது. ஆனால் விடிந்து சற்று நேரத்திற்கெல்லாம் தமுக்கன் மைதானத்திலே நிர்மாணித்திருந்த மகாதோரணவாயில் அருகில் கூட்டம் கூடிவிட்டது. ஆடலும் பாடலும் அங்கங்கே நிகழும் அரவம் கேட்டபடி இருந்தது.

ராயசம் மிகச் சுறுசுறுப்போடு மேடையில் இங்குமங்கும் அலைந்து கொண்டிருந்தார். சலகம் சகோதரர்கள் தங்கள் மாளிகையிலிருந்து இன்னும் வந்தபாடில்லை.

சரியாக ஒன்பது நாழிகைக்குச் சங்கம் முழங்கிற்று. மேளதாளங்களும் முதலிலிருந்தே ஒலித்தபடிதான் இருந்தன. செவ்வப்பனுக்கும் தீட்சிதருக்கும் தங்கள் குதிரைகளில் வரவேண்டுமென்று ஏற்கெனவே சொல்லப்பட்டிருந்தது.

பிரபுக்கள் எல்லோரும் வந்தமர்ந்த பிறகு, சலகம் பெரிய திருமலை, சின்ன திருமலை இருவரும் மரியாதையுடன் வரவேற்கப்பட்டு முதல் வரிசையில் அவரவர்க்குரிய கௌரவமான இடங்களில் அமர்த்தப்பட்டனர். பெரிய திருமலையுடன் அவர் மகன் வேங்கடப்பன் வந்திருந்தான். இந்தப் பெரிய கூட்டத்தில் சலகம்

சகோதரர்களுடைய நண்பர்கள் அதிகமில்லை. அது அவர்களுக்கு ஏமாற்றமே. காளிங்க ராயர் மட்டில் தம் இரு புத்திரர்கள், ரோகிணியுடன் வந்திருந்தார். சின்ன சலகம் ராஜுவிற்கு அவளை இந்தக் கூட்டத்திற்கு எதற்காக அழைத்துவரவேண்டுமென்று தோன்றிற்று. தமக்கு வரப்போகும் மருமகளில்லையா?

முதல் நாள் எப்படியோ மோப்பம் பிடித்து மொடக்கண்ணி மூலம் தீட்சிதர் ரோகிணியின் வரைபடங்களை வாங்கிச் சென்று விட்டார். அவைகளைக் கண்டதும் அவருக்கு வியப்பும் திகைப்பும் ஒருங்கே உண்டாயின என்று கூறத் தேவையில்லை.

அதேபோல் சலகம் சகோதரர்களுக்கும் ஆச்சரியம் காத்திருந்தது. மேடையில் ஒரு பெரிய பூரணகும்பமும் மூன்று சற்றுச் சிறிய பூரணகும்பங்களும் வைக்கப்பட்டிருந்தன. அதைக் காண அவர்களுக்குப் பெரும் குழப்பம் ஏற்பட்டது. பெரிய கும்பம் அரசரின் விஜயத்தின்போது மரபுப்படி கொடுக்கப்பட வேண்டியது. மற்ற மூன்றும் யாருக்கு என்று தெரியவில்லை. அவர்களுக்கே தெரியாமல் என்ன நடக்கிறது அங்கே?

மன்னர் வந்ததும் வாய்ப்புக் கிடைத்ததும் கேட்டுவிடவேண்டும். இதையேதான் மற்ற இருவரும் எண்ணிக்கொண்டனர். மல்லப்பர்கள் இருவரும் ஆவலுடன் அவரவர் ஆசனத்தில் அமர்ந்திருந்தனர். செவ்வப்பன் இந்தச் சபையில் கலந்துகொண்டால் நன்றாயிருக்குமென்ற அவர்கள் நினைப்பை வெளியிட அவர்களுக்கும் வாய்ப்புக் கிடைக்கவில்லை. அவன் வரும்படியான நிலையிலுள்ளானா என்றுகூட அவர்களுக்குத் தெரியாது. சத்ருக்கினர் சொன்னதை வைத்து அவனுக்கு லிகிதம் எழுதியாகி விட்டது. ஆனால் அதற்கு எந்தப் பதிலும் வராததிலிருந்து அது அவன் கையில் கிடைத்ததா என்றுகூடத் தெரியவில்லை. ஆனால் அவன் நலமாக இருக்கிறான் என்று திருமலாம்பாள் உறுதி கூறியிருந்தாள். எல்லாம் பூடகமாயிருந்தாலும் அவர்கள் அந்த விஷயத்தில் கவலையற்றே இருந்தனர்.

வெளியில் 'நகாரா' ஓசை கேட்டது. அரசர் வந்துகொண்டிருப்பதற்கு அடையாளமாகச் சங்கொலியும் கேட்டது. எல்லோரும் அவரவர் ஆசனத்திலிருந்து எழுந்து நின்றனர். முன்னும் பின்னும் இருந்து கட்டியம் கூற, விஜயநகர சாம்ராஜ்ய மாமன்னர் சபையில் பிரவேசித்தார். ராயசத்திடமிருந்து பூரணகும்பத்தைப் பெற்றுக் கொண்டு பிறகு அதைப் பக்கத்திலிருந்த இளையராணியிடம் கொடுத்துவிட்டு அமர்ந்தார். 'ஜய விஜயீபவ' கோஷம் காதைத்

துளைத்தது. மன்னருடனே இளையராணி திருமலாம்பாளும் அவர் சகோதரி மூர்த்திமாம்பாளும் வந்தனர். இங்கு ராணி அரசருக்குப் பக்கத்தில் அமராமல் சற்றுத் தூரத்தில் இடப்பட்டிருந்த ஒரு அழகான ஆசனத்திலமர்ந்தார்.

கூடவே வந்த அவள் தங்கை மூர்த்தி மேடையை விட்டுக் கீழே இறங்கி முதல் வரிசையில் அவளுக்கென்று போடப்பட்டிருந்த ஆசனத்திலமர்ந்தாள். மன்னர் ஜய விஜயீபவ கோஷத்திற்கு ஆசிபோல் கையமர்த்தி, ''அமருங்கள், அமருங்கள்'' என்றார்.

சபையில் நிசப்தம் நிலவியது. மன்னர் என்ன கூறப்போகிறார் என்பதை அறிய அதிகாரிகளும் பிரபுக்களும் நாட்டு மக்களும் கேட்க ஆவலாயிருந்தனர். மன்னர் தொடங்கினார்.

''என் அன்புக்குரிய பிரஜைகளே, என்னுடன் கூட நாட்டுநலனிற்காக உழைக்கும் அதிகாரிகளே, உங்கள் எல்லோருக்கும் நன்றி கலந்த வணக்கம். இன்று உங்கள் எல்லோர் முகத்திலும் மகிழ்ச்சியுடன் கூடிய ஒரு ஆர்வத்தைக் காண்கிறேன். சில கண்களில் சந்தேகமும் மிளிர்கின்றது. தற்சமயம் விஜயநகர சாம்ராஜ்யத்தின்மீது திருவடி தேசம் தொடுக்கப்போகும் போரை நாம் எல்லோரும் எதிர்பார்த்துக் கொண்டிருக்கிறோம். ஆனால் எதிர்பார்க்காத இன்னொரு போரும் நம்மை பயமுறுத்தி வருகிறது. அதுதான் உள்நாட்டுக் கலகம்.''

இதைக் கேட்டதும் இதுவரை மௌனமாயிருந்த சபையில் 'கசமுச' என்ற சத்தமும், பயத்துடன் வியப்புடனும் கூடிய சில 'ஐயோ'க்களும் எழுந்தன.

சலகம் சகோதரர்கள் தத்தம் இடத்தில் நிமிர்ந்து உட்கார்ந்து கொண்டனர். காளிங்க ராயரோ தலையைக் குனிந்துகொண்டார். திருமலாம்பாள் முகத்தில் ஒரு புன்னகை தோன்றியது. மன்னர் தொடர்ந்தார்.

''எனக்குச் சில அபூர்வ சம்பவங்கள் மூலம் இதைப்பற்றிய சில தகவல்கள் கிடைத்தன. அதில் ஒன்று என் இளையராணி திருமலாம்பாளின் சகோதரி மூர்த்திமாம்பாளைக் கடத்த முயன்றது. இது உங்களில் பலருக்குத் தெரிந்திருக்கலாம் என்பதால் இதை இங்கே குறிப்பிடுகிறேன். இதைப்போல் இன்னும் சில. யாரோ முன்பின் தெரியாத வீரர்களைப் பிடித்து அவர்களிடம் பொற்கழஞ்சுகளையும் நம் அரசாங்க முத்திரையும் காண்பித்து நம் அரண்மனைப் பொற்கொல்லரை மிரட்டி ஒரு வீரனுக்குரிய பொன்னாபரணங்களைச் செய்யச்சொல்லி வாங்கிப்

போயிருக்கிறார்கள். இதைத் தவிர இங்கே சபையில் விளக்கிக்கூற முடியாத சிற்சில நடப்புக்களும் உண்டு. இவையெல்லாம் நமக்குத் தெரிந்தவை. இன்னும் நமக்குத் தெரியாதவை நம் கண்ணில் படாதவை எவ்வளவோ இருக்கலாம்.

''பிரபுக்களும் அதிகாரிகளும் சிற்றரசர்களும் ஒற்றுமையுடன் இருந்தால்தான் இவ்வளவு பெரிய நாட்டைக் கட்டியாள முடியும். நாட்டைக் கட்டி ஆளுவதே கடினமாக இருக்கும் பொழுது வெளிநாட்டுப் போரைச் சமாளிப்பது எப்படி? கடவுளின் அருளினால் தற்சமயம் திருவடி தேசத்துப் போர் நம் நாட்டு ராஜவிசுவாசியான ஒரு வீரனால் அகற்றப்பட்டது என்பதை அறியும் போது நீங்கள் வியப்படைவீர்கள். அந்த வீரன்தான் கலகக்காரர்கள் அடித்துப்போட்ட செவ்வப்பன்! இதை அறியும்போது உங்களுக்கு மகிழ்ச்சி உண்டாவது இயற்கையே. ஆனால் கலகக்காரர்களுக்கு இந்தச்செய்தி இதுவரை தெரிய வாய்ப்பில்லை. மேலும் இந்தச்செய்தி அவர்களுக்குத் திகிலை உண்டு பண்ணும் என்பதிலும் ஐயமில்லை.

''இவை எல்லாவற்றையும் சிந்தித்து நானே சுயமாகச் சில முடிவுகள் எடுத்திருக்கிறேன். சாதாரணமாக ஒரு சாம்ராஜ்யத்தில் மன்னர் தம் அதிகாரிகள் எவரையும் கலந்துகொள்ளாமல் முக்கியமான முடிவுகளை எடுப்பது தவறுதான். ஆனால் தற்போது உள்ள அரசியல் நிலமையைக் காணும்பொழுது வெளியில் பகிரங்கமாகத் தெரியாவிட்டாலும் முக்கிய அதிகாரிகள் இரண்டு பிரிவாகப் பிரிந்து நிற்கும்பொழுது எனக்கு வேறுவழி தெரியவில்லை. இந்தப் பெரிய ராஜ்யத்தைக் கட்டி ஆள்வதில் உள்ள சிரமங்களைக் குறைக்க நான் தென்பாகத்தில் உள்ள ராஜ்யத்தைத் துண்டுபோடத் தீர்மானித்து விட்டேன்.''

சபையில் சலசலப்பு ஏற்பட்டது. மன்னர் ராயசத்தை நோக்கித் தலையை அசைத்ததும், கூச்சலும் குழப்பமும் அதிகமாகவே முடிவீரர்களுக்கு உரிய உடை அணிந்த வீரர்கள் சபையின் எல்லா பக்கங்களிலும் நின்றுகொண்டனர். இதைக் கண்டதும் மன்னர் எந்தச் சூழ்நிலையையும் எதிர்கொள்ளவேண்டிய முன்னேற்பாடு கள் செய்துதான் இருக்கிறார் என்பதை அறிந்ததும் அதிகாரிகள் சற்று அமைதியானார்கள். மன்னரும் அமைதியாக இருக்கும்படி கையசைத்து மறுபடி தொடங்கினார்.

''என் அதிகாரிகளும் சிற்றரசர்களும் இம்மாதிரி செய்ய எனக்கு அதிகாரம் இல்லை என்று கூறிவிடலாம். ஆனால் குழப்பமான தருணங்களில் மன்னர் தானாக முடிவு எடுப்பது என்பதற்கும்,

அப்படி முடிவு எடுப்பதற்கு அதிகாரம் உண்டு என்பதற்கும் முன்னுதாரணம் உணடு. என் பாட்டனார் கிருஷ்ணதேவராயர் காலத்திலேயே அதை நிரூப்பித்துவிட்டிருக்கிறார். அதைப் பின்பற்றித்தான் நானும் செய்திருக்கிறேன். இந்த ஏற்பாடு கலகக்காரர்களை முழுதும் அடக்கிவிடும் என்று கூறுவதற்கு இல்லைதான். ஆனாலும் நாட்டின் ஒரு பாகம் சுயேச்சையாக இயங்கமுடியும். உள்நாட்டிலும் கலகத்தைப் பெருமளவிற்குத் தடுக்கமுடியும்.

''ஆகையால் தஞ்சை, செஞ்சி, மதுரை மூன்று இடங்களையும் நாயகத்தானமாக்கி முறையே செவ்வப்ப நாயக்கர், வையப்ப நாயக்கர், விசுவநாத நாயக்கர்களை அந்தப் பிரதேசங்களுக்கு நாயக்கர்களாக நியமித்திருக்கிறேன்.''

இந்தச் சமயத்தில் வெளியில் சங்கொலியும் மேளதாளங்களும் முழங்கின.

ராயசம் ஒரு பூரணக் கும்பத்தைக் கையில் எடுத்துக்கொண்டார். சபாமண்டபத்தில் வீரர்கள் முன்னும் பின்னும் நின்று கட்டியம் கூற மூன்று நாயக்கர்களும் மூன்று பஞ்சகல்யாணிக் குதிரைகளில் வந்து இறங்கினர்.

செவ்வப்ப நாயக்கர் முதலில் கம்பீரமாக நடந்து வந்தார். (இனி நாமும் அவரை செவ்வப்ப நாயக்கர் என்றே மரியாதையுடன் அழைக்கலாம்.) வையப்பநாயக்கரும் ரகுநாதநாயக்கரும் தொடர்ந்தனர். ராயசம் வெங்கண்ணா ஒவ்வொரு பூர்ணகும்பத்தையும் வரிசையாக ஒவ்வொரு நாயக்கருக்கும் வழங்கினார். செவ்வப்ப நாயக்கர் அதை கோவிந்த தீட்சிதரிடமும் மற்ற இரு நாயக்கர்களும் தத்தம் இரு மந்திரிகளிடமும் கொடுத்தனர். பூர்ணகும்பம் கொடுத்த பொழுது 'ஜய விஜயீபவ' என்று தீட்சிதர் எழுப்பிய கணீரென்ற ஒலி ஆயிரம் கண்டங்களிலிருந்து எதிரொலித்தது.

அரசர் எழுந்து அவர்களை வரவேற்று அங்கு மேடைமீது தனியாகப் போடப்பட்டிருந்த ஆசனங்களில் அமர்த்தினார். ராயசம் மூன்று தங்கத்தட்டுகளில் கிரீடங்களையும், பொன்நாணயங்களையும் அவரவர்க்கு நாயகத்தானமாகக் கிடைத்த நாட்டின் வரை படத்தையும் வைத்துக்கொண்டு நிற்க, அரசர் அத்தட்டுக்களை வாங்கி மூன்று நாயக்கர்களிடமும் அளித்து கிரீடத்தையும் தலையில் சூட்டினார். 'ஜய விஜயீபவ' கோஷம் மறுபடி எழுந்தது.

இதைக் கண்ட மல்லப்பர்களால் ஆசனத்தில் அமர்ந்திருக்க முடிய வில்லை. கோவிந்த தீட்சிதர் தட்டில் அட்சதையும் மலர்களையும்

எடுத்து முதலில் அரசரிடமும் பிறகு திருமலாம்பாளிடமும் கொடுத்தார். பிறகு முதல் வரிசையில் அமர்ந்திருந்த பிரபுக்களிடமும் கொடுக்கத்தொடங்கினார். அரசர் புன்சிரிப்புடன், ''தீட்சிதர்வாள், முதலில் நீங்கள் போடுங்கள் ஸ்வாமி, உங்களால்தான் செவ்வப்ப நாயக்கர் இந்த நாட்டிற்கு உயிருடன் கிடைத்தார்.''

மற்ற இரண்டு நாயக்கர்களும் ''ஆம், அதுதான் நியாயம்'' என்றார்கள். செவ்வப்ப நாயக்கர் அவர்களிடமும், ''எனக்கு நீங்களும் போடுங்கள், நான் உங்களைவிட வயதில் சிறியவன் அல்லவா...'' என்றார். ''அதற்கென்ன போட்டால் போயிற்று'' என்றதும், தீட்சிதர் தட்டை அவர்களிடமும் நீட்டவே, அவர்கள் மகிழ்ச்சியுடன் அட்சதை மலர் தூவினர். திருமலாம்பாள் 'இவனுக்கு எல்லோரையும் அனுசரித்துப்போகும் சுபாவம் இருக்கிறது' என்று நினைத்துக்கொண்டாள்.

சபையில் மகிழ்ச்சிக் கூச்சலும் ஆத்திரக்கூச்சலும் வெவ்வேறு இடங்களிலிருந்து உடனே கிளம்பின. திடீரென்று 'உஷார்' என்றும் 'அச்சுத ராயர் வாழ்க, செவ்வப்ப நாயக்கர் வாழ்க, வையப்ப நாயக்கர் வாழ்க, விசுவநாத நாயக்கர் வாழ்க' என்ற கோஷங்களும் கிளம்பின.

இந்த கோஷங்களைக் கேட்டதும் முடிவீரர்களைத் தவிர மன்னரின் அதிரடிப் படைவீரர்களும் விஜயம் செய்திருப்பதையும், அவர்கள் எந்தநிலையையும் சமாளிக்கத் தயாராயிருப்பதையும் அறிந்ததும், கூச்சலும் குழப்பமும் சட்டென்று அடங்கின.

அரசர் புதிதாகப் பொறுப்பு ஏற்ற நாயக்கர்களை நோக்கிப் பேசினார்.

''இந்தப் பொறுப்பு உங்கள் ராஜவிசுவாசத்தையும் வீரத்தையும் கருத்தில்கொண்டு அளிக்கப்பட்டிருக்கிறது. அத்துடன் இன்றி இந்த நாயகத்தானத்தில் நீங்கள் முற்றிலும் சுயமாகச் சிந்தித்து சுதந்திரமாகச் செயல்படலாம். சாம்ராஜ்யத்திற்கு திரை ஏதுவும் செலுத்தவேண்டியதில்லை. அவ்வப்பொழுதுள்ள நிலமைக்குத் தக்கவாறு வரியைக் கூட்டுவதற்கோ, குறைப்பதற்கோ அதிகாரமு ம் உண்டு.

''விஜயநகரத்தின் கோரிக்கை இங்கே ஒன்றே ஒன்றுதான். வெளிநாட்டுடன் போர் நிகழும்பொழுது வீரர்களோ, ஆயுதங்களோ, உணவுப் பண்டங்களோ அல்லது வாகனங்களோ எது தேவைப்பட்டாலும் உதவவேண்டுமென்று எதிர்பார்க்கிறேன். இதுகூட கோரிக்கைதான். உத்தரவு அல்ல. உள்நாட்டுக் கலகத்திற்கு வாய்ப்பு உள்ளது என்று கூறினேன். ஆனால் அது உங்கள்

மூவரையும் எந்தவிதத்திலும் பாதிக்காது. அதில் நீங்கள் தலையிடவும் வேண்டியதில்லை. நீங்கள் மூவரும் உங்கள் நாட்டின் நலனிற்காகவும் பிரஜைகளின் வளமான வாழ்விற்காகவும் உங்கள் வாழ்க்கையை அர்ப்பணிப்பதாக உறுதி கூறி சபதம் எடுத்துக் கொள்ளவேண்டும்.''

ராயசம் உறுதிமொழியைக்கூற மூவரும் அதைத் திருப்பிக் கூறி வாளை உயர்த்தி சபதம் எடுத்துக்கொண்டனர். சபை கலைந்தது.

சலகம் சகோதரர்கள் பல்லைக் கடித்துக்கொண்டு அமர்ந்திருந்தனர். காளிங்க ராயர் எழுந்து எழுந்து அமர்ந்தார். சில சிற்றரசர்கள் தங்கள் உணர்ச்சிகள் வெளியில் தெரியாதவாறு தலைகுனிந்து அமர்ந்திருந்தனர்.

இவைகளுக்கிடையில் மூர்த்தியின் கண்களும் செவ்வப்பன் கண்களும் ஒருவர் காணாதபொழுது இன்னொருவரைப் பார்க்க முயல்வதும் அவர்கள் திரும்பினால் கண்களைத் திருப்பிக் கொண்டுவிடுவதுமாக இருப்பதைக் கண்ட ரோகிணி, அவர்கள் நிலமையை ஒருவாறு புரிந்துகொண்டு குறுநகை புரிந்தாள். ஏற்கெனவே இவர்கள் விவாகத்தைப் பற்றிய பேச்சுக்கள் அவள் காதில் விழுந்துகொண்டுதான் இருந்தன. அவள் ‘எவ்வளவு பொருத்தமான ஜோடி’ என்று நினைத்துக்கொண்டாள்.

மூர்த்தியிடம் எப்படியாவது சற்று நேரம் பேசவேண்டுமென்று ஆசைப்பட்டாள் ரோகிணி. பக்கத்திலேயே அமர்ந்திருந்தாலும் ஒருவருக்கொருவர் புன்னகை மட்டும் புரிய முடிந்ததே தவிர பேச முடியவில்லை.

ஆனால் சபை கலைந்ததும் காளிங்க ராயர் உடனே மதிய விருந்தில்கூட கலந்துகொள்ளாமல் கிளம்பிவிட்டார். ரோஹிணியும் கூடவே கிளம்பும்படி ஆகிவிட்டது. தன் தந்தை எதிர்பார்த்தபடி காரியங்கள் நடக்கவில்லை என்பது அவளுக்கும் புரிந்தே இருந்தது. ஆனால் இவ்வளவு ஏற்பாடுகள் செய்துவிட்டு மதிய விருந்தில் கலந்துகொள்ளாமல் செல்வது அவளுக்கு மரியாதைக்குறைவாகப் பட்டது. ஆனால் அவள் சகோதரர்கள் ஏதும் பேசாததினால் அவளும் சும்மா இருந்துவிட்டாள்.

சலகம் சகோதரர்களும் இவரைப் போலவே உடனே கிளம்பி விட்டனர்.

வெவ்வேறு தேர்களில் வந்தவர்கள் ஒரே தேரில் கிளம்பியதன் காரணம் அவளுக்குப் புரியாமலில்லை.

''ஏன் அப்பா, இவ்வளவு அவசரம்? சாப்பிட்டுவிட்டாவது கிளம்பி யிருக்கலாமே...'' என்றாள் ரோகிணி.

''என்ன உனக்குப் பசிக்கிறதா? வழியில் எங்காவது உனக்கு நல்ல சாப்பாடு வாங்கித்தருகிறேன்'' என்றார் அவள் தந்தை. ''இப் பொழுது பசியில்லை. பசிக்கும்போது சொல்கிறேன்'' என்றாள் மகள்.

''நாம் இப்பொழுது பரங்கிப்பேட்டைக்குத்தானே செல்கிறோம்'' அவருடைய மூத்த மகன் கேட்டான். ''இல்லை இல்லை, இப்பொழுது தாற்காலிகமாக விஜயநகரம் பெரிய திருமலை வீட்டில் தங்கப் போகிறோம். இனி பரங்கிப் பேட்டையில் தங்குவது மிகக் குறைவாகத்தானிருக்கும்.''

''ஏன்?''

''ஏனா? புரியாதது மாதிரி கேட்கிறாயே. அந்த இடமெல்லாம் தற்சமயம் அந்த சிரஞ்சீவி செவ்வப்பன் ஆளுகைக்குக்கீழ் வந்து விட்டதல்லவா! அதனால்தான்.''

ரோகிணியால் சும்மா இருக்க முடியவில்லை. ''ஏன் சிரஞ்சீவி செவ்வப்பன் என்கிறீர்கள்?''

''ஏனா? அடித்துக் கொன்றுவிட்ட பிறகும் உயரமும் பருமனுமாய் வந்து நிற்கிறானே. அதனால்தான்.''

''அவனை எதற்காக யார் கொலை செய்ய முயன்றார்கள், அப்பா?''

''தெரியாதம்மா...''

மகளிடம் மனதாரப் பொய் சொன்னார் காளிங்க ராயர். அவருடைய மூத்த மகன் கேட்டான்.

''நாயினா, செவ்வப்ப நாயக்கரின் ஆட்சிக்குட்படுகிற பிரதேசத்தின் பரப்பு எவ்வளவு?''

''பரப்பு எவ்வளவு என்பது தெரியாது. திருவண்ணாமலையில் இருந்து திருச்சி ஸ்ரீரங்கம் வரையிலும் அவனுடையதுதான். செப்பேடுகூடச் செய்துவிட்டார்கள். அதற்குப் பிறகு விசுவநாத நாயக்கர் இடமும் வடக்கே வையப்ப நாயக்கர் இடமும் வருகிறது.''

''உங்களுக்கு எப்படித் தெரியும்?''

‘‘தட்டை செவ்வப்பன் தீட்சிதரிடம் கொடுத்ததைக் கண்டேன். தீட்சிதரைக் கேட்டேன். தீட்சிதர் பொய் சொல்லமாட்டார்.’’

ரோகிணிக்குச் சிரிப்பு வந்தது.

‘‘நீங்களும்தான் பொய் சொல்லமாட்டீர்கள். பொய் சொல்லாதது பெரிய விஷயமா?’’

காளிங்க ராயர் வெறுமே சிரித்தார்.

ரதம் ஓடிக்கொண்டிருந்தது.

இரண்டாம் பாகம்

நந்தி புராணம்

27

தீட்சிதரின் திருமணம்

எல்லா அதிகாரிகளுக்கும் அழைப்பு அனுப்பப் பட்டிருந்ததினால் அரண்மனையின் அழைப்பைத் தட்டக்கூடாது என்று எல்லா அதிகாரிகளும் வந்திருந்தனர். சின்ன திருமலை வீட்டிலிருந்து கல்யாணி அம்மாளும் கோவிந்த ராஜுவும் வந்திருந் தனர். கோவிந்த ராஜு தனக்கும் திருமணம் சீக்கிரத்தில் நடக்கப் போகிறதென்ற துள்ளலில் இருந்தான். பெரிய திருமலையின் மகன், விழா முடிவதற்குச் சற்று முன்னாலேயே தன் குதிரையை ஆத்திரத்துடன் தட்டி விட்டான்.

'இந்த ராயனின் ஆட்கள் செய்த மடத்தனத்தினால் எனக்கு எவ்வளவு பெரிய நஷ்டம்? ஆனால் இவன் எப்படிப் பிழைத்து வந்தான்? அழைத்து வந்தது மல்லாமல் வெற்றிப் பட்டமும் நாயகப் பட்டமும் வேறே! வரவர அரசருக்கு மூளையே கெட்டு விட்டது. இருக்கட்டும், எல்லாம் கொஞ்சநாட்கள்தானே' என்று குரூரச் சிரிப்பு சிரித்துக்கொண்டான்.

செவ்வப்பன் தன் அண்ணன்மார்களிடம் விடை பெற்றுக் கொண்டு திருமலாம்பாளின் மாளிகை நோக்கிச் சென்றான்.

''ராணியாரே, நான் தீட்சிதருடன் புவனகிரிக்குச் செல்கிறேன். அங்கு விவாகச் சடங்குகளில்

கலந்துகொண்டுவிட்டு அங்கு இருந்தே தஞ்சாவூர் போவதாக ஏற்பாடு. தஞ்சாவூரில் நான் பதவியேற்கும்பொழுது என் அண்ணன் மார்களை வந்து கலந்துகொள்ளும்படி அழைத்திருக்கிறேன். நீங்களும் அரசரும் வந்தால் எனக்கு மிகத் திருப்தியாயிருக்கும்'' என்றான்.

''கவலைப்படாதீர்கள் நாயக்கரே, இளையராணி நிச்சயம் வந்து கலந்துகொள்வார்கள். நாயக்கரே, மூன்று இடங்களில் ஒரே நாளில் அந்த விழா நடக்கவேண்டுமென்று நான் கருதி இருப்பதால் நான் எங்கும் வருவதற்கில்லை. தஞ்சையில் திருமலாம்பாளும் மதுரையில் ராயசம் வெங்கண்ணாவும், செஞ்சியில் சிக்க வேங்கடாத்திரியும் கலந்துகொள்வார்கள்'' என்று அரசர் வந்து கூறவும், செவ்வப்பன் எதிர்பாராது அங்கு வந்த அரசரை வணங்கி நின்றான்.

''விவாகத்தை எப்பொழுது வைத்துக்கொள்ளலாமென்று முடிவு செய்திருக்கிறீர்கள்? காஞ்சியிலேயே வைத்துக்கொள்ளலாம் அல்லவா?'' என்றார்.

''அண்ணா கார்த்திகை மாதத்தில் வைத்துக்கொள்ளலாமென்று சொன்னார். எனக்கு என் விவாகத்தை தஞ்சாவூரிலேயே வைத்துக் கொள்ளவேண்டுமென்று விருப்பம்'' என்று தாழ்மையுடன் கூறினான். ''சரி, உன் விருப்பப்படியே ஆகட்டும். உன் பிரஜைகள் எல்லோருமே உன் குழந்தைகளென்பது நினைவிருக்கட்டும். பாரபட்சமின்றி நாட்டு வளப்பத்தை மனதில் வைத்துக்கொண்டு செயல்படு'' என்றார்.

பிறகு திருமலாம்பாளையும் வணங்கினான்.

அவள், ''சற்று இருங்கள் நாயக்கரே, மூர்த்தியிடமும் சொல்லி விட்டுச் செல்லுங்கள். சிதம்பரத்திலேயே சொல்லிக் கொள்ளாமல் போய்விட்டதாக ஒரே புலம்பல்'' என்றாள்.

செவ்வப்பனுக்குத் தூக்கிவாரிப் போட்டது. தான் மட்டும்தான் அதைப் பற்றிக் கவலைப்பட்டதாகவும், மூர்த்தி அதைப் பற்றியே நினைத்திருக்கமாட்டாள் என்றும்தான் நாயக்கர் நினைத்திருந்தார். இளையராணி கூறியதைக் கேட்டு அவருக்கு ஒரு பக்கம் வருத்தமாகவும் இன்னொரு பக்கம் திருப்தியாகவும் இருந்தது என்பதுதான் உண்மை.

''விழித்துக்கொண்டிருப்பார்களல்லவா?'' என்றார் நாயக்கர் குறும்புடன்.

மன்னருக்கு ஒன்றும் புரியவில்லை. திருமலாம்பாள் புரிந்து புன்னகைத்துக்கொண்டாள்.

ராஜீவி தீட்சிதரின் விவாகத்திற்குப் போகத்தான் வேண்டுமென்று பிடிவாதம் பிடித்தாள். மார்த்தாண்டவர்மன் தடுத்துவிட்டான்.

''தீட்சிதர் விஜயநகர சாம்ராஜ்யத்தில் மிகச் செல்வாக்கு உள்ளவர். அரண்மனையிலிருந்து முக்கிய அதிகாரிகளெல்லாம் விஜயம் செய்திருப்பார்கள். இன்று நீ மதிப்பிழந்த அரசனின் சகோதரி. வெற்றி பெற்ற செவ்வப்பனேகூட வந்திருக்கலாம். இப்பொழுது அங்கு உனக்கு இரண்டாம் பட்ச மரியாதைதான் கிடைக்கும். இப்பொழுது போவது உசிதமல்ல. நம் ஆஸ்தான புலவரைப் பரிசுகளுடன் அனுப்புவோம். புலவர்களுக்கு மத்தியில் அவருக்கு நல்ல மரியாதை கிடைக்கும். இளையராணி திருமலாம்பாளின் சகோதரிக்குத் திருமண ஏற்பாடுகள் நடந்துகொண்டிருக்கிறதாம். அந்த விவாகத்தின்போது அண்டைநாட்டு அரசன் என்ற முறையில் எனக்கு அழைப்பு வரும். அப்பொழுது எனக்குப் பதிலாக நீ செல்லலாம். அப்பொழுது எனக்கு நீ உளவுகூட அறிந்து சொல்லலாம்'' என்றான்.

''அந்தப் பெண்ணை மணக்கப்போகிறவர்கள் யார் அண்ணா?''

''சரியாகத் தெரியவில்லை. யாராவது சிற்றரசர்கள் அல்லது பிரபுக்களாயிருக்கும். இன்னும் இரண்டு நாளில் நிச்சயமாகத் தெரியும்.''

'நம் ஒற்றர்கள் விஜயநகரத்தில் நடமாடுகிறார்கள்' என்று ராஜீவி புரிந்துகொண்டாள்.

தீட்சிதரின் விவாகம் சாஸ்திர சம்பிரதாயப்படி வைதீகச் சடங்குகளில் குறை ஏதுமின்று எளியமுறையில் நடந்தேறியது. விருந்தினர் யாவரும் அரச குடும்பத்தினரும் பிரபுக்களுமாகவே இருந்தனர். அரச குடும்பத்திலிருந்து திருமலாம்பாளும் சிக்க வேங்கடாத்திரியும் கலந்துகொண்டனர். செவ்வப்பன் சொந்த உருவத்திலேயே வந்திருந்தான். தீட்சிதரும் மாமனாரும் குருவுமான நாராயண தீட்சிதர், அவரது வயதான பெரியப்பாவும் அத்தையும், எல்லோரையும் வரவேற்று உபசரித்தனர். எதிர்பாராத விருந்தினர் ரோகிணி. ரோகிணி முதல்நாளே வந்து நாகம்மாளுடன் அறிமுகம் செய்துகொண்டு, மணப்பெண்ணின் தோழியாக நின்றது எல்லோருக்கும் மகிழ்ச்சியைக் கொடுத்தது. தீட்சிதருக்கும் ரோகணனுக்கும்கூட நிரம்ப மகிழ்ச்சியே.

செவ்வப்ப நாயக்கருக்கு ரோகணனைச் சந்தித்து அளவளாவுவதற்கு ஒரு வாய்ப்புக் கிடைத்ததில் மிகத் திருப்தி.

முதல்நாள் மாலை, மாப்பிள்ளை அழைப்பிற்கு முன்பாக ரோகணன், நாயக்கர், ரோகிணி, தீட்சிதர் எல்லோரும் மிக மெதுவாக ஏதோ திட்டம் தீட்டிக்கொண்டிருந்தனர். செவ்வப்ப நாயக்கர், தன் மந்திரி, மண்டலாதிபதி ரோகணன் இவர்கள் விவாகம் நடந்த பிறகே தான் மணம்புரிய வேண்டுமென்பதில் தீவிரமாயிருந்தார். ரோகிணி தன் விவாகத்திற்குத் தன் தகப்பனார் நாள் குறித்துவிட்டதாகச் சொன்னாள். அந்த இளைஞர்கள் எல்லோர் மனத்திலும் கவலையும் மகிழ்ச்சியும் ஒருங்கே விரவிக் கிடந்தன. செவ்வப்பன், ரோகிணி, ரோகணன் மூவரும் திடமான மனத்துடன் இருந்தாலும், தீட்சிதருக்கு மட்டும் கவலை சற்று அதிகமாகவே இருந்தது.

பிறகு நிச்சயதார்த்த மும்முரத்தில் எல்லோரும் எழுந்து விட்டனர்.

மறுநாள் வேதகோஷம் முழங்க விவாகம் இனிதே நடந்தேறியது. ரோகிணியும் சிக்க வேங்கடாத்திரியும் தலைநகருக்கு உடனேயே கிளம்பினர். மல்லப்பர்கள், தீட்சிதர், நாயக்கர் எல்லோருமே தஞ்சைக்கு ஒன்றாகவே இரண்டு நாளில் கிளம்புவதாயிருந்தது. அதற்குள் புவனகிரியில் அவர்களுக்குக் கொஞ்சம் வேலையிருந்தது.

திருமலாம்பாள் சிதம்பரத்திற்குச் சென்று இரண்டு நாட்கள் சித்தப்பாவுடன் இருந்துவிட்டுப் பிறகு அவருடனேயே தஞ்சைக்குச் செல்வதாயிருந்தாள்.

28

நாயகத்தானம்

தஞ்சைக்கு வந்த செவ்வப்ப நாயக்கர் அங்கு தான் பதவி ஏற்பதற்காகச் செய்யப்பட்டிருந்த ஏற்பாடு களைக் கண்டு திகைத்துத்தான் போனார். வீரசிங்கராயர் என்ற செல்லப்பாவின் மாளிகையில்தான் எல்லாவித ஏற்பாடுகளும் செய்யப்பட்டு இருந்தன. நாயக்கருக்கும் மற்ற சிப்பந்திகளுக்கும் துரிதமாக மாளிகைகளும் வீடுகளும் கட்டப்பட்டு வந்தன. எனினும் அவை தயாராவதற்குச் சில மாதங்கள் பிடிக்கும் என்பதனால் பழைய மாளிகையிலேயே விழாவைக் கொண்டாட ஏற்பாடு செய்திருந்தார் தீட்சிதர். ரோகணன் ஏற்கெனவே மாளிகை போன்ற பெரிய வீட்டில்தான் தங்கியிருந்தான். தீட்சிதருக்கும் அதே போன்ற வசதியான ஒரு வீட்டை ஏற்பாடு செய்திருந்தான் ரோகணன்.

மாளிகையில் மட்டுமின்றி ஊர் முழுதும் அலங்கார வளைவுகளும் பூப்பந்தல்களும் நிரம்பி வழிந்தன. ‘செவ்வப்ப நாயக்கரே, வருக, வருக’ என்று மலர்களினாலேயே எழுதப்பட்ட கொடிமரங்களைக் கண்டு செவ்வப்ப நாயக்கர் பிரமித்து நின்றார். ஒவ்வொரு வீட்டு வாசலிலும் கோலங்களும் தோரணங்களும் தென்பட்டன.

தம் மாளிகை வாயிலில் வந்து நின்றபொழுது நாதஸ்வர இசையும் வேதகோஷங்களும் முரசொலியும் அதிரவைத்தன.

இரண்டு வயதான சுமங்கலிகள் வந்து கற்பூரம் வைத்து ஆரத்தி சுற்றிக் கொட்டியதும் செவ்வப்ப நாயக்கர் கம்பீரமாக நடந்து உள்ளே சென்றார். பின்னாலேயே சாணக்கியரைப் போன்று தீட்சிதர் உள்ளே நுழைய, ரோகணன் இருவருக்கும் பூரணகும்பம் கொடுத்து வரவேற்றான்.

உள்ளே பெரிய கல்யாணக் கூடத்தில் கிடந்த ஆசனங்களில் எல்லோரும் அமர நடுவில் அலங்கரிக்கப்பட்ட ஆசனத்தில் செவ்வப்ப நாயக்கரும் அவருக்குப் பக்கத்தில் தீட்சிதரும் அமர்த்தப் பட்டனர். நாகம்மா, திருமலாம்பா, இரு மல்லப்ப தம்பதிகள் எல்லோரும் அவரவர்களுக்குரிய இருக்கைகளில் அமர்ந்தனர். பெத்த மல்லப்பர் எழுந்து வந்து இருவர் மேலும் காவேரியின் புனித நீரைத் தெளித்து செவ்வப்பன் தலையில் ஒரு சிறு மகுடத்தைச் சூட்டிப் பதவிப்பிரமாணம் செய்துவைத்தார். நாராயண தீட்சிதர் எழுந்து வந்து இருவர் மேலும் அட்சதையைத் தூவி ''நீடூழி வாழ்க'' என்று வாழ்த்திவிட்டு இருவர் கையிலும் இருமுடிப்புகளைக் கொடுத்தார். அவை என்ன என்று நாயக்கருக்குத் தெரிந்ததினால் 'நன்றி ஐயா' என்று பெற்றுக்கொண்டார். தீட்சிதர் தடவிப்பார்த்துத் தெரிந்துகொண்டு 'இதுவும் உங்களுடையதுதான்' என்று நாயக்கரிடம் கொடுக்க முயன்றார். 'வேண்டாம் நீங்களே வைத்திருங்கள். சமயம் வரும்பொழுது காளிங்க ராயர் மூலமாகவே ரோகணரிடமே கொடுக்கலாம்' என்று அவருக்கு மட்டும் கேட்கும்படி நாயக்கர் கூறினார். அவர் சிரித்தபடி தலையை ஆட்டிவிட்டுத் தன் ஜோல்னாப் பையில் போட்டுக்கொண்டார்.

'இன்னும் இவர் தன் ஜோல்னாப் பையை விடவில்லை' என்று நாயக்கர் சிரித்துக்கொண்டார்.

அவர் பெரியவர்களை வணங்க ஆசி பெறலாம் என்று எழுந்த பொழுது ஒரு மூதாட்டி தும்பைப்பூவைப் போன்ற நரைத்த தலையுடன் செவ்வப்பனின் அருகில் தடுமாறியபடி நடந்து வந்தாள். நாயக்கரின் கன்னத்தைத்தடவி நெட்டி முறித்து திருஷ்டி கழித்துவிட்டு, ''என் செவ்வப்பனா நீ! அருச்சுனன்போல் எவ்வளவு வளர்ந்துவிட்டாய்! ஆயிரங்காலம் நீ நன்றாக இருக்கவேணும் குழந்தாய்!'' என்று வாழ்த்தினாள்.

செவ்வப்பன் திடுக்கிட்டு நிமிர்ந்தான். 'தாயம்மா' என்று அவனது வாய் மெதுவாக உச்சரித்தது.

''ஆமப்பா, உன் தாயம்மாவேதான்!''

அவன் குடும்பத்தினர் எல்லோர் வாயிலிருந்தும் 'செல்லத்தாயி' என்ற சொல் வெளிப்பட்டது.

செவ்வப்பன் முகத்தையும் அதில் தோன்றிய உணர்ச்சிப் பெருக்கையும் கண்டு திகைத்துப்போனார் தீட்சிதர். அவர் செவ்வப்பனைச் சிறு வயதில் அதிகம் பார்த்ததில்லை. அவருடைய சிறுவயதெல்லாம் கல்வி கற்பதிலும் மற்ற அருங்கலைகள் பயிலுவதிலும், பண்டிதர்களுடன் சோதிடம், மீமாம்சம், வியாகரணம் இவைகளைப் பற்றி சர்ச்சை செய்வதிலும் நெடுங்குன்றத்திலும் புவனகிரியிலுமாகக் கழிந்தது. மன்னரின் அழைப்பு வந்தால் மட்டும் தலைநகரம் செல்வதுண்டு. அதுவும் பல சமயங்களில் சாத்திர சர்ச்சைக்காகவோ, வீணை வாசிப்பதற்கோ அல்லது வானிலை அறிவதற்காகவோ இருக்கும். ஆதலால் அதிகாரிகளிடமோ, அவர்கள் குடும்பத்தினரிடமோ பழக வாய்ப்பு இல்லை. திருமலாம்பா, ராயசம் வெங்கண்ணா இவர்களிடம் பழக்கமுண்டு.

செவ்வப்பனை அவர் முதலில் சரியாகப் பார்த்ததே அவன் அடிபட்டுக் கிடக்கும்பொழுதுதான். பூண்டிருந்த ஆபரணங்களி லிருந்து அவன் யாராயிருக்கலாமென்று ஒருவாறு யூகித்ததுதான். பிறகு அவர் செவ்வப்பனைப் பல கோணங்களில் பார்த்ததுண்டு. வலியினால் தவித்த வேதனை கூடிய முகம், தன்னிடம் மிகப் பண்புடனும் மரியாதையுடனும் கூடிய முகம், மொடக் கண்ணியிடம் பழகும் பொழுது பரிவு காட்டும் முகம் போன்ற பலவித முகங்களைக் கண்டிருக்கிறார். மூர்த்தியைப் பற்றிப் பேசும் அவர் முகத்தில் செம்மை படரும் காதல் உணர்வை அவர் கண்டு ரசித்ததுண்டு. போரில் அவன் முகத்தில் கண்ட வீராவேசம், கொஞ்சமே தெரிந்த மூர்த்திக்கு ஏற்பட்ட சம்பவத்தினால் ஏற்பட்ட சீற்றத்தைக் கண்டபொழுது அவரே பயந்திருக்கிறார். மன்னர் நாயகத்தானத்தைப் பற்றி அறிவித்தபொழுது, ஆணவம் நிறைந்த மகிழ்ச்சித் துள்ளலில் மற்ற இருவரும் திளைக்கும்பொழுது செவ்வப்ப நாயக்கர் முகத்தில் மிகுந்த பண்பும் அடக்கமுமே மிளிர்ந்தன.

ஆனால் இதென்ன! இந்த அன்பு முகத்தை அவர் என்றுமே கண்டதில்லை. பல சமயம் வேடிக்கையாக முகத்தில் அசடு வழிவதாகப் பலர் கூறக்கேட்டிருக்கிறோம். ஆனால் இந்தச் சமயத்தில் அவன் முகத்திலும் கண்களிலும், ஏன், முறுவலிலும்கூட அன்பு வழிவதாகத் தீட்சிதருக்குத் தோன்றியது. வேறு எந்தவிதக்

கலவையுமில்லாத முழுமையான அன்பு அந்த முகத்தில் பூத்து மலர்வதைக் கண்டார் தீட்சிதர். தாய் மகவிற்கு ஊட்டும் அன்பு இதுதானா? அவருக்குத் தெரியவில்லை. ஆனால் 'இம்மாதிரியான அன்பைக் கொடுக்க எல்லோராலும் முடியாது. அதைக் கொள்பவர்களும் அதிர்ஷ்டம் செய்தவர்கள். அம்மாதிரியான பிரேமை இரு பக்கமும் பிரவாகமெடுத்து ஓடும்பொழுது அதைக் காண்பவர்கள்கூட பாக்கியசாலிகளே. அந்த முறையில் நானும் அதிர்ஷ்டசாலியே' என்று எண்ணிக்கொண்டார் தீட்சிதர். ஏனெனில் அந்த மூதாட்டியின் முகத்திலும் கண்களிலும் செவ்வப்ப நாயக்கரின் அன்புமுகம் கண்ணாடிபோல் பிரதிபலித்தது. சபையில் எல்லோருமே ஒரு மாதிரியாக விக்கித்து நின்றனர்.

பெத்த மல்லப்பர்தான் ஒருவாறு சமாளித்து எழுந்திருந்து, ''செல்லத்தாயீ, வரவேண்டும் அம்மா, இன்று இங்கு செவ்வப் பனைக் காணலாமென்று உங்களுக்கு எப்படியம்மா தெரிந்தது? ஆச்சரியமாயிருக்கிறதே! எங்கு இருக்கிறீர்கள்? நலமாயிருக் கிறீர்களா?'' என்று சரமாரியாகக் கேள்விகளைத் தொடுத்தார்.

''ஆச்சரியமான விஷயம்தானய்யா. உங்களையெல்லாம் பார்ப் பேனென்று நான் எண்ணவேயில்லை. நான் என் குடும்பத்துடன் ராமேசுவரத்திற்குச் சென்றது உங்களுக்குத் தெரிந்ததுதானே... என் கதையைப் பிறகு பேசிக்கொள்ளலாம். சென்றவாரம் திருச்சிக்குக் குடிபெயர்ந்தோம். அங்குதான் செவ்வப்பனின் நாயகத்தானத்தைப் பற்றிக் கூறினார்கள். ஏதோ ஒரு பாரவண்டியில் இடம் கிடைத்தது. ஓடி வந்துவிட்டேன்'' என்றாள்.

இதைக் கேட்டு அவள் பேத்தி மாயா 'களுக்'கென்று சிரித்தாள்.

''பாட்டியால் நடக்கக்கூட முடியவில்லை. ஓடி வந்து விட்டாளாம்'' என்று அவள் கூற எல்லோருக்குமே சிரிப்பு வந்தது. சின்ன மல்லப்பரின் மனைவி அவளைக் கூப்பிட்டுத் தன் பக்கத்தில் உட்காரவைத்துக்கொண்டு குசலம் விசாரிக்கத் தொடங்கினாள்.

விழா முடிந்ததும் ரோகணன் வந்திருந்தவர்களுக்கு உபசார வார்த்தைகள் கூறி நன்றி கூறினார். மறுநாள் கூற்றத் தலைவர்களின் கூட்டம் நடக்க இருப்பதை நினைவுபடுத்தினார்.

விழா இனிது முடிந்தது.

29

நாயக்கரும் மந்திரியும்

செவ்வப்ப நாயக்கர் கோவிந்த தீட்சிதரைத் தனக்கு மந்திரியாய் இருக்கும்படிப் பணிவுடன் கேட்டுக் கொண்டார். அவர் ஒப்புக்கொண்ட பிறகு மகா மண்டலாதிபதியையும் அவரே தேர்ந்தெடுக்கும்படி விண்ணப்பித்தார். அதன்படி தீட்சிதர் சாளுவ நரசிங்கராயர் (செல்லப்பா) மகன் ரோகணனைச் சிபாரிசு செய்தார்.

ஆனால் நாயக்கருக்கு அவன் தந்தை இடத்தைத் தான் பிடித்துக்கொண்டதாக உறுத்தல் இருக்காதா என்ற சந்தேகம் வந்தது.

''இருக்காது. ஏனெனில் இத்தனை விரோதிகளுக்கு மத்தியில் அவர் இங்கிருப்பதில் ரோகணனுக்கு விருப்பமில்லை. மன்னருக்கும் விருப்பமில்லை.''

''அதென்ன அது?''

பிறகு தீட்சிதர் செல்லப்பாவை நாடுகடத்திய விஷயத்தைக் கூறினார்.

''அது சரி, அப்போது அவருக்கு எதிரிகள் இருந்தார்கள். இந்த நாயகத்தானத்தில் அவருக்கு இப்போது எந்த எதிரியும் இல்லையே... இப்போது வரலாமே...''

‘‘வரலாம்தான்; உங்களுடைய முதல் காரியம் மன்னருடைய உத்தரவை மீறுவதாக இருப்பது சரியில்லை. மேலும் மன்னர் உங்களை இந்த வளநாட்டிற்கு நாயகனாய் நியமித்திருக்கிறார். செல்லப்பா வந்தால் அவரை எந்த ஆசனத்தில் அமர்த்துவீர்கள்?’’

நாயக்கருக்கு என்ன பதில் கூறுவதென்று புரியவில்லை.

தீட்சிதர் தொடர்ந்தார். ‘‘அதனால்தான் சொல்லுகிறேன். ரோகணனை மகாமண்டலாதிபதியாக நியமித்தால் செல்லப்பா விற்குத் திருப்தியாகத்தானிருக்கும். மேலும் ரோகணனுக்கு இந்தத் தஞ்சைநாட்டின் சூட்சுமங்கள் எல்லாம் தெரிவதோடு மக்கள் ஆதரவு உங்களுக்கே பலமாக இருக்கும்.’’

‘‘சரி, அப்படியே ஆகட்டும்; ஆனால் அவர் ஒப்புக்கொள்ள வேண்டுமே...’’

‘‘அந்தக் கவலையை விடுங்கள். அது என் பொறுப்பு.’’

‘‘அது சரி, எப்பொழுது புவனகிரிக்குக் கிளம்பப் போகிறீர்கள்? என்றைக்கு நாள் நன்றாயிருப்பதாக உங்கள் குரு எழுதியிருந்தார்? போகும்பொழுது ஏதாவது பரிசுகள் எடுத்துப் போங்கள். என்னிடம் சில பட்டாடைகள் உள்ளன. அவைகளில் ஏதாவது எடுத்துத் தருகிறேன்.’’

தீட்சிதருக்குத் திடீரென்று பெண்பிள்ளையைப் போன்று வெட்கம் வந்துவிட்டது. நாயக்கர் அதை ரசித்தபடி நின்றார்.

‘‘ஆவணித்திங்கள் ஆறாம் நாள் என்று ஞாபகம். லிகிதத்தை எடுத்து மறுபடி பார்க்கவேண்டும்.’’

‘‘இல்லை, ஆவணி நாலாம் நாள்.’’

தீட்சிதருக்குத் தூக்கிவாரிப் போட்டது.

‘‘உங்களுக்கு எப்படித் தெரியும்?’’

‘‘நீங்கள்தான் வாயால் சொல்லக் கூச்சப்பட்டுக்கொண்டு லிகிதத்தையே என் கையில் கொடுத்துவிட்டீர்களே... மறந்து விட்டதா?’’

‘‘ஆமாம், மறந்துதான் விட்டது. நாளையே கிளம்பினால் சரியாயிருக்குமென்று நினைக்கிறேன்.’’

‘‘சரி, வாருங்கள்; என்னிடம் சத்ருக்கினர் வியாபாரத்திற்காகக் கொடுத்த பட்டாடைகளும் ஆபரணங்களும் உள்ளன. அவைகளில் ஏதாவது பொறுக்கி எடுக்கலாம், வாருங்கள்.’’ நாயக்கர் அவர் கையைப் பிடித்து அழைத்துச்செல்லத் தொடங்கினார்.

''சற்று இருங்கள் நாயக்கரே, என்னிடம் பரங்கிப்பேட்டையில் ஸலீம் கொடுத்த உயர்ந்த முத்து மாலை ஒன்று இருக்கிறது. அது போதுமே... என் குருதேவர் எங்கள் இருவருக்குமே பட்டுப் பீதாம்பரங்களை ஆயத்தம் செய்து வைத்திருப்பார்.''

''உண்மைதான்; அவர் தன் பெண்ணுக்குச் செய்யாமல் இருப்பாரா? ஆனால் மாப்பிள்ளை வீட்டிலிருந்து செய்ய வேண்டிய சீர்வரிசைகளைச் செய்யவேண்டாமா? உங்கள் வீட்டில் யாராவது உறமுறைகள் இருக்கிறார்களா?''

தீட்சிதருக்குக் கண்கலங்கிவிட்டது.

''நெடுங்குன்றத்தில் என் தாய்வழிப்பாட்டனார் இருக்கிறார். அவருக்கு நிரம்ப வயதாகிவிட்டதினால் பிரயாணம் செய்வது சிரமம். என் தந்தையின் சகோதரி, என் அத்தை இருக்கிறார்கள். என்னிடம் மிகப்பிரியம் உள்ளவர்கள். அவரும் வயதானவர்கள் தான். இருந்தாலும் போய் அழைத்தால் அவரால் வரமுடியுமென்று தான் நினைக்கிறேன். என் தம்பி இருக்கிறான். பெத்த மல்லப்பர், அரசர், இளையராணி எல்லோரும் அழைப்பு வந்திருப்பதாக நேற்று சொன்னார்கள். ஆனால் தற்சமயம் என் உறவு, நட்பு, மேலதிகாரி எல்லாம் தஞ்சை நாயக்கர் செவ்வப்ப நாயக்கர்தாம். அவர் வந்து எல்லாவற்றையும் நடத்திக் கொடுப்பார் என்பதில் எனக்கு எந்த ஐயமுமில்லை.''

நாயக்கர் கடகடவென்று சிரித்தார்.

''ஐயா, நீர் பெரிய சாமர்த்தியசாலி. என்னையே பேசவைத்து என் தலையிலேயே பொறுப்பை ஏற்றிவிட்டீர்களே... நான் எப்படித் தப்பமுடியும்?''

''எதற்காகத் தப்பவேண்டும்? பொறுப்பைத் தட்டிக்கழிக்கக் கூடாது. நாயக்கர் பதவி ஏற்றதும் செய்யும் முதல் பணியாக இருக்கட்டுமே... உங்களுடன் பணிபுரிபவர் என்பதுடன் தஞ்சை வந்துவிட்டால் நானும் உங்கள் பிரஜைகளில் ஒருவன்தானே...''

''அப்படியே ஆகட்டும். என் உயிரைக் காப்பாற்றிய உங்களுக்கு இதுகூடச் செய்யாவிட்டால் எப்படி? ஆனால் நான் இப்பொழுது நேரே தஞ்சை செல்லப் போவதில்லை. என் அண்ணன்மார் இருவரும் நான் அவர்களுடன் சில நாட்கள் தங்கவேண்டும் என்று பிரியப்படுகிறார்கள். மேலும் எனக்கு மணமுடிக்க ஏற்பாடுகள் செய்துவருகிறார்கள்.''

''பெண் யாரோ?''

‘‘உங்களுக்குத் தெரியவே தெரியாதா?’’

‘‘எனக்கு எப்படித் தெரியும்? யாராவது சொன்னால்தானே தெரியும்? எல்லாம் ரகசியமாய் நடக்கிறாப் போலிருக்கிறதே...’’

‘‘இளையராணி திருமலாம்பாளின் தங்கை மூர்த்திமாம்பாவை எனக்காக அரசரிடம் பெண் கேட்கப் போகிறாராம் என் அண்ணன் பெத்த மல்லப்பர். ஏற்கெனவே அவர்களுக்குள் பேசிக்கொண்டாய் விட்டது. பெயருக்குத்தான் என் விருப்பம் என நினைக்கிறேன். இருந்தாலும் முறைப்படி பெண் கேட்க வேண்டுமல்லவா?’’

தீட்சிதருக்குப் பரவசம் கலந்த வியப்பு.

‘‘உண்மைதான்; ஆனால் நிச்சயதார்த்தம் வரை ரகசியமாயிருப்பதும் நல்லதுதான். மூர்த்திக்கு நேர்ந்த ஆபத்தைப் பற்றிக் கேள்விப் பட்டீர்களா?’’

‘‘ஆமாம். ஏதோ கடத்த முயற்சி நடந்ததாகச் சொன்னார்கள். முழு விவரமும் தெரியாது. மாரப்பத்தேவர் மட்டில் முன்னெச்சரிக் கையாகச் செயல்பட்டிராவிட்டால் இந்நேரம் என் மூர்த்தி ஒரு முரடனுக்கு மனைவியாகியிருப்பாள்.’’

‘‘கேட்கவே திகிலாய் இருக்கிறது. முழு விவரமும் இளையராணியைக் கேட்டுத்தான் தெரிந்துகொள்ளவேண்டும். நாயக்கரே, தங்கள் பிரஜைகளில் இன்னொருவரின் சிக்கலான விஷயத்தைத் தங்கள் காதில் போட்டுவைப்பது நல்லது என நினைக்கிறேன்.’’

‘‘என்ன புதிர் போடுகிறீர்கள் மந்திரியாரே...’’

அந்தப் பட்டத்தைக் கேட்டு தீட்சிதர் சிரித்துக்கொண்டார். ஆனாலும் அது அவருக்குப் பிடித்திருந்தது.

‘‘ரோகிணி என்று கேள்விப்பட்டிருக்கிறீர்களா? காளிங்க ராயரின் பெண்.’’

‘‘காளிங்க ராயர் பரங்கிப்பேட்டையில் அல்லவா இருக்கிறார்? நம் பிரஜை என்றீர்கள்?’’

‘‘ஆமாம், பரங்கிப்பேட்டை நம் எல்லைக்குள்தான் உள்ளது. ஏன், அதற்கு மேலும் பரந்து திருவண்ணாமலை வரையில் உள்ளது. ஏன், நீங்கள் வரைபடத்தைப் பார்க்கவில்லையா?’’

‘‘இல்லை; இனிமேல்தான் பார்க்கவேண்டும்... நேற்று அவள் வந்திருந்தாளா?’’

''ஆமாம். மூர்த்தியின் பக்கத்தில்தான் அமர்ந்திருந்தாள். ஆனால் நீங்கள் பக்கத்தில் எல்லாம் எங்கே பார்த்திருக்கப் போகிறீர்கள்?''

தீட்சிதர் விஷமமாகச் சிரித்தார்.

கூச்சமாக இருந்தாலும் நாயக்கர் வருத்தத்துடன் உண்மையை ஒப்புக்கொண்டார்.

''ஆமாம்; அது மிகப்பெரிய தவறு! எனக்கே பின்னால் புரிந்தது. புதிதாகப் பட்டம் பெற்றவன் சபையில் எல்லாவற்றையும் ஊன்றிக் கவனித்து மற்றவர்களுடைய எதிர்விளைவு என்ன என்பதைப் புரிந்துகொள்ளவேண்டாமா? அதை விட்டுவிட்டு...'' நாயக்கர் குற்ற உணர்வுடன் தலையைக் குனிந்துகொண்டார்.

''அடடா! இதற்கு ஏன் இப்படி வருத்தப்படுகிறீர்கள்? எல்லோருக்கும் உள்ளதுதானே! உங்கள் மந்திரி எதற்காக அங்கே இருந்தார்? கவலையே படாதீர்கள். நான் எல்லாவற்றையும் ஒன்றுவிடாமல் கவனித்துக் கணித்தும் வைத்திருக்கிறேன். சமயம் கிடைக்கும் பொழுது உங்களுக்கு விவரமாய்க் கூறுவேன்.''

நாயக்கர் நன்றியுடன் தன் மந்திரியை நோக்கினார். ''சரி, விஷயத்திற்கு வருவோம். ரோகிணியைப் பற்றிக் கூறுங்கள்.''

''அவளை சின்ன திருமலை மகன் கோவிந்த ராஜுவிற்கு ராயர் மணமுடிக்க இருக்கிறார்.''

''ஓ, அப்படியா? அதனால் நமக்கு என்ன?''

''ரோகிணி நன்கு படித்தவள். தெலுங்கு, ஸம்ஸ்கிருதம் இரண்டிலும் நல்ல புலமை உள்ளவள். இப்பொழுது தமிழும் பயின்று வருகிறாள். அத்துடன் அவள் சகோதரர்களுடன் சேர்ந்து வாள் வீச்சு, வேலெறிதல், குதிரை ஏற்றம் யாவற்றிலும் சிறந்த பயிற்சியுடையவள். மேலும் அச்சுத ராயருக்கு மிக விசுவாச மானவள்.''

''காளிங்க ராயர் மகளா?''

''ஆம். அவளை சலகராஜுவின் மகன் கோவிந்த ராஜுவுடன் ஒப்பிட்டுப் பாருங்கள்.''

''பொருத்தமில்லைதான். அதற்கு நாம் என்ன செய்ய முடியும்?''

''அப்படி அல்ல நாயக்கரே, ரோகிணியும் ரோகணனும் ஒருவரை ஒருவர் விரும்புகிறார்கள்.''

''ஓ, அப்படியா! இப்பொழுது புரிகிறது உம் கவலையின் காரணம். ரோகிணியை உமக்குத் தெரியுமா?''

''நன்றாகவே தெரியும். அவள் எனக்கு ஒற்றுவேலை செய்து வருகிறாள்.''

''என்னது?''

தீட்சிதர் உள்ளே சென்று ஒரு வரைபடத்தைக் கொண்டுவந்தார்.

''இந்த வரைபடத்தை ரோகிணி தலைநகருக்குச் சென்று, சின்ன சலகம் வீட்டில் வரப்போகும் மருமகளென்ற சாக்கில் தங்கி, அவர் மகனுடன் அரண்மனையைச் சுற்றிப் பார்ப்பதுபோல் பார்த்து அந்த வரைபடங்களை வரைந்து எனக்காகக் கொண்டு வந்திருக்கிறாள்.''

''அப்படியா! இதுதான் மதிய விருந்திற்குச் செல்லும்பொழுது கை மாறிற்றா அல்லது பையே மாறிற்றா?''

நாயக்கர் விஷமமாகச் சிரித்தார்.

தீட்சிதருக்குத் தூக்கிவாரிப்போட்டது.

''நீங்கள் என்ன சொல்லுகிறீர்கள்?''

''நான் மதிய விருந்துக்குச் சென்றுகொண்டிருந்தபொழுது ஒரு பெண் - உயர்குலத்துப்பெண் எனத் தோன்றியது - சற்றுக் கால் தடுக்கி, அந்தப்பெண்ணின் கையிலிருந்த பை கீழே விழுந்தது. வேறுவழியிலிருந்து நீரும் அந்தப்பக்கம் வந்துகொண்டு இருந் தீர்கள். அவளுக்கு உதவுவதுபோல் நீர் குனிந்தபொழுது உம் பையும் தோளிலிருந்து சரிந்தது. இதுவரை தோளிலிருந்து உம் ஜோல்னாப் பை சரிந்ததை நான் பார்த்தது கிடையாது. ஆதலால் பொருள் கை மாறிற்றா, பையே கை மாறிற்றா என்று தெரியவில்லை.''

''உண்மைதான். அது வேறுவிஷயம். அதற்குமுன்பே மொடக் கண்ணி மூலமாக வரைபடம் எனக்குக் கிடைத்துவிட்டது.''

கோவிந்தசூரியைத் தாம் மடக்கிவிட்டதில் நாயக்கருக்குப் பரம சந்தோஷம்.

தீட்சிதர் தம் வியப்பைக் காட்டிக்கொள்ளாமல், ''தங்களுடன் வேறுயாராவது இருந்தார்களா? வேறுயாரும் இதைப் பார்த்தார்களா?'' என்றார்.

''இல்லை,வேறுயாரும் என்னுடன் இல்லை. நான் தனியாகத்தான் இருந்தேன். ஆனால் சற்று தூரத்தில் அரசரும் இளையராணியும்

வந்துகொண்டிருந்தார்கள். இதைப் பார்த்தார்களா இல்லையா என்பது தெரியாது.''

மன்னர் பார்த்திருந்தாலும் இல்லாவிட்டாலும் ராணி திருமலாம் பாள் அவசியம் பார்த்திருப்பார்கள் என்று எண்ணிக் கொண்டார்.

நாயக்கர் பேசினார். ''எனக்கு ஒரு சந்தேகம்.''

''கேளுங்கள்.''

''எனக்கு மந்திரியாக இருப்பதாக ஒப்புக்கொண்டுள்ளீர்கள். ஆனால் விஜயநகரத்திற்கு ஒற்று அறிவதை நிறுத்தாமல் விஜயநகரத்தி லேயே தங்கிவிடுவீர்களோ என்று கவலையாக இருக்கிறது.''

''உங்கள் கவலை நியாயமானதுதான். ஆனால் அவசியமானது அல்ல. மந்திரியாக என் நியமனம் சில நாழிகைக்கு முன்புதான் ஆயிற்று. அதுவரை விஜயநகரத்திற்காகக் கண்டறிந்த முக்கியமான தகவல்களைத் தக்க மனிதர்களிடம் சேர்த்துவிட்டால் விஜயநகரத்திற்கான என் கடமை முடிந்தது. பிறகு என் வாசம், கவனம் எல்லாம் தஞ்சைதான். ஆனால்...''

''ஆனால்?''

''தஞ்சைக்குச் சென்று தாங்கள் நாயகத்தானத்தை ஏற்றுக் கொள்வதற்குமுன் வேறு பொறுப்புக்களை ஏற்க வேண்டி இருக்கும் என்று தோன்றுகிறது.''

''நான்தான் காஞ்சீபுரம் சென்று என் குடும்பத்தாருடன் சில தினங்கள் தங்கி உம் விவாகத்திற்குப் பிறகுதான் தஞ்சை செல்லப் போகிறேன். அதைத்தானே சொல்லுகிறீர்கள்?''

''இல்லை; மாலையில் அரசர் மறுபடியும் சபை கூட்டி அழைப்பு விடுத்திருக்கிறார் அல்லவா? அதில் ஏதாவது முக்கியமான செய்தி வெளியாகலாம் என்று நினைக்கிறேன்.''

''தக்க மனிதர்களிடம் ஒப்புவிக்கவேண்டும் என்று சொன்னீரே, மன்னரிடம் இல்லையா?''

''இல்லை; அவரிடம் கூறுவதற்கு இல்லை. ஏனென்றால் அவர் அதை பெரியசலகத்திடம் கொடுத்துவிட்டு வாளாயிருந்து விடுவார்.''

''அதனால் என்ன? யார் கவனித்தால் என்ன?''

தீட்சிதர் சிரித்தார்.

''அவர் கவனிப்பதா! நாம் குற்றம் சாட்டுவதே அவர்மேல் தானே!''

''அப்படியா? அவர் என்ன செய்தார்? கலகம் செய்யப் போகிறாரென்பது ஊகம்தானே?''

''இல்லை நாயக்கரே, மன்னருக்கு விசுவாசமாயிருப்பவர்களை எல்லாம் மன்னரிடமிருந்து பிரித்து சூழ்ச்சி செய்திருக்கிறார். மேலும்...''

கோவிந்தசூரி சற்றுத் தயங்கினார்.

''ஏன் தயங்குகிறீர்கள்? எதுவாயிருந்தாலும் சொல்லுங்கள்.''

''சரி, சொல்லுகிறேன். உங்களுக்குத் தெரிந்திருப்பது நல்லதுதான். சின்ன சலகத்தின் மாளிகையிலிருந்து சிக்க வேங்கடாத்திரியின் சயன அறைக்கு சுரங்கவழி இருக்கிறது. அதைப்பற்றி அரசருக்கோ இளவரசருக்கோ எதுவும் தெரியாது.''

''ஐயோ! அது பெரிய ஆபத்தாயிற்றே? தங்களிடம் உள்ள வரைபடங்களை யாரிடம் கொடுக்கப்போகிறீர்கள்?''

''ஒன்று தங்கள் தமையனார் பெத்த மல்லப்பர். இரண்டாவது செல்லப்பாவின் தந்தை தழுவக்குழைந்தான் பட்டர். மூன்றாவது அரவீட்டி ராமராயர்.''

''அளியராமராயரா? அவர்தான் மன்னரிடம் விரோதம் கொண்டு தலைநகரின் பக்கமே வருவதில்லை என்று கேள்விப்பட்டேனே?''

''உண்மைதான். இருந்தாலும் மன்னரிடம் அவருக்கு வருத்தம் இருந்தாலும் விஜயநகர சாம்ராஜ்யத்தில் அவருக்கு அக்கறை உண்டு. சிக்க வேங்கடாத்திரியிடத்திலும் அவருக்குப் பிரியம் உண்டு. மேலும் ஏதாவது அதிரடியாகச் செயல்பட வேண்டு மென்றால் அது அவர் ஒருவரால்தான் முடியும்.''

''ரோகணன்...''

''ரோகணன் இதில் தலையிடவே மாட்டான். மன்னரிடம் அவனுக்குக் கோபம், தவிர கசப்புணர்வும் உண்டு. மன்னர் செல்லப்பாவை நாடுகடத்தி விசுவாசமுள்ள பலரிடம் வெறுப்பைச் சம்பாதித்துக்கொண்டுவிட்டார்.''

''சரி, ரோகணன் விஷயத்தை நாம் தஞ்சை சென்று கவனிக்கலாம். அதற்கும் அதிரடியாக ஏதாவது செய்யவேண்டி வந்தாலும் வரலாம்.''

''பார்க்கலாம்.''

30

மாலையிலும் சபை

அரசர் அச்சுத ராயர் மறுபடியும் சபை கூட்டியிருப்பது எல்லோருக்கும் வியப்பை அளித்தது. சாதாரணமாக காலையில் சபை கூடிற்றென்றால் மாலையில் மன்னர் அரங்கனின் தரிசனத்திற்குச் செல்வது வழக்கம். மேலும் மந்திரியும் மகாமண்டலேசுவரரான சலகம் சகோதரர்கள் திரும்பிச் சென்றுவிட்டிருந்தனர். காளிங்க ராயர் போன்ற இன்னும் ஓரிரு தலைவர்களும் கிளம்பியாய்விட்டது.

ஆதலால் முரசு முழங்கியதும் சற்று வியப்புடனே எல்லோரும் ஒன்று கூடினர்.

மன்னரும் திருமலாம்பாளும் மேடையில் வந்தமர்ந்தனர். மூர்த்தி வரவில்லை. புதிதாக நியமிக்கப்பட்ட மூன்று நாயக்கர்களும் தத்தம் மந்திரிமார்களுடன் அமர்ந்திருந்தனர். பெத்த மல்லப்பர், சின்ன மல்லப்பர், ரகுநாதநாயக்கர் (விசுவநாத நாயக்கரின் சகோதரர்), ராயசம் மற்றும் அரசாங்கத்தில் முக்கிய பதவி வகிப்பவர் சிலரும் சில சிறு சிற்றரசர்களும் கம்பீரமாக அமர்ந்திருந்தனர்.

மன்னர் முறைப்படி எல்லோருக்கும் முகமன் கூறிவிட்டு நேரடியாகவே விஷயத்திற்கு வந்தார்.

''முக்கியமாக சில அறிவிப்புகள்: அதனால்தான் மாலையில் சபை கூட்டியுள்ளேன். ஏற்கெனவே நான்

இதைப்பற்றி முதன்மந்திரியுடனும் மகாமண்டலேசுவரருடனும் கலந்து ஆலோசித்துவிட்டதால் அவர்கள் இல்லாவிடில் பரவாயில்லை.

''திருவடி தேசத்துப் போரைப் பற்றி நாம் மிகக் கவலை கொண்டிருந்தோம். ஆனால் தஞ்சை செவ்வப்ப நாயக்கர் அவர்கள், படைவீட்டிற்குள் தைரியமாகப் போய் அவர்கள் படைபலம் முழுதும் அறிந்து வந்திருக்கிறார். வரக்கூடிய ஆபத்தைப் பற்றிக் கவலைப்படாமல், மாறுவேடத்தில் சென்று, அவர்கள் கோல்கொண்டா சுல்தானுக்கு அனுப்பிய லிகிதத்தையும் பெற்று வந்திருக்கிறார். அது நம் கையில் கிடைத்தவுடன், நாம் கோல்கொண்டா சுல்தான் திருவடி தேசத்துக்கு அனுப்பும் படையைத் தடுத்து நிறுத்தியாகிவிட்டது. எப்படி என்று நான் உங்களுக்குச் சொல்லவேண்டியதில்லை என்று நினைக்கிறேன். ஆதலால் திருவடி தேசம் நம்மிடம் போர்செய்ய வரலாமென்ற பயம் இப்போது நமக்கில்லை. இதைப் போன்ற சூழ்நிலை நமக்குக் கிடைப்பது அரிதினும் அரிது. நாம் இந்தச் சந்தர்ப்பத்தை இழக்கக் கூடாது. இப்பொழுது நாம் அவர்கள்மீது படையெடுத்தால் அவர்களைப் பணியவைப்பது மிக எளிது. ஆதலால் வரும் சுக்கில தசமியன்று சின்ன மல்லப்பர் தலைமையில் நமது படைகள் புறப்படட்டும். செவ்வப்ப நாயக்கர் குதிரைப் படையையும் விசுவநாத நாயக்கர் காலாட் படையையும் நடத்திச் செல்லட்டும். தளபதி வல்லாளத் தேவன், தன் உபதளபதியுடன் நம் முக்கால்வாசிப் படைகளுடன் நாளை இங்கு வந்து சேரவேண்டும் என அவருக்கு உத்தரவு அனுப்பியாகிவிட்டது. வல்லாளத் தேவன் செவ்வப்பன் கீழும், உபதளபதி விசுவநாத நாயக்கர்கீழும் செயல்படட்டும். என்ன, இந்த ஏற்பாடு எல்லோருக்கும் சம்மதமா?'' என்றார்.

''சம்மதம், சம்மதம்!'' என்று நாலா பக்கங்களிலிருந்தும் குரல்கள் எழுந்தன.

சின்ன மல்லப்பர், விசுவநாத நாயக்கர், செவ்வப்ப நாயக்கர் மூவரும் எழுந்து நின்று, ''உத்தரவு மன்னா!'' என்றனர். இரண்டு சிற்றரசர்கள் எழுந்து நின்று தாங்களும் போரில் படையுடன் கலந்துகொள்ள விருப்பம் தெரிவித்தனர். மன்னர் தலையை அசைத்து அவர்களுக்குச் சம்மதம் கொடுத்தார். சபை கலைந்தது.

மன்னருடன் திருமலாம்பாள் திரும்பிச் செல்லும்பொழுது அவளுடைய முகம் மிகவும் கலக்கமாயிருப்பதைக் கவனித்தார் கோவிந்த தீட்சிதர். அவருக்கும் சற்றுச் சங்கடமாய்த்தான் இருந்தது.

31

சலகம் வீட்டில் பெண்ணெடுப்பு

காஞ்சீபுரத்தில் சலகம் சின்ன திருமலை வீட்டில் அவரது ஒரே மகன் கோவிந்த ராஜுவிற்கு விவாக ஏற்பாடுகள் துரிதமாக நடைபெற்று வந்தன. ராயரும் ராஜுவும் அடிக்கடி சந்தித்துப் பேசினார்கள். அழைப்பிதழ்கள் தயாரிப்பதிலே பல சிக்கல்கள் ஏற்பட்டன. சலகம் பெரிய திருமலை பேரில்தான் அழைப்பிதழ் எழுதப்பட்டிருந்தது. அதில் தன் மகன் பெயரையும் போடவேண்டுமென்று அவர் விரும்பினார். ஆனால் ராயர் வீட்டில் அவருடைய பிள்ளைகள் இருவரும் தங்கள் பெயர்களைச் சேர்க்க வேண்டாமென்று கண்டிப்பாய்ச் சொல்லிவிட்டார் கள். ஆதலால் பெரியதிருமலையின் மகன் பெயரும் சேர்க்க முடியாமல் போய்விட்டது. யாருக்கெல்லாம் அழைப்பிதழ்கள் அனுப்பவேண்டுமென்பதிலும் சிக்கல்கள் நிறையவே இருந்தன.

இருவர் வீட்டிலும் பட்டுப் பீதாம்பரங்கள், அணிகலன்கள் என்று பல்லக்குகள் சென்றவண்ணம் இருந்தன. அந்த நாட்களிலும் காஞ்சிப்பட்டிற்கு மதிப்பு இருக்கவே செய்தது. அதைத்தவிர சீனத்துப் பட்டுக்கள், பாண்டிநாட்டு முத்துக்கள் என்று இரு வீட்டிலும் வாங்கிக் குவித்துக்கொண்டிருந்தனர். சிலவற்றைப் பொறுக்குவதற்கு ரோகிணியும் கூடச்சென்றாள். ராயர் மனைவிக்குக் கல்யாணியை

ரொம்பப் பிடித்துவிட்டது. பிள்ளை அப்படி இப்படி இருந்தாலும், சம்பந்தி அம்மாள் மிக நல்லவர் என்று சொல்லிக்கொண்டிருந்தாள். ஆனால் தந்தை தாய் இருவருமே கோவிந்த ராஜுவை மணக்கச் சம்மதமா என்று ரோகிணியைக் கேட்கவில்லை. அவள் மறுப்பு ஏதும் கூறாததினால் சம்மதம் என்று எடுத்துக்கொண்டுவிட்டார்கள் போலும்! ஆனால் இந்த மெத்தனம் ரோகிணிக்கு ரொம்ப சௌகரியமாகிவிட்டது. ராயர் தம் பிள்ளைகளிடமும் இதைப் பற்றி ஆலோசனை கேட்கவில்லை. ராயர் மனைவி பங்காருவிற்கு இவர் செய்வது கொஞ்சமும் பிடித்தமாயில்லை என்பதுதான் உண்மை. அந்தக் குடும்பத்தில் அவளுக்குக் கல்யாணியைத் தவிர வேறு யாரையும் பிடிக்கவில்லை.

மேலும் கோவிந்த ராஜு படிக்காதவன். அது எல்லோருக்கும் தெரிந்த விஷயம்தான். ஏதாவது ராயரிடம் சொல்லத் தொடங்கினால் 'விஜயநகர சாம்ராஜ்யத்தின் ராணியாக்குகிறேன் என்றால் கசக்கிறதோ?' என்று மடக்கிவிடுவார். அந்த அம்மாளுக்கும் புருஷனிடம் அதிகம் மறுத்துப்பேசிப் பழக்கமில்லை.

எப்படி ரோகிணியை ராணியாக்க முடியும் என்று அந்த அம்மாளுக்குப் புரியவில்லை. அப்படியே கலகம் ஏற்பட்டு அச்சுத ராயரைக் கீழே தள்ளினாலும்கூட, அவர் மகன் சிக்க வேங்கடாத்திரி இருக்கிறான். அப்படியே அரசைக் கவிழ்த்தாலும் பெரிய திருமலை தான் அரசனாவாரேயொழிய தம்பிக்கு அரசு பதவியைக் கொடுக்க மாட்டார். அவருக்குப்பின் வேங்கடப்பன்தான் அரசனாவான். இதையெல்லாம் விட்டு சின்ன திருமலை அரசராவாரென்றும், அதற்குப் பிறகு தன் மகன் கோவிந்த ராஜுவிற்கு, அவன் முட்டாளாயிருந்தாலும் அரசு பதவி கிடைக்குமென்று நினைப்பது, கொக்கின் தலையில் வெண்ணெய் வைத்துப் பிடிப்பதுபோல்தான் என்று நினைத்தாள். ஆனால் வாயைத்திறந்து எதுவும் சொல்லவில்லை. விதிப்படி நடக்கட்டும் என்று விட்டுவிட்டாள். ஆனால் மக்கள் மூவரும் அப்படி விடவில்லை. அவர்களுடைய பிள்ளைகள் பாலாஜி, ராமராயன் இருவருக்கும் தங்கள் அருமைத் தங்கையை கோவிந்த ராஜுவிடம் கொண்டு தள்ள விருப்பமில்லை. மூவரும் சேர்ந்து இரவு பகலாய் யோசித்து ஒரு திட்டம் தீட்டினார்கள்.

மாலை பெண்ணழைக்கும் வேளையும் வந்தது. மணப்பெண்ணும் அவள் தாயும் வருவதற்கு, நன்கு அலங்கரிக்கப்பட்ட சிவிகை ஒன்று ராயர் வீட்டுக்கு அனுப்பப்பட்டது. ராயரும் அவரது மகன்களும் காலையிலிருந்தே ராஜுவின் வீட்டிலேயே அவர்களுக்கு உதவி செய்வதற்காகத் தங்கியிருந்தனர். கல்யாணி

அம்மாள் முழ அகல ஜரிகை போட்ட கொட்டடிப் புடைவையும், உடல் கொள்ளா ஆபரணங்களுமாக, உறவினர்களை அழைப்பதும், தவசிப் பிள்ளைகளுக்குத் திட்டம் சொல்வதுமாக பம்பரமாகச் சுழன்றுகொண்டிருந்தாள். இடையிடையே தன் உறவினர்களிடம் வரப்போகும் தன் மருமகளைப் பற்றிப் பெருமையாகப் பேச அவள் மறக்கவில்லை.

விளக்கேற்றும் நேரமாகிவிட்டது. இன்னும் மணப்பெண் வந்தபாடில்லை. ராஜு , கல்யாணி, காளிங்க ராயர் மூவருமே உள் ளுக்கும் வாசலுக்குமாக நடந்துகொண்டிருந்தனர். நாழிகை ஆகஆக ராஜுவிற்கு இருப்புக்கொள்ளவில்லை. அதைக் கண்ட ராயர், 'நான் வேண்டுமானால் போய்ப் பார்த்துவிட்டு வரட்டுமா?' என்றார்.

''இந்தப் பெண்கள் அலங்காரம் செய்துகொள்ளத் தொடங்கி விட்டால் நேரம் காலம் போவதே தெரியாது'' என்றார். ராஜு 'செய்யும்' என்று ஒரே வார்த்தையில் கோபமாகப் பதில் கூறிவிட்டுச் சென்றார். 'இதற்கு என்னிடம் கோபித்துக்கொண்டால் நான் என்ன செய்ய முடியும்' என்று முணுமுணுத்தவாறே ராயர் தன் வீட்டிற்குக் கிளம்பினார்.

அந்தக் குழப்பத்தில் அவருக்குக் குதிரை இருப்பதுகூட மறந்து விட்டது. கால்நடையாகவே கிளம்பினார்.

அப்பொழுது ராஜு ஓர் ஆளை ரகசியமாக அழைத்து அவரைத் தொடரும்படி உத்தரவிட்டார்.

ராயர் கால் நடையாகச் செல்வதைக் கண்டு அவர் சேவகன் ஓடோடி வந்து அவர் குதிரையைக் கொண்டுவந்து நிறுத்தி 'சவாரியில் செல்லுங் களய்யா' என்றான். அவர் குதிரையில் சென்று தன் வீட்டு வாசலில் இறங்கும்பொழுது வாசலில் பல்லக்கு நிறுத்தியிருப்பதைக் கண்டார்.

'இன்னுமா கிளம்பவில்லை?' என்று கோபத்துடன் கேட்டபடி உள்ளே நுழைந்தார்.

திடீரென்று எங்கிருந்தோ நான்கு முரடர்கள் அவரைக் கயிற்றால் கட்டி, முகத்தில் ஒரு வெள்ளைத்துணியை அழுத்திப் பிடித்தனர். வெளியில் யாரோ ஒருவன் வந்து, ''கிளம்புங்கள்'' என்று அதட்டவே சிவிகை கிளம்பிச்சென்றது.

ராஜு அனுப்பிய ஆள் இவ்வளவையும் பார்த்துக் கொண்டிருந்தான். அவனுக்கு என்ன செய்வதென்றே புரியவில்லை. வாசல் கதவைத்

திறந்துகொண்டு உள்ளே நுழையப் பார்த்தான். ஆனால் அது உட்புறம் கெட்டியாகத் தாளிடப்பட்டிருந்தது. பக்கவாட்டில் சுற்றிக் கொண்டு வீட்டின் பின்புறம் செல்ல முயன்றான். இரண்டு பக்கங்களிலும் அடர்த்தியான முள்வேலி அமைக்கப்பட்டிருந்தது. அகற்றுவது ரொம்ப சிரமசாத்தியமாயிருந்தது. ஆனாலும் தன்னிடமுள்ள சூர்க்கத்தியினால் வேலியின் அடியில் ஓர் ஆள் நுழைய இடம் செய்துகொண்டு உள்ளே நுழைந்தான். மேலங்கி கிழிந்து ரத்தம் ஒழுகினாலும் அவன் விடவில்லை. உள்பக்கம் சுற்றிக்கொண்டு பின்னால் போய்ப்பார்த்தால் கொல்லைக்கதவு திறந்துகிடந்தது. உள்ளே நுழைந்து பார்த்தால் வீடே காலியாகிக் கிடந்தது. ராயரையும் காணோம். அவரைக்கட்டிய ஆட்களையும் காணோம். குடும்பத்தினரும் யாரும் இல்லை. வெளியில் கட்டிய குதிரைகளையும் காணோம். காலையில் அந்த வீட்டிற்கு எதற்காகவோ வந்திருந்தபொழுது காணப்பட்ட கலகலப்பும் சந்தடியும் எங்கே போயின? வீடே வெறிச்சோடிக் கிடந்தது.

மறுபடியும் அவன் வேலியைச் சுற்றிக்கொண்டு வாசற்பக்கம் வந்தான். அங்கும் எவரும் இல்லாததோடு வாசலில் இருந்த சிவிகையையும் காணவில்லை. அவன் பதறியடித்துக்கொண்டு ராஜு வீட்டிற்குத் திரும்ப ஓடிவந்தான்.

ராஜு வீட்டு வாசலில் சிவிகை வந்து நின்றது. சிவிகையைக் கண்டதுமே மேளக்காரன் ஓடிவந்து வாசிக்கத் தொடங்கினான்.

பல்லக்கைக் கண்டதுமே கல்யாணி அம்மாள் பரபரப்புடன் வாசலுக்கு விரைந்து வந்தாள். அவள் பின்னாலேயே இன்னொரு ஸ்திரீ ஆரத்தி எடுத்துக்கொண்டு வந்தாள்.

'ராயர்தாம் விரட்டி அனுப்பியிருப்பார் இல்லாவிடில் இப்போதைக்கு வருவதேது?' என்று ராஜு எண்ணிக்கொண்டு வாசலுக்கு வந்தார்.

பல்லக்கு வந்து நின்றது. கல்யாணி அருகே வந்து திரைச்சீலையை விலக்கியதும், ரோகிணி தடாலென்று கல்யாணி காலடியில் தரையில் விழுந்தாள். அவள் நேற்று இவர்கள் வீட்டிலிருந்து கொடுத்தனுப்பிய பட்டுப் புடைவையையும் ஆபரணங்களையும் அணிந்திருந்தாள்.

''அடடா? வாசலிலே இப்படி காலில் விழுவார்களா? அதற்குள் என்ன அவசரம்? எழுந்திரு'' என்று அவளைத் தூக்கப் போன கல்யாணி திகைத்தாள். அந்த உருவம் தொய்ந்து விழுந்தது.

ஏனெனில் அது ரோகிணியைப் போன்றே அதே வண்ணத்தில் அதே அளவில் சாமர்த்தியமாகச் செய்யப்பட்ட ஒரு துணி பொம்மை... பின்னால் வந்த பெண் திகைத்து நின்றாள். அவள் கையிலிருந்த ஆரத்தித் தட்டு 'டணார்' என்று கீழே விழுந்தது. படியில் மோதி அதில் இருந்த விளக்கும் அணைந்தது.

திருமலை சலகம் சகோதரர்கள் இருவரும் இதைக்கண்டு கொதித்துப் போனார்கள். ''எங்கே கூப்பிடு அந்த ராயனை... எங்கிருந்தாலும் பிடித்து இழுத்து வாருங்கள்'' என்று கர்ஜித்தார். ''அவர்களுடைய பிள்ளைகள் எங்கே? இங்கேதானே கோவிந்த ராஜுவைச் சுற்றிக் கொண்டிருந்தார்களே? கூப்பிடு அவர்களையும்.'' சின்ன திருமலை, ''அண்ணா, அவர்கள் இருவரும் உடை மாற்றிக்கொள்ள வீட்டிற்குப் போயிருக்கிறார்கள்'' என்றார்.

''இப்பொழுது போய் உடை மாற்றிக்கொள்ள என்ன அவசியம் வந்தது?''

''உடையெல்லாம் சந்தனம் கொட்டிவிட்டது என்று சொல்லிக் கொண்டிருந்தார்கள்'' என்றான் கோவிந்த ராஜு.

''அவர்கள் சொன்னார்களா அல்லது நீயே பார்த்தாயா?''

''ஆமாம், நான் பார்த்தேன், கொட்டித்தான் இருந்தது.''

உண்மையில் அவன் பார்க்கவில்லை. உள்ளதைச் சொன்னால் என்ன நடக்குமென்பது அவனுக்குத் தெரியும். கலியாணப் பிள்ளை என்றுகூடப் பார்க்காமல் அடித்து நொறுக்கிவிடுவார்.

''இந்தச் சனியனைக்கொண்டு ஓரத்தில் போடு'' என்று சிவிகையைக் காண்பித்தார். தூக்கப்போனவர்கள் சிவிகை கனப்பதைப் பார்த்து, ''உள்ளே இன்னும் ஏதோ இருக்கிறாப்போல'' என்றார்கள். எங்கேயாவது ரோகிணி உள்ளே விழுந்து கிடக்கப் போகிறாளே என்ற பயத்தில் சலகராஜு ஓடிவந்து பார்த்தார். உள்ளே ஒரு கனமான பெட்டி இருந்தது. அதை வெளியே எடுத்துத் திறந்தார். அதற்குள் இவர்கள் ரோகிணிக்காகக் கொடுத்திருந்த பொன்னா பரணங்களும் நவரத்தினங்களும் பட்டுச்சீலைகளும் அந்தப் பெட்டியில் பத்திரமாக அடுக்கப்பட்டிருந்தன. ''இதோ உன் சொத்துக்களையெல்லாம் திருப்பியனுப்பிவிட்டேன்'' என்று ரோகிணி கூறுவதுபோல் உணர்ந்தார். அப்பொழுதுதான் காளிங்க ராயரைத் தொடருவதற்காக அவர் அனுப்பிய ஆள் பதறிக்கொண்டு ஓடி வந்தான். தான் அங்கு கண்டதை எல்லாம் அவன் கூறியபொழுது சகோதரர்கள் இருவருக்கும் ஒன்றும் புரியவில்லை. ராயருக்கு ஏதோ ஆபத்து வந்துவிட்டது என்று பயந்தார்கள். இந்தச்

சமயத்தில் பெரிய திருமலை மகன் வேங்கடப்பன் அந்தத் துணிப்பொம்மையை வைத்து விளையாடிக்கொண்டிருப்பதைக் கண்டார். ''சை தூக்கி எறிடா அதை!'' என்று அதைப் பிடுங்கி எறிந்தார். அவர் ஆத்திரம் அத்தனையும் அந்தப் பொம்மையின் மீது பாய்வதாகத் தோன்றியது. இப்போது என்ன செய்வது?

சின்ன சலகம் தன் தமையனிடம் தான் அங்கு போய்ப் பார்த்து வருவதாகக்கூறி வேங்கடப்பனுடன் புறப்பட்டார். அங்கு சென்றால் வீட்டில் எந்தச் சந்தடியும் இல்லை. கதவு தாளிடப் படாமல் வெறுமே மூடிக்கிடந்தது. காலால் உதைத்து இருவரும் உள்ளே சென்றனர். எல்லா அறைகளும் திறந்துதான் கிடந்தன. விலைபெற்ற பொருள்கள்கூட எதையும் காணவில்லை. உக்கிராண அறைகள் இருக்கும் பகுதியில் ஒரே ஒரு அறை மட்டும் மூடி இருந்தது. உள்ளே பாத்திரங்கள் உருளும் ஓசை கேட்டது.

''இங்கே ஒளிந்துகொண்டிருக்கிறாயா! விடமாட்டேன் உன்னை!'' என்றவாறு கதவை உதைத்தார். ''என்ன சித்தப்பா, கதவின் மேலே நாதாங்கி சங்கிலி போட்டு மாட்டியிருக்கிறது. அது தெரியாமல் காலால் உதைத்தால்...'' என்று சொல்லி எட்டி சங்கிலியைக் கழற்றியவுடனே கதவு உட்பக்கமாகத் 'தடால்' என்று திறந்தது! கதவு திறந்ததுமே ஒரு வெள்ளைப் பூனை விழுந்தடித்துக்கொண்டு வெளியே ஓடி வந்தது! ராஜுவின் காலடியில் இடறிய பூனையை மிதிக்காமல், தானே மெல்லத் தடுமாறி, வேங்கடப்பன் ஒரு கை கொடுக்கவே மெல்லச் சமாளித்தார்! திரும்பினால் அவன் பெரிதாக நகைத்துக் கொண்டிருந்தான்! பூனை எங்கும் ஓடிப்போய் விடவில்லை. சற்று தூரத்தில் போய் நின்று ஆங்காரத்துடன் ராஜுவைப் பார்த்துச் சீறியது. அப்பொழுதுதான் அவர் உள்ளே எட்டிப் பார்க்க ஒரு பெரிய தவலை கீழே உருண்டு கிடக்க, அதனுள் நான்கு சிறு பூனைக் குட்டிகள் கண்ணை மூடிக்கொண்டு கிடந்தன. ராஜு தன் குட்டிகளைப் பாதுகாப்பதற்குத்தான் பூனை சீறுகிறது என்று புரிந்துகொண்டு அவ்விடம் விட்டு நகர்ந்தார். ரோகிணியின் தாய்க்கு இந்த விவாக ஏற்பாடு பிடிக்காமல்தான் தன் பெண்ணை எங்காவது அழைத்துப் போயிருப்பாளோ என திடீரென்று அவருக்குத் தோன்றியது. அவள் ஊர் எங்கோ வடக்கே ராஜமந்திரி என்று ஞாபகம். அங்கு எங்கே போய்த் தேடுவது? பரங்கிப்பேட்டைக்கு... ஊஹூம். அது செவ்வப்பனின் ஆளுகைக்குள் வந்திருக்கும் ஊர். அங்கு இருக்கப் பிடிக்காமல்தானே ராயர் இங்கே வந்தார்? ஒன்றும் புரியவில்லை. ராயர் எங்கே இருக்கிறார் என்றும் தெரியவில்லை. உறுமிக்கொண்டே வீடு திரும்பவேண்டியதாயிற்று.

32

ரோகிணியின் திருமண ஏற்பாடு

*கி*ட்டத்தட்ட சூரியன் மலைவாயிலில் விழும் நேரத்தில் திருப்பாப்புலியூருக்கருகே நான்கு குதிரைகள் பூட்டிய சிறு ரதம் ஒன்று வேகமாகப் போய்க்கொண்டிருந்தது. உள்ளே மூன்று மங்கையர் இருந்தனர் - ஒரு வயதான மாதும் இரு யுவதிகளும். அந்த வயதான மாது சற்று முனகியபடியே கண்ணைத் திறப்பதும் மூடுவதுமாக ஒரு திண்டில் சாய்ந்தபடி இருந்தாள். பக்கத்தில் ஒரு பெண் - கவனித்துப் பார்த்தால் ரோகிணி என்று அறியலாம் - ஒரு சிறு பாத்திரத்தில் தண்ணீர் வைத்துக்கொண்டு ஒரு துவாலையை அதில் நனைத்து அந்த அம்மாளின் முகத்தைத் துடைத்தபடி அன்புடன் 'அம்மா' என்று அழைத்தாள்.

அந்த அம்மாள் சற்று நினைவு வந்ததும் வாரிச் சுருட்டிக்கொண்டு எழுந்தாள். எழுந்ததும் ''ரோகிணி, ரோகிணி, நாம் பெண்ணழைப்புக்குத்தானே போய்க் கொண்டிருக்கிறோம்?'' என்றாள். ''நீ ஏன் பட்டாடை உடுத்தவில்லை? ரதத்தில் போகிறாப் போலிருக் கிறதே! நம் அலங்காரப் பல்லக்கு எங்கே?'' என்றாள். ரோகிணி, ''அம்மா சற்று மூச்சு விடுங்கள்! இப்பொழுதுதான் நீங்கள் மயக்கத்திலிருந்து எழுந்திருக்கிறீர்கள். சற்றுப் பொறுங்கள். எல்லாம்

விவரமாகக் கூறுகிறேன். முதலில் இந்தப் பழரசத்தைக் கொஞ்சம் குடியுங்கள்'' என்றாள்.

ரோகிணி கையிலிருந்த குவளையை வாங்கினாள். அந்த அம்மாள் கொஞ்சம் சந்தேகத்துடனேயே குடித்தாள். ரோகிணி சிரித்துக் கொண்டே ''பயப்படாமல் குடியுங்கள். அதில் மருந்து எதுவும் இல்லை'' என்றாள்.

''ஏதோ மயக்கத்திலிருந்து எழுந்ததாகச் சொன்னாயே... எனக்கு ஏன் மயக்கம் வந்தது?'' என்றாள்.

ரோகிணி தயங்கினாள். தட்டிக் கழிக்க முடியும் என்று பார்த்தாள். ''அது வந்து... வந்து...''

''சொல், நீ தயங்குவதிலிருந்து ஏதோ தவறான செயலில் ஈடுபடு கிறாயோ எனத் தோன்றுகிறது. சொல்; என்னை ஏன் மயக்கமுறச் செய்தாய்?'' என்றாள்.

''ஐயோ, இல்லையம்மா... எதுவும் தவறாக நடந்துவிடக்கூடாது என்றுதான் இத்தனை பாடுபடுகிறோம். அண்ணா தங்களைச் சற்று நேரம் தூங்கவிட்டிருந்தான். அதிருக்கட்டும்; இப்பொழுது நாம் எங்கு போய்க்கொண்டிருக்கிறோம் தெரியுமா?''

''உம், சொல்.''

''நாம் இப்பொழுது தஞ்சையை நோக்கிச் சென்றுகொண்டிருக் கிறோம். ரதம் இப்பொழுது திருப்பாப்புலியூர் அருகே சென்று கொண்டிருக்கிறது.''

''ஏன் தஞ்சைக்குப்போகவேண்டும்? உன் விவாகம் காஞ்சீபுரத்தில் இலையா?''

''இல்லை; அது தஞ்சையில்தான் நடக்கப்போகிறது. அம்மா உன்னை ஒன்று கேட்கிறேன். உண்மையாக பதில் கூறுவாயா? என்னை கோவிந்த ராஜுவிற்குக் கட்டித்தருவதற்கு உனக்கு முழுச் சம்மதமா?''

''இல்லை; ஆனால் என்னை யார் கேட்கிறார்கள்? உங்கள் நயினாதான் ஏற்பாடு செய்தார். அவன் விஜயநகர சக்கரவர்த்தியாக ஆகப்போகிறானாமே!''

''அதெல்லாம் நான் கேட்கவில்லை. இவனை மருமகனாக்கிக் கொள்ள உங்களுக்குப் பரிபூர்ண சம்மதம்தானா? ஒளிக்காமல் சொல்லுங்கள்.''

''இல்லை'' என்றாள் சுருக்கமாக.

''அப்படி இருக்கும்பொழுது ஏன் ஒப்புக்கொண்டீர்கள்?''

''நான் ஒப்புக்கொள்வதாவது? உன் தந்தை ஒப்புக்குக்கூட என்னைக் கேட்கவில்லை. ஏதாவது கேட்கப்போனால், 'மகாராணி யாவதென்றால் கசக்கிறதாக்கும்!' என்று ஒரே வார்த்தையில் அடக்கிவிடுவார்'' என்றாள்.

''அம்மா இவர்கள் எதிர்பார்ப்பது ஒன்றும் நடக்காது. சலகம் சகோதரர்கள் கைக்கு நாடு வராது.''

''ஏன் அப்படிச்சொல்கிறாய்?''

''அவர்கள் திட்டம் எல்லாம் பகிரங்க ரகசியம். அம்மா! அந்த அசடு கோவிந்த ராஜுவுடன் நானே போய் அவர்கள் சுரங்க வழியெல்லாம் பார்த்துவிட்டு வந்தேன். அரசருக்குத் தெரியாமல் இருக்குமா? ஏதோ மகாராணியின் மனம் வருந்தக்கூடாது என்பதற்காக விட்டுவைத்திருக்கிறார். அப்படியே சலகம் சகோதரர்கள் கையில் அரசு கிடைத்தால்கூட பெரிய சலகம் அல்லது அவரது முரட்டு மகன் வேங்கடப்பன் கையில்தான் அரசு போய்ச்சேரும். இந்த அசடன் கோவிந்த ராஜுவின் கையில் ஒருநாளும் வராது. புரிந்து கொள்ளுங்கள். மேலும் உங்கள் பெண்ணுக்கு அரசி ஆகும் ஆசை துளிக்கூட இல்லை.''

பங்காரு அம்மாள் இன்னும் அரை மயக்க நிலையில்தான் இருந்தாள். எல்லாவற்றிற்கும் தலையை ஆட்டி வைத்தாள். ஆனால் அந்தத் தகுதியில்லாத திருமணத்திலிருந்து தன் மகள் தப்பியதில் அவளுக்கு உள்ளூர மகிழ்ச்சிதான்.

''நாம் இப்பொழுது எங்கே போய்க்கொண்டிருக்கிறோம்?''

''தஞ்சைக்கு.''

''எதற்காக?''

''என் திருமணத்திற்காக.''

''யாருடன்?''

'அப்பாடா! இப்பொழுதாவது கேட்டார்களே' என்றிருந்தது ரோகிணிக்கு. ''எனது தமிழ் ஆசான் ரோகணனுடன்.''

பங்காரு அம்மாளுக்குத் தூக்கிவாரிப்போட்டது.

''அவன் செல்லப்பாவின் மகன் இல்லையா?''

''ஆமாம்.''

''செல்லப்பா உன் தந்தைக்குப் பரம வைரியாயிற்றே!''

''ஆனால் என்ன? இனிமேல் சம்பந்தி என்று சிநேகம் செய்து கொண்டால் போயிற்று'' என்று சிரித்தாள் ரோகிணி.

இன்னொரு ரதத்திலும் கிட்டத்தட்ட இதே நிலைமைதான். காளிங்க ராயருக்கு மயக்கம் தெளிய வெகு நேரமாயிற்று. அத்துடன் தன்னை யாரோ கடத்திப்போகிறார்களென்ற உள்ளுணர்வு அவருக்கு இருந்துகொண்டே இருந்தது. அத்துடனே தன் மகளின் திருமணத்திற்கு ஏதோ ஆபத்து என்பதும் புரிந்தது.

அரைகுறையாகக் கண் விழிக்கும்பொழுதே யாரோ அவர் முகத்தில் குளிர்ந்த நீரைத் தெளித்தது மிக இதமாக இருந்தது. கொஞ்சம் கண்விழித்ததும் பக்கத்தில் தன் இரண்டு பிள்ளைகளையும் கண்டதும் மனதிற்குச் சமாதானமாயிற்று. ஆனாலும் கண்விழிக்காமல் சற்றுநேரம் அப்படியே படுத்திருந்தார். அப்பொழுதுதான் தான் ஒரு தேரில் படுத்திருப்பதும், அது வேகமாக ஓடிக்கொண்டிருப்பதும் புலனாயிற்று. கொஞ்சம் சமாளித்த பிறகு வினவினார். ''கண்ணப்பா, இப்பொழுது நாம் எங்கே போய்க் கொண்டிருக்கிறோம்?''

''தஞ்சைக்குப் போய்க்கொண்டிருக்கிறோம் நயினா. திருவந்திபுரம் வந்திருக்கிறோம்; தஞ்சைக்குச்செல்வதற்குள் இரவு வெகு நேரமாகிவிடும். தாங்கள் ஏதாவது உணவு எடுத்துக்கொள்கிறீர்களா? பலகாரங்களும் பழங்களும் உள்ளன. பாலும் இருக்கிறது. சற்றுமுன்தான் தேரை நிறுத்தி வாங்கிவரச் செய்தேன்.''

''இப்பொழுது எனக்குப் பசியில்லை. பிறகு பார்த்துக் கொள்ளலாம். இப்பொழுது நாம் எதற்காக தஞ்சைக்குப் போகிறோம்?''

''ரோகிணியின் திருமணத்திற்காக.''

''என்னது?''

ராயர் வாரிச்சுருட்டிக்கொண்டு தேரிலேயே எழுந்து நின்றார். அவருக்குத் தன்னைக் கயிற்றால் பிணைத்துக்கட்டியது மட்டும்தான் நினைவில் இருந்தது. இப்பொழுதுதான் ரோகிணியின் திருமண விஷயம் அவருக்கு நினைவு வந்தது. பதற்றமும் அதிகமாயிற்று. ''என்ன நடந்தது?''

''பதறாதீர்கள் நயினா. ரோகிணி அந்த முட்டாளை மணம் செய்துகொள்ளப் போவதில்லை.''

''நீ என்ன சொல்கிறாய்?''

''நான் கேட்பதற்கு உண்மையான பதிலைக் கூறுங்கள் நயினா. உங்கள் அரசியல் ஆசைகளைத் தூக்கி மூட்டை கட்டி வையுங்கள்; கோவிந்த ராஜு ரோகிணிக்குத் தகுந்தவன்தானா?''

''இல்லை.'' ஒரே வார்த்தையில் பதிலளித்தார் ராயர்.

''பின் ஏன் இந்தத் திருமணத்தை ஏற்பாடு செய்தீர்கள்?''

அவர் ஒளிவு மறைவு இல்லாமல் கூறினார்.

''கோவிந்த ராஜுவிற்காக இல்லை. என் அரசியல் அபிலாஷை களுக்காக.''

''உங்கள் அரசியல் ஆசைகளுக்காக ரோகிணியைப் பலி கொடுக்கத் தீர்மானித்துவிட்டீர்கள்!''

''இதில் பலி என்ற வார்த்தைக்கே இடமில்லை. அவளை மகா ராணியாக்கிப் பார்ப்பதுதான் என் திட்டம்.''

''அது நடக்காது நயினா. அப்படியே அச்சுத ராயரும் சிக்க வேங்கடாத்திரியும் வீழ்ந்துவிட்டாலும் பெரிய சலகமும் வேங்கடப்பனும் சிங்காதனத்தை ஒருநாளும் விட்டுக்கொடுக்க மாட்டார்கள்.''

''அங்கேதான் நீங்கள் எல்லாரும் தவறு செய்கிறீர்கள். சலகம் சகோதரர்கள் கையில் பதவி வரட்டும். அதற்கப்புறம் இந்தக் காளிங்க ராயன் சாமர்த்தியத்தைப் பாருங்கள்! சலகம் சகோதரர்களை என்னிச்சைப்படி வளைக்க என்னால் முடியும். கோவிந்த ராஜுவா ஆளப்போகிறான்? என் மகள் ரோகிணிதான் இந்த விஜயநகர சாம்ராஜ்யத்தை ஆளப்போகிறாள்! நீ பார்க்கத்தான் போகிறாய்!''

அந்த அரைமயக்க நிலையிலும் அவர் கண்கள் எங்கோ சென்று பரவசத்தில் பளபளத்து நிலைப்பதைக் கண்ட அவர் மகன் திகைத்தான். அவர் மகன் சின்னவன் தொடர்ந்தான்.

''உங்கள் கலகம் எல்லாம் எப்போது தொடங்கப்போகிறது என்று தெரியுமா உங்களுக்கு? திக்விஜயத்தின்போது எல்லாவற்றையும் முடித்துவிடத் திட்டம் தீட்டியிருந்தீர்கள். மன்னர் தீர்க்க தரிசனத்துடன் செயல்பட்டு எல்லாவற்றையும் புஸ்வாணம் ஆக்கிய

துடன் நில்லாமல் நாட்டையும் பிரித்து நாயக்கர்களுடைய பலத்தையும் தேடிக்கொண்டுவிட்டார்.''

''அதில் எங்கள் மூவருக்குமே கொஞ்சம் ஏமாற்றமே. திருவடி தேசத்துப் போலி வெற்றியில் மூழ்கிக்கிடக்கும் தருணம் அது.''

அவர் சிறிய மகன் புன்முறுவலுடன் பேசினான்.

''நீங்கள் நினைப்பது தவறு. அரசர் கவனக்குறைவாக இருப்பது போல் தோன்றினாலும் கலகத்தைத் தவிர்க்க, முறியடிக்க ஏற்பாடுகள் செய்துகொண்டுதானிருக்கிறார். சலகம் சகோதரர்கள் இன்னும் சுதந்திரமாக வெளியே நடமாடிக் கொண்டிருக் கிறார்களென்றால் அதற்கு ராணி வரதாம்பிகையின் உடல்நிலை தான் காரணம். இந்தச் சமயத்தில் மகாராணிக்கு மனக்கலக்கம் உண்டாகி அதிர்ச்சி ஏற்படும்படி எதுவும் செய்ய மன்னருக்கு விருப்பமில்லை.

''திக்விஜயத்தின்போது அவர்களுக்குக் கிடைத்த மரியாதையை நீங்களே பார்க்கவில்லையா? ராயசம் அவர்களைத் தூக்கி மூலையில் வைத்துவிட்டுத் தன் விருப்பப்படி - அதாவது அரசர் ஆணைப்படி செயலாற்றியதைப் பார்த்தீர்களல்லவா? உங்களுக் கெல்லாம் - அதாவது கலகக்காரர்களுக்கெல்லாம் தெரியாத ஒரு ரகசியத்தைச் சொல்லுகிறேன். கேளுங்கள். அரசரையோ அல்லது சிக்க வேங்கடாத்திரியையோ சுரங்க வழியாகச் சென்று கொன்றுவிடுவது வேண்டுமானால் எளிதாயிருக்கலாம்.''

ராயர் குறுக்கிட்டார்.

''சயன அறைக்குச் சுரங்கப்பாதையா? உனக்கு யார் சொன்னது?''

''அது இப்போது முக்கியமில்லை. அவர்கள் இருவரையும் கொன்று விட்டால் அரசு தானாக தங்கள் கையில் விழும் என்று மனப்பால் குடித்துக்கொண்டிருக்கிறார்கள்.''

''பிறகு என்ன தடை?''

''கலகத்தை அடக்கிக் கலகக்காரர்களைக் கூண்டோடு கைலாசம் அனுப்ப யார் வருகிறார்கள் தெரியுமா?''

''யார்?'' குரலில் கேலி இருந்தது.

''பொக்கைய தேவரும் அரவீட்டி ராமராயரும் தங்கள் படையுடன் வந்துகொண்டிருக்கிறார்கள்!''

காளிங்க ராயர் நடுங்கினார்.

''ராமராயரா? அவர் எதற்கு இப்பொழுது...''

பயத்தில் அவருக்கு வாயே குழறிற்று.

''பின்னே? அவ்வளவு பெரிய வம்சம் நசித்துப்போக விட்டு விடுவார்களா? அரசர் இருக்கிறாரோ இல்லையோ, கலகத்திற்குப் பிறகு சலகம் சகோதரர்கள் எப்படியும் சாகத்தான் போகிறார்கள். கோவிந்தராஜன், வேங்கடப்பன் இருவருக்கும் ஆபத்துதான். நீங்கள் அவர்களிடமிருந்து உயிர் பிழைக்கப் பாருங்கள்.''

''அது எப்படி முடியும்? நாளைக் காலை ரோகிணி அவர்கள் வீட்டு மருமகளாகிவிடுவாளே!''

இருவரும் 'ஹஹ்ஹா' என்று பெரிதாக நகைத்தனர்.

ராயர் திருதிருவென விழித்தார்.

''நயினா, இன்னும் உங்களுக்கு மயக்கம் தெளியவில்லை என நினைக்கிறேன். ரதம் ஓடிக்கொண்டிருப்பதைக் கவனிக்கவில்லையா? ''

''ஆம்; அதனால் என்ன? இத்தனை நேரம் சலகம் வீட்டில் பெண்ணழைப்பு முடிந்திருக்கும்.''

அவர் பேச்சில் விரக்தியா, ஆதங்கமா அல்லது வெற்றியா என்று அறுதியிட்டுக் கூறமுடியாத நிலை.

''இப்பொழுது நாம் திருவந்திபுரம் வந்து சேர்ந்துவிட்டோம். நேரமானாலும் இரவு தஞ்சையை அடைந்துவிடுவோம். ரோகிணியும் அம்மாவும் வேறு வழியாக நமக்கு முன்னதாகவே தஞ்சைக்குக் கிளம்பிவிட்டார்கள். காஞ்சீபுரத்தில் பெண்ணழைப்பு ரோகிணியின் பொம்மையை வைத்துக்கொண்டுதான் செய்யவேண்டும்.''

அவர்களுக்குச் சிரிப்புத் தாங்கவில்லை. ஆனால் ராயருக்கு 'சுள்'ளென்று கோபம் வந்தது. ''நீங்கள் என்ன சொல்கிறீர்கள்? நாம் எங்கே எதற்காகப் போய்க்கொண்டிருக்கிறோம்? ரோகிணி எங்கே? அவளை என்ன செய்தீர்கள்?''

''அப்படிக் கேளுங்கள். நாம் இப்பொழுது ரோகிணியின் திருமணத்திற்காகத் தஞ்சை சென்றுகொண்டிருக்கிறோம். ரோகிணியும் அம்மாவும் வேறு ரதத்தில் தஞ்சையை நோக்கிச் சென்றுகொண்டிருக்கிறார்கள். அவளுக்குத் தஞ்சையில் நாளைக்

காலை திருமணம். ஆனால் சலகத்தின் மகன் கோவிந்த ராஜுவுடன் அல்ல.

''அவளுடைய தமிழ் ஆசான் ரோகணனுடன். செவ்வப்ப நாயக்கரும் கோவிந்த தீட்சிதரும் முன்னின்று நடத்தி வைக்கிறார்கள். நீங்கள் போய் அட்சதை போட்டால் போதும்.''

''அது ஒரு நாளும்...'' என்று சொல்லத் தொடங்கியவர் உடனே நிறுத்திக்கொண்டார். அவருக்கு வேறு என்ன வழி இருக்கிறது? இந்த நிலையில் சலகம் ராஜுவின் முகத்தில்கூட விழிக்க முடியாது. ரோகணன் நல்ல பையன். நிறையப் படித்தவன். பின்னால் முடியுமானால் தஞ்சைப் பிரதேசத்தை செவ்வப்பன் விடலாம். ஆனால் அவன் செல்லப்பாவின் மகன் என்பது நெருடிற்று. எனவே வாயைத் திறக்கவில்லை. 'உம்'மென்று இருந்தார். சகோதரர்கள் இருவருக்கும் ஏதோ இதுவரையில் அரை மனதுடனாவது தந்தை ஒப்புக்கொண்டுவிட்டாரே என்று மகிழ்ச்சியாயிருந்தது.

தழுவக்குழைந்தான் பட்டர் பெண்ணழைப்புக்கு வேண்டிய எல்லா வைதீக சாமக்கிரியைகளுடன் கிளம்பினார். சாரட் என்று சொல்லக்கூடிய இரு குதிரைகள் பூட்டிய வண்டி ஒன்று வந்து அவரருகில் நின்றது. வண்டியோட்டி மரியாதையுடன் வணங்கி, ''ஏறிக்கொள்ளுங்கள் ஐயா!'' என்றான்.

''யார் அனுப்பினார்கள் என்று தெரிந்தாலொழிய வண்டியில் ஏறமாட்டேன். என்ன? மிரட்டுகிறாயா?''

''யார் என்று தெரிந்தால் இப்படி என்னுடன் வாதிட்டுக்கொண்டு காலங்கடத்தமாட்டீர்கள். செல்லப்பா என்கிற வீரநரசிங்கராயர் தாம் தங்களை தஞ்சைக்கு அழைத்து வரச்சொல்லி வண்டி அனுப்பியிருக்கிறார்'' என்றான்.

பட்டர் மறுபேச்சுப் பேசாமல் வண்டியில் ஏறி அமர்ந்துகொண்டார். வண்டி பறந்தது.

எல்லா ரதங்கள், வண்டிகள், குதிரைகள் வெகு நேரங்கழித்துத் தஞ்சை வந்து சேரும்பொழுது தீட்சிதரும் மொடக்கண்ணியும் தயாராகக் காத்திருந்தனர். பட்டரின் வண்டி நேரே ரோகணன் வீட்டிற்குச் சென்றது. ரோகணன் ஆவலுடன் காத்திருந்து அவரை வரவேற்றான். அவர் பிரயாணத்தில் மிகக் களைத்திருந்தாலும் பேரனைக் கண்டதில் ஒரே மகிழ்ச்சி.

''பிரயாணம் சௌகரியமாயிருந்ததா தாத்தா?''

''இருந்ததப்பா, நீ எப்படி இருக்கிறாய்? செல்லப்பா வந்திருக் கிறானா?''

''இல்லை; காலையில் வருவார், அகாலமாகிவிட்டது. கொஞ்சம் பால் மட்டில் அருந்திவிட்டு நிம்மதியாகப் படுத்து உறங்குங்கள். காலையில் உங்கள் மகன் வந்துவிடுவார். எட்டு நாழிகைக்குள் இங்கு ஒரு விசேஷம் நடக்க இருக்கிறது.''

அவர் அதிகம் ஏதும் பேசாமல் கொடுத்த பாலை அருந்திவிட்டுப் படுத்தவர் அசதி மிகுதியில் உடனே கண்ணயர்ந்துவிட்டார். ஆனால் பொழுது விடிய கிட்டத்தட்ட ஒரு சாமத்திற்கு மேல் இருக்கும் பொழுதே எழுந்திருத்து, அங்கு தயாராகக் காத்திருந்த ஒருவனிடம் ''அப்பா, இங்கு ஆறு, குளம் ஏதாவது சமீபத்தில் உள்ளதா?'' என்றார்.

''இருக்கிறது சுவாமி, இன்னும் பொழுது விடியவில்லையாதலால் கொஞ்சம் சிலுசிலுப்பாக உள்ளது. தங்களுக்காக நொச்சி இலை போட்டுக் காய்ச்சிய வெந்நீர் தயாராக இருக்கிறது. பிரயாணம் செய்த அலுப்புத் தீர இங்கேயே ஸ்நானம் செய்துவிட்டு வாருங்கள். இதோ புத்தாடைகளும் எடுத்து வைத்திருக்கிறேன். நீங்கள் ஸ்நானம் செய்து நித்தியகர்மானுஷ்டானங்களை முடித்துக் கொண்டால் மற்றவர்களும் வந்துவிடுவார்கள்'' என்றான்.

''நீ எப்படி இங்கே? நான் தீட்சிதரை எதிர்பார்த்தேன். உங்களை எதிர்பார்க்கவில்லை'' என்ற குரலைக்கேட்டு திடுக்கிட்டுத் திரும்பினார். இவரைப் போலவே புத்தாடையுடன் காளிங்க ராயர் நின்றுகொண்டிருந்தார்! பட்டருக்கு ஒரே வியப்பு. ''காஞ்சியில் திருமணம்...'' என்று ஏதோ சொல்லப் போனார். தீட்சிதர் அவரை இடைமறித்து, ''காஞ்சியில் நடக்கவிருந்த திருமணம்தான் இங்கு தஞ்சையில் நடக்கப்போகிறது. மணமகன் மட்டும்தான் வேறு'' என்றார். பட்டருக்கு ஒன்றும் புரியவில்லை.

''வாருங்கள் எல்லாரும் காலை உணவை உண்டுவிட்டு மற்ற வேலைகளைக் கவனிக்கலாம்'' என்றழைத்தார் தீட்சிதர். பிறகு பட்டரிடம் போய் அவருக்கு எல்லாவற்றையும் விளக்கினார். பட்டருக்கு ஒரு பக்கம் மிக மகிழ்ச்சியாக இருந்தாலும் இன்னொரு பக்கம் கவலையாகவும் இருந்தது. 'ராஜுவுக்குத் தெரிந்தால்' என்று சிந்தித்துக்கொண்டேயிருந்தார்.

சற்று நேரத்தில் எல்லோரும் மணக்கூடத்திற்குச் செல்ல, அங்கு எல்லாம் தயாராயிருந்ததைக் கண்டனர். தமிழ்நாட்டு அந்தணர் பாணியில் கோபுரம்போல் பணியாரக்கூடு வைக்கப்பட்டிருந்தது.

புவனகிரியிலிருந்து நாராயண தீட்சிதர் குடும்பத்துடன் வந்திருந்தார்.

பட்டரும் நாராயண தீட்சிதரும் ஒருவர்க்கொருவர் முகமன் கூறிக்கொண்டனர்.

''நாழிகை ஆகிறதே, தட்டு மாற்றிக்கொள்ளலாமே'' என்றார் அவர். ''சற்று இருங்கள், நாயக்கர் வந்துவிடட்டும்.''

சற்று நேரத்தில் செவ்வப்ப நாயக்கரும் ஒரு வடக்கத்தி வணிகரும் வந்தனர். உடனே ரோகணன் சென்று அவர்களை வணங்கினான்.

பிறகு நாராயண தீட்சிதர் எடுத்துக்கொடுக்க காளிங்க ராயரும் தழுவக்குழைந்தான் பட்டரும் மேளச்சத்தத்தினிடையே தட்டு மாற்றிக்கொண்டனர்.

விவாகச்சடங்குகள் தொடர்ந்தன. தீட்சிதரின் மனைவி நாகம்மாள் கையைப்பிடித்து அழைத்துவர, ரோகிணி மணப்பெண்ணுக்குரிய சர்வ அலங்காரங்களுடன் வந்தமர்ந்தாள். அவளைக் கண்டபிறகு தான் காளிங்க ராயரின் மனக்கிலேசம் ஆதவனைக் கண்ட பனிபோல் விலகியது. பக்கத்தில் கம்பீரத்துடன் வந்தமர்ந்த ரோகணனைக் கண்டதும் 'இவன்தான் என் மகளுக்கு ஏற்றவன்' என்று உள்மனம் கூவியது. பங்காரு அம்மாள் சோமசுந்தரருக்கு மீனாட்சியை அளித்த காஞ்சனமாலையென உணர்ந்தாள். மனத்தில் திருப்தியும் ஆனந்தமும் விரவ, தன் புருஷனைச் சிறிது கர்வத்துடனேயே நோக்கினாள். ரோகிணியின் அண்ணன்மார்கள் பெருமையுடன் பொரியிடக் காத்துக்கொண்டிருந்தனர்.

மறைஒலி முழங்க, நாதசுர இசை படர, பெண்கள் மங்கள கீதம் பாட, ரோகணன் ரோகிணி கழுத்தில் தாலி கட்டினான். முதல் முடிச்சை அவன் போட மற்ற இருமுடிச்சுக்களையும் நாகம்மாள் போட்டாள். மணவினை முடிந்ததும் ரோகணன் எழுந்து தன் மனைவியுடன்

செவ்வப்ப நாயக்கர் கைப்பிடித்து அழைத்துப்போக வணிகரிடம் வந்து அவரை வணங்கினான். அவரும் கண்களில் நீர் மல்க அட்சதை மலர்கள் தூவி அவனை ஆலிங்கனம் செய்துகொண்டார். யாருக்கும் எதுவும் புரியவில்லை. பட்டர் மட்டில் உடனே அருகில் வந்து ரோகணனுடன்கூடவே அந்த வணிகருக்கும் அட்சதை தூவி ''எங்கிருந்தாலும் நன்றாயிரப்பா'' என்று ஆசீர்வதித்தார்.

மணமக்கள் ராயர் தம்பதிகளிடம் வந்து வணங்கினர். அவர் அட்சதை தூவிக்கொண்டிருந்தபோதே கோவிந்த தீட்சிதர் ஒரு தட்டில் வீரர்களுக்கான அணிகலன்களை வைத்து ''ராயரே, நீங்கள் முன்பு வீரர்களுக்கான அணிகலன்கள் எல்லாம் செய்து கள்ளர்களிடம் பறிகொடுத்தீர்களே... நினைவிருக்கிறதா? அவை களை மீட்டுக்கொண்டு வந்திருக்கிறேன். நீங்கள் தங்கள் கையால் தங்கள் மருமகனிடம் கொடுக்கலாம்'' என்று தட்டை நீட்டினார்.

ராயர் திடுக்கிட்டார். 'இவருக்கு இதெல்லாம் எப்படித்தெரியும்? மீட்டுக்கொண்டு வந்ததாகச் சொல்கிறாரே!' என்று குழம்பினார். ஆனால் கூடவே தன் கௌரவம் காக்கப்பட்டதாக நினைத்துத் திருப்தியுடன் தட்டைத் தன்னை வணங்கிநின்ற ரோகணனிடம் கொடுத்தார். மணவினை இனிது முடிந்தது.

33

கூற்றத்தலைவர்களின் கூட்டம்

ஏற்கெனவே அறிவித்திருந்தபடி கூற்றத் தலைவர்களின் கூட்டம் தஞ்சைப் பெரிய மாளிகையில் தொடங்கியது. அநேகமாக எல்லாக் கூற்றத்தலைவர் களும் வந்திருந்தனர். ஏதோ ஓரிருவர் உடல்நிலை சரி யில்லாமல் இருப்பதாகவும், இன்னொருவர் யாத்திரை போயிருப்பதாகவும் தெரிந்தது.

சபை நிறைந்திருந்தது. எல்லோருமே மிக எதிர்பார்ப்புடன் அமர்ந்திருந்ததாகத் தோன்றியது. காளிங்க ராயருக்கு வேண்டியவர்கள் சற்று சுணக்க மாகவே காணப்பட்டாலும், கடமையைக் கருதி இயல் பாகவே இருக்க முயன்றனர்.

செவ்வப்ப நாயக்கர் பேசத் துவங்கினார்.

''முதலில் என் அழைப்பிற்கிணங்க இங்கு வருகை தந்திருக்கும் தலைவர்களுக்கெல்லாம் என் நன்றி கலந்த வணக்கத்தைத் தெரிவித்துக்கொள்கிறேன். நீங்கள் எல்லோருமே ஏற்கெனவே கூற்றத்தின் தலைமையைத் தாங்கிப் பழக்கப்பட்டவர்கள். அதிலும் மிகத்திறமை வாய்ந்த வீரநரசிங்கராயரிடம் அனுபவம் பெற்றவர்கள். நான் உங்களுக்கு அதிகம் சொல்ல வேண்டியதில்லை. இருந்தாலும் நான் சில

திட்டங்கள் வைத்திருக்கிறேன். அவைகளை உங்களிடம் கூறி உங்கள் ஒத்துழைப்பைக் கோருகிறேன்.

''முதலாவதாக வரி தண்டும் முறை. இவ்வளவு நாட்களாக நரசிங்கராயரின் நேரிடை ஆட்கள் மூலம் வரி வசூலிக்கப்பட்டு வந்தது. அவர்கள் இல்லாதபொழுது அந்த ஆட்கள் குழப்பத்தி லிருக்கிறார்கள். அவர்கள் எல்லோரும் இதுவரை வசூலித்த வரியை பொக்கிஷத்தில் செலுத்திவிடும்படி கூறியிருக்கிறேன். இனி அந்தப் பொறுப்பைக் கூற்றத்தலைவர்களிடம் ஒப்படைக்கலாமென நினைக்கிறேன். வரியையும் நிலத்தின் தரத்திற்குத் தக்கபடி மண்டலாதிபதி ரோகணன் பாகுபாடு செய்திருக்கிறார். அதன் குறிப்புகள் இங்கிருந்து போகுமுன் எல்லோருக்கும் கிடைத்து விடும். எந்தக் காரணத்தினாலாவது விளைச்சல் சரியாக இல்லை, விவசாயி அல்லது அவர் குடும்பத்தில் யாராவது சீக்காளியாகிவிடும் பட்சத்தில் வரி வசூலைச் சற்றுத் தளர்த்தி நிதானமாக வசூலிக்கலாம் அல்லது நிலைமைக்குத் தக்கபடி தள்ளுபடிகூட செய்யலாம். ஆனால் வரி கொடாமல் ஏமாற்றவேண்டும் என்று நினைப்பவர்களுக்கு ஒருநாளும் இடங்கொடுக்கக்கூடாது. விவசாயிகளை நேரிடையாகத் தெரிந்திருக்கும் என்பதால்தான் அந்தந்தக் கூற்றத்தலைவர்களே வசூலிப்பது நல்லதென நினைத்தேன்.

''எப்பொழுது வரிதண்டுவது தவறாமல் நடக்கிறதோ அதைப் போலவே விவசாயத்திற்கு வேண்டிய வசதிகளையும் செய்து கொடுக்கவேண்டும். நான் நேற்று குதிரையில் சென்று கொண்டிருந்தபொழுது பல வாய்க்கால்கள் தூர்ந்து மண் மேடிட் டிருப்பதைக் கண்டேன். கிணறுகளும் தூர்வாரப்பட வேண்டும். மூங்கில் கொத்துக்களை இன்னும் அதிகமாகப் பயிரிட்டால் வேலிகள் போட சௌகரியமாயிருக்கும்.

''இப்பொழுது ஆடி மாதம். காய்கறிகள் பயிரிட சரியான காலம். இப்பொழுது அவரை, பீர்க்கை, கொத்தவரை இவைகளைப் பயிரிட்டால் கார்த்திகை மாதத்தில் நல்ல பலன் கிடைக்கும்.

''கோழிப் பண்ணைகளையும் கவனித்து அவைகளுக்கு எந்த நோயும் வராமல் பாதுகாக்கவேண்டும். நம் அரசாங்கத்தில் விவசாயத்துறையில் நல்லான் என்றொரு அதிகாரி இருக்கிறார். ஏதாவது பிரச்சினையோ சந்தேகமோ வந்தால் அவரை அணுகி ஆலோசனை பெறலாம்.''

இதைக் கேட்டுக்கொண்டிருந்த தீட்சிதர், ரோகணன் இருவருமே வியப்பிலாழ்ந்தனர். இவ்வளவு சீக்கிரத்தில் நாயக்கர் இவ்வளவு

விவரங்களைச் சேகரித்திருப்பதைக் காணும்பொழுது வியப்போடு மகிழ்ச்சியாகவும் இருந்தது.

''இரண்டாவதாக, சாலைகள் பராமரிப்பது. (இந்தச் சமயத்தில், ஒரு பணியாளன், நிலம் சம்பந்தப்பட்ட குறிப்புகள் அடங்கிய விவரப்பட்டியலை எல்லோருக்கும் வினியோகம் செய்தான்.) சாலைகள் குண்டும் குழியுமாக இல்லாமல், அதுவும் வெளியூர் செல்லும் பாதைகள், கவனமாகப் பராமரிக்கப்படவேண்டும். தேர்ச்சக்கரம், வண்டிச்சக்கரம் உடைந்துவிடும் அளவிற்குக் குண்டும் குழியுமான பாதைகளை நான் கண்டேன்.

''அந்தந்தக் கூற்றத்தலைவர்கள் அவரவர் இடங்களில் சரிபார்க்க வேண்டும். சில பெரிய சாலைகளை இரண்டு மூன்று கூற்றத் தலைவர்கள் சேர்ந்துகூட செய்யும்படி நேரலாம். எல்லாம் முடிந்த பிறகு மண்டலாதிபதியிடம் தெரிவித்தால் அவர் பரிசோதித்து ஆவன செய்வார்.''

நாயக்கர் தொடர்ந்தார். ''இப்பொழுது கல்வி விஷயத்திற்கு வருவோம். இந்த உலகில் பிறந்த எல்லோருக்குமே கல்வி அறிவு அவசியம். பெரியதனக்காரர்கள் மட்டுமின்றி சிறுவிவசாயிகள், தொழிலாளிகள்கூட, சிறார்களை சிறுவயதிலேயே தங்கள் தொழிலில் ஈடுபடுத்தாமல் சில வருடங்கள் கல்விகற்பதில் ஈடுபடுத்தவேண்டும். பிறகு சில வருடங்கள் தங்கள் தொழில் கற்றுக் கொள்ளும்பொழுதே, விருப்பமுள்ளவர் மேலேயும் படிக்கலாம். அங்கங்கே சிறு சிறு பாடசாலைகள் அரசாங்க செலவில் நிறுவப்படும். தமிழ், தெலுங்கு, கணிதம் இவற்றுடன் கூட வேதபாடசாலைகளும் நிறுவ, அந்தந்தக் கூற்றத்தலைவர்கள் ஆவன செய்யவேண்டும். உங்கள் ஒத்துழைப்பில்லாமல் அரசாங்கத்தினால் எதுவுமே செய்யமுடியாது. மேலும் தஞ்சையில் ஒரு சிறு புத்தகாலயம் உள்ளது. அதை விரிவுபடுத்தி எல்லா புத்தகாலயங்களிலிருந்தும் ஓலைச்சுவடிகள் சேகரிக்கவேண்டும். ரோகணன் ஏற்கெனவே இதில் ஆராய்ச்சி செய்துவருகிறார். இன்னும் வடமொழியில் உள்ள கிரந்தங்களையும் தேடவேண்டும். மேலும் சங்கீத விஷயங்களிலும் ஆராய்ச்சி செய்யும் பொறுப்பை நம் வித்வான் கோவிந்த தீட்சிதரிடம்தான் ஒப்படைத்துள்ளேன்.

''அப்புத்தகாலயத்தை விரிவுபடுத்தி, எல்லாப் பக்கங்களில் இருந்தும் கீத்தனைகளைக்கொண்டு அதை நிரப்பி, அதற்கென்று ஒரு பெரிய கட்டடம் ஒன்று நிறுவி, அந்த நூலகத்திற்கு சரஸ்வதி மகால் என்று பெயரிடப் போகிறேன்.''

நாயக்கர் முடிப்பதற்குள் எல்லா பக்கங்களிலிருந்தும் கைத்தட்டல் எழுந்தது. கோவிந்த தீட்சிதர் தன்னையும் மீறி எழுந்து நின்று ''சபாஷ்'' என்றார். ரோகணனும் புன்முறுவலுடன் நாயக்கரை நோக்கிக் கைகுவித்தார்.

நாயக்கர் தொடர்ந்தார்.

''இன்னும் ஒரு செய்தியை உங்களிடம் பகிர்ந்து கொள்ள வேண்டும். நான் தஞ்சை பெருஉடையார்க்கோயிலில் லிங்கத் திற்குச் சமமாக ஒரு பெரிய நந்தி செய்யவேண்டுமென்று விரும்பு கிறேன். அதற்கு வேண்டிய பெரிய பாறைகளும் சிற்பியும் தேட வேண்டும். உங்களில் யாருக்காவது...'' என்றதுமே திருச்சியின் அருகே உள்ள பெரம்பலூர் என்ற கூற்றத்தலைவர் எழுந்து, ''எங்கள் பகுதி பச்சைமலை என்ற இடத்தில் மலைப்பாறைகள் நிறைய உள்ளன. அவைகள் பெரிய சிற்பம் வடிவத்துக்கு உபயோகப் படலாம்'' என்றார்.

கும்பகோணம் கூற்றத்தலைவர் எழுந்து, ''எங்கள் பகுதியில் சிறந்த சிற்பக்கலைஞர்கள் உள்ளனர். மன்னர் விரும்பினால் அழைத்து வரலாம்'' என்றார்.

நாயக்கர் தீட்சிதர் பக்கம் திரும்பினார். ''நான் போய்ப் பார்த்து வருகிறேன்'' என்றார். அத்துடன் நன்றி கூறி கூற்றத்தலைவர்கள் கூட்டம் முடிந்தது.

34

பேரம்பலூர் பாறை

கூற்றத்தலைவர்களின் கூட்டம் முடிந்ததும் நாயக்கர் திருச்சியைச் சேர்ந்த கூற்றத் தலைவரை விளித்து, ''தயவுசெய்து நீங்கள் சற்று நேரம் தாமதிக்க முடியுமா?'' என்றார். ''ஆகா அதற்கென்ன'' என்று பதில் வந்தது. எல்லோரும் நாயக்கருக்கு முகமன் கூறித் தத்தம் இடத்திற்குக் கிளம்பினார்கள்.

பிறகு திருச்சிக் கூற்றத்தலைவரை நாயக்கர் அருகில் அழைத்தார். ''உங்கள் கூற்றத்தில் பெரம்பலூர் அருகில் பெரிய பாறைகள் உள்ளனவாகக் கேள்விப் பட்டேன். அது உண்மைதானா?''

''ஆம் நாயக்கரே, நானே தனியாக உங்களிடம் அதைப்பற்றிப் பேசலாம் என்று இருந்தேன்'' என்றார்.

''பச்சைமலையில் பெரும் பாறைகள் இருப்பதை நானே கண்டிருக்கிறேன். யாராவது நல்ல சிற்பி கிடைத்தால் அவைகளின் தரமறிந்து செயல் படலாம்.''

நாயக்கர் ரோகணன் பக்கம் திரும்பி, ''சிற்பக் கலைஞர்கள் கும்பகோணத்தில் இருப்பதாகக் கூறினாரே... உங்களுக்கு அதைப்பற்றி ஏதாவது தெரியுமா?'' என்றார்.

''நானும் கேள்விப்பட்டிருக்கிறேன். ஆனால் சுவாமிநாதபட்டருக்கு எல்லா சிற்பிகளுமே அறிமுகமானவர்கள். விசாரிக்கிறேன்.''

''அவர் பெயரும் சுவாமிநாதபட்டரா?''

ரோகணன் சிரித்தபடி, ''ஆம், கரூர் பரம்பரையில் வந்த ஒரு நல்ல சிற்பி அங்கு இருப்பதாகக் கேள்விப்பட்டிருக்கிறேன்.''

''அதைப்பற்றி தயவுசெய்து விசாரிக்கவும்.''

ஒரு வாரத்திற்குள்ளேயே நாயக்கருக்கு பெரம்பலூரிலிருந்தும் சுவாமி மலையிலிருந்தும் தகவல்கள் வந்தன. நாயக்கர் இவைகளைப் பற்றி தீட்சிதர், ரோகணன் இருவரிடமும் கலந்து ஆலோசித்துக்கொண்டிருக்கும் பொழுதே, அங்கு இவருக்கும் ஏற்கெனவே அறிமுகமான சன்னியாசி வந்தார்.

மூவரும் திடுக்கிட்டு எழுந்து அவருக்கு வணக்கம் செலுத்தினார்கள். அவர் எப்பொழுதும் பேசுவது போலவே அதட்டலாக, ''எப்பொழுது பச்சை மலை போகப்போகிறாய்? பச்சைமலையில் ஒரு சித்தர் இருக்கிறார். அவர் உனக்கு வேண்டிய பாறையைக் காட்டுவார்'' என்று கூறி முடித்துவிட்டுத் திரும்பிப் பார்க்காமல் சென்றுவிட்டார். அவர்களுக்கு நிம்மதியாக இருந்தது.

அடுத்த சுக்ல பஞ்சமியில் நாயக்கர் தனது மந்திரியுடனும் ஒரு சிறு படையுடனும் பெரம்பலூருக்குப் பயணமானார்.

ஏற்கெனவே திருச்சி கூற்றத்தலைவருக்குச் செய்தி அனுப்பப் பட்டிருந்ததால் பெரம்பலூருக்கு வெளியிலேயே நாயக்கருக்குப் பிரமாதமான வரவேற்பு அளிக்கப்பட்டது. எல்லோரும் பச்சை மலைக்குப் புறப்பட்டனர். நாயக்கர் கூற்றத்தலைவரிடம், ''பச்சைமலையில் ஒரு சித்தர் இருப்பதாகக் கேள்விப்பட்டேன். அவரைப் பற்றி உங்களுக்கு ஏதாவது தெரியுமா?'' என்றார். ''இல்லையே, அப்படி யாரும் அங்கு இருப்பதாக எனக்குத் தெரியாது'' என்றார் அவர்.

தீட்சிதரும் நாயக்கரும் ஒருவரை ஒருவர் பார்த்துக்கொண்டனர். அந்தப் பார்வையில் சித்தரை எங்கே போய்த் தேடுவது என்ற கேள்வி தொக்கி நின்றது.

தீட்சிதர் அந்தத் தலைவரிடம், ''கிராமத்தின் உள்ளே சென்று விசாரித்துப் பார்க்கலாமா?'' என்றார். அதற்கு அவர், ''பார்க்கலாம். அதற்கும் முன்னால் இங்கு பச்சை மலையின் மேலே ஒரு சிறு குகை இருக்கிறது. அந்தப் பக்கம் சென்று தேடலாமா?'' என்றார். நாயக்கர்

எந்தப் பதிலும் கூறாமல் அங்கு தாறுமாறாக இருந்த படிகளில் ஏறத் தொடங்கினார். இருவரும் வேறு வழியில்லாமல் பின்தொடர்ந்தனர். சுமார் அரை மணி நேரம் மிகுந்த சிரமத்துடன் ஏறிய பிறகு ஒரு சிறு குகை தென்பட்டது. அதற்குள்ளே மூவரும் எட்டிப் பார்த்தனர்.

கொஞ்சம் கொஞ்சமாக நாயக்கருடன் வந்த சிறுபடை வந்து கொண்டிருந்தது.

குகைக்குள் தியானம் செய்வதற்குரிய ஒரு பலகைமேல் புலித்தோல் ஆசனமும், பக்கத்தில் கமண்டலமும் இருந்தன. ஆனால் மனிதர் எவரையுமே காணவில்லை. மலைமேல் மேகமூட்டத்துடன் இருட்டவும் தொடங்கியிருந்தது. செவ்வப்ப நாயக்கர் செய்வதறியாது திகைத்து நின்றார்.

ரோகணனுக்குத் தஞ்சையில் பல பிரச்சினைகள் தோன்றியிருந்தன. அவன் வீட்டில் ஒருநாள் இரவு நேரத்தில் கதவை உடைத்து யாரோ நுழைந்திருந்தனர். பின்பக்கத்தில் ரோகணன் ஆயுத சாலையாக உபயோகப்படுத்தும் அறையிலிருந்து சில ஆயுதங்கள் களவு போயிருந்தன. நாயக்கர் மற்றும் தீட்சிதர் மாளிகைகளில் பலத்த பாதுகாப்பு இருந்ததினால் ஏதும் நேரவில்லை. அதைத் தவிர தஞ்சைப் பக்கங்களில் இரு கிராமங்களிலிருந்து அறுவடையான தானியங்கள் ஒரே இரவில் கொள்ளை போய் விட்டதாகத் தெரிந்தது. பிறகு மறுதினமே படைவீரர்களை நாலாப்பக்கமும் அனுப்பி தீவிரமாகத் தேடச்செய்ததில் இருவர் பிடிபட்டனர். ஆனால் அவர்களிடமிருந்து எந்த விவரமும் தெரிந்து கொள்ள முடியவில்லை. ஏனெனில் அவர்களுக்குத் தமிழ், தெலுங்கு இரண்டுமே புரியவில்லை அல்லது புரியாததுபோல் நடித்தும் இருக்கலாம். ஆனால் அவர்களிடம் ரோகணன் வீட்டிலிருந்து களவு போன ஒரு சிறு வேல் மட்டும் கிடைத்தது.

ரோகணனின் வேலைக்காரன் அந்த ஆட்களைச் சிறையில் அடைப்பதற்கோ அல்லது அடிப்பதற்கோ தயாராக நின்றான். ஆனால் ரோகணன் இவைகளில் எதையும் செய்யவில்லை. அவர்களைப் பேசாமல் போகவிட்டுவிட்டான். ''என்னையா, இப்படிச் செய்துவிட்டீர்கள். அவர்கள் செய்திருக்கும் வேலைக்கு தண்டனை கிடைக்கவேண்டாமா?'' என்றான்.

ரோகணன், ''தண்டனை கிடைக்கத்தான் வேண்டும். அதற்கு இப்பொழுது அவசரம் இல்லை. நமக்கு இப்பொழுது முக்கியமான வேலை இருக்கிறது. நீ உடனே போய் செல்லத்தாயின் பேத்தி மாயாவை அழைத்துவா. ஒரு சிவிகை தயாராகட்டும். அதைத் தூக்குவதற்கு சாதாரண பல்லக்குத் தூக்கிகள் அல்லாமல், நம் முடிவீரர்கள் நான்கு பேரைப் பொறுக்கி இங்கு அழைத்துவா'' என்றார்.

முடிவீரர்கள் முதலில் வந்தார்கள். அவர்களிடம் ரோகணன், ''இப்பொழுது இரண்டு வெளிநாட்டு வீரர்கள் வந்தார்கள். அவர்களின் அங்க அடையாளங்களை பெரியசாமியிடம் கேட்டுத் தெரிந்துகொள்ளவும். செல்லத்தாய் பேத்தி சிவிகையில் வருகிறாள். சிவிகை அந்த ஆட்களைத் தொடர்ந்து போகட்டும். அந்தக் கள்ளர்களிடம் நம் சிறுவேல் ஒன்று அகப்பட்டது. அவர்களின் ஆயுதக் கிடங்கு எங்கோ சமீபத்தில்தான் இருக்க வேண்டும். நம்மிடமிருந்து மட்டும் அல்லாமல் அவர்களிடம் இன்னும் பல இடங்களிலிருந்து கைப்பற்றிய ஆயுதங்கள் இருக்கு மென்று ஊகிக்கிறேன். இவர்கள் சில வீரர்கள் இருக்கலாம். ஆதலால் சிவிகையுடன் அவர்களை தொடர்ந்து செல்லுங்கள். நடுவில் அவர்கள் எங்காவது நின்றால் சிவிகையையும் இறக்கி செல்லத்தாயைச் சற்று காற்றாட உலாவச் சொல்லவும். வீரர்களுடன் அவள் பேச்சுக்கூட கொடுக்கலாம்.''

சற்று நேரத்தில் செல்லத்தாய் அங்கு வந்து வணங்கி நின்றாள். அவள் ஏற்கெனவே ரோகணனுக்குப் பலவிதமாக உதவி இருக்கிறாள். அவனுடன் சற்றுநேரம் தனியாகப் பேசியவுடன் ரோகணன் அவர்களை அனுப்பி வைத்தான். இருந்தாலும் அவனுக்கு மாயாவைத் தனியாக அனுப்பியது குறித்து ஒரு சந்தேகம் இருந்துகொண்டே இருந்தது.

கோவிந்த தீட்சிரும் நாயக்கரும் பச்சைமலைமீது எவ்வளவு தேடியும் அந்தச் சித்தர் அகப்படவில்லை. நாயக்கருடைய சிறு படையும் மேலே ஏறி தேடியது.

மேக மூட்டத்துடன் இடிமின்னலும் தோன்றத் தொடங்கியது. சற்று நேரத்தில் மழை பெய்வதற்கான அறிகுறிகளைக் கண்டு தீட்சிதர், ''நாயக்கரே, நாம் இப்பொழுது திரும்பிவிடலாம். காலையில் வெளிச்சத்தில் வந்து பார்க்கலாம்'' என்றார். அவர்கள் கீழே இறங்கத் தொடங்கினார்கள். கொஞ்சம் இறங்கியதுமே அங்கு அருகில் ஒரு பள்ளத்தாக்கு போன்ற இடத்தில் 'சோ' என்ற சத்தமும், சலசலவென்று நீர் ஓடும் சத்தமும் கேட்டது. அவ்வொலியைக்

கேட்டதும் அவர்கள் இருவரும் அங்கு ஏதோ ஒரு நீர்வீழ்ச்சி இருப்பதை அறிந்துகொண்டனர். அங்கு எட்டிப் பார்க்கப் போன நாயக்கரை தீட்சிதர் பின் நின்று இழுத்தார்.

இருவரும் நின்று பார்த்தனர். அப்பொழுது பளீர் என்று நீர் வீழ்ச்சியில் யாரோ ஒருவர் நின்று குளித்துக்கொண்டிருப்பது தெரிந்தது.

''சரி, சிறிது நேரம் நின்று அவரைப் பார்த்துவிட்டுப் போய் விடலாம். குளித்துக் கொண்டிருப்பவர் மேலே ஏறி வந்துதானே ஆகவேண்டும்'' என்றார் நாயக்கர்.

இருவரும் நின்றனர். மழை பெரிய தூறல்களாகவும் சிறுசிறு ஆலங்கட்டிகளாகவும் பெய்யத் தொடங்கியது. நாயக்கர் தான் மழையில் நனைவதைக் கொஞ்சங்கூட பொருட்படுத்தவில்லை. ''நீங்களெல்லாம் போவதாயிருந்தால் போங்கள், நான் நின்று பார்த்துவிட்டுத்தான் வரப்போகிறேன்'' என்றார். யாரும் அசையவில்லை. இரு நாழிகை கடந்தது. அருவியில் நின்று கொண்டிருந்தவர் மெதுவாகக் கரை ஏறி வந்தார்.

இவர்களைக் கண்டதும், ''வாருங்கள். மழையில் நிற்கிறீர்களே...'' என்று வேகமாக நடந்து குடிசையை நோக்கிச் சென்றார்.

''இதோ வந்துவிட்டேன்'' என்று குடிசையின் உள்ளே சென்றார். சற்று நேரத்தில் உலர்ந்த காவி உடையுடன் வெளியே வந்து, ''வாருங்கள் உள்ளே. உங்கள் இருவருக்கும் ஏதோ சுமாரான உலர்ந்த அங்கிகள் வைத்திருக்கிறேன், இவைகளை அணிந்துகொண்டு நான் கணப்பு மூட்டியதும் அங்கு உலர்த்திவிடுங்கள். படைகளுக் கெல்லாம் என்னிடம் உடைகளில்லை. அவர்களைத் திருப்பி அனுப்பிவிடுங்கள். தற்சமயம் அவர்களுக்கு அவசியமில்லை. இப்பொழுது இடியும் மழையுமாயிருக்கிறது. நீங்கள் இருவரும் உலர்ந்த உடைகளணிந்து கொஞ்சம் பசியாறிவிட்டு மழை நின்ற பிறகு செல்லலாம். அதற்குள் உங்கள் உடைகளும் உலர்ந்துவிடும். காலையில் நான் சொல்லுமிடத்திற்கு வந்தால் பாறைகளைக் காண்பிக்கிறேன். எது உகந்ததோ அதைப் பொறுக்கிக் கொள்ளலாம்'' என்றார்.

''சாமி, பாறைகளைப் பற்றி எனக்கு எதுவும் தெரியாது. சிற்பியும் யாரும் எங்களுடன் வரவில்லை.''

''அதைப்பற்றிக் கவலைப்படவேண்டாம். நாளைக் காலையில் நீ தேடவிருக்கும் சிற்பியே இங்கு வருவார். மேலும் எனக்கும் சிற்பசாத்திரம் கொஞ்சம் தெரியும்.''

இருவரும் உள்ளே நுழைந்தனர். தாங்கள் எதுவும் கூறாமலே இவருக்கு எப்படித் தாங்கள் வந்த வேலையைப் பற்றித் தெரிந்திருக்கிறது என்று இருவருமே வியப்படைந்தனர்.

அவர்கள் அந்த யோகி கொடுத்த உடைகளை அணிந்தபொழுது அவைகளில் ஹோமப்புகை வாடை பலமாக இருந்தது. தீட்சிதருக்கு அது ரொம்ப பிடித்தமாக இருந்தது. நாயக்கர் விருப்புவெறுப்பின்றி அணிந்துகொண்டார்.

சித்தர் ஒரு மூங்கில் தட்டில் பழங்களை வைத்து இவர்களை உண்ணும்படி உபசரித்தார்.

''நீங்கள் எதுவும் சாப்பிடவில்லையே சாமி?''

''இல்லையப்பா, இரவில் நான் எதுவும் எடுத்துக் கொள்வதில்லை.''

அந்தப் பழங்களின் ருசி அபாரமாயிருந்தது. மலைகளில் ஏறிஇறங்கிக் களைப்படைந்திருந்த இருவருக்கும் அந்தப் பழங்கள் தேவாமிர்தமாக இனித்தன.

35

நந்திப்பாறை

கற்பாறைமேல் ஒரேஒரு கம்பளி விரித்துப் படுத்து உறங்கினாலும், முதல்நாள் அலைந்து திரிந்து களைத்திருந்ததினாலும், அந்த சந்நியாசி கொடுத்த சத்துள்ள பழங்களினாலும் நாயக்கர், தீட்சிதர் இருவருமே அயர்ந்து உறங்கினார்கள். ஆயினும் செய்யவேண்டிய கடமையின் சுமை அவர்கள் மனத்தில் ஊறி இருந்ததினால் வெள்ளிமுளைக்கும் முன்பேயே எழுந்துவிட்டனர். இருவரும் முதல்நாள் கண்ட அதே அருவிக்குச் சென்று, காலைக்கடன்களை முடித்து, ஸ்நானம் செய்து, ஈர உடையுடனே அவர்கள் குடிலுக்குத் திரும்புகையிலேயே, அங்கு சமனாக இருந்த பெரிய பாறை ஒன்றின்மேல், புலித்தோலில் பத்மாசனமிட்டுத் தியானம் செய்யும் அந்தத் துறவியைக் கண்டார்கள். குடிலுக்குத் திரும்பி உலர்த்தியிருந்த உடைகளை அணிந்தார்கள்.

மழை நின்றுபோயிருந்தது. அந்த விடியற்கால வேளையில் வானத்தின் மங்கலான வெளிச்சத்தில் அந்த மலைக்காடு முழுவதும் நீர் தெளித்து சுத்தமாகக் கழுவி விட்டாற்போல் ரம்யமாகக் காட்சியளித்தது. பறவைகளின் கீதம் இனிமையாகக் கேட்கத் தொடங்கி இருந்தது. ஆங்காங்கே சிறு சிறு மலர்கள் மொட்டும் மலருமாக பல வண்ணங்களில் வாரி இறைத்து அந்தப் பிராந்தியத்தின் இனிமையைக் கூட்டின. காலை

வேளைக்கே உரித்தான மறை ஓசைகள் எதுவுமே இல்லாதபோதும், அமைதி நிரம்பிய ஆனந்தமான சூழ்நிலை அங்கு நிலவியது.

இவர்கள் குடிலுக்குத் திரும்பியதுமே அந்தத் துறவியும் அவரது தியானம் முடித்துத் திரும்பினார்.

''புறப்படலாமா?'' நாயக்கருக்கு அவசரம்.

''சற்று இருங்கள், என் சீடன் வந்துவிடட்டும்.''

''சீடனா?''

அவர்கள் பேசிக்கொண்டிருக்கும் பொழுதே ஒரு கிராமவாசி ஒருவன் கையில் பால் செம்புடன் வந்தான்.

''சாமி, நீங்கள் சொன்னபடியே எல்லோருக்கும் பாலும் கொஞ்சம் சிறுமலைப்பழங்களும் கொண்டுவந்திருக்கிறேன்'' என்று கூறியபடி நெடுஞ்சாண் கிடையாக விழுந்து துறவியை வணங்கினான்.

''கொஞ்சம் தினைமாவும் தேனும்கூட கொண்டுவந்திருக்கிறேன். இவர்கள் அதெல்லாம் அருந்துவார்களா என்று தெரியாது.''

''நீங்கள் சொன்னபடி என்கிறானே இவன்?''

தீட்சிதருக்கும் நாயக்கருக்கும் கொஞ்சம் குழப்பம். அவர் சிரித்தபடியே ''குழம்பாதீர்கள். என்னால் நான் இருந்த இடத் திலிருந்தே இவனுக்குச் செய்தி அனுப்பமுடியும்! அவனுக்கு எது புரிந்தாலும் புரியாவிட்டாலும் நான் சொல்வதை மட்டும் புரிந்துகொள்வான்'' என்று சிரித்துவிட்டு, ''அவன் கேட்டதற்கு நீங்கள் பதில் கூறவில்லையே?'' என்றார் துறவி.

''என்ன?''

''தேனும் தினைமாவும் நீங்கள் உண்பீர்களா என்றானே?''

''சாமி சந்நிதியில் எல்லாமே அமிர்தம்தான்'' என்றார் தீட்சிதர்.

சொல்லிவிட்டு நாயக்கர் முகத்தைப் பார்த்தார். அவரும் சம்மதத்துடன் தலையாட்டவே, தேன், தினைமாவு, சிறுமலைப் பழம் இவைகளுடன் அவர்களின் நாள் தொடங்கியது.

சரி கிளம்பலாமா என்று எழுந்தார்.

''பொன்னா, இன்று மாலையும் கொஞ்சம் பால் பழம் கொண்டு வருகிறாயா?''

''ஆகட்டும், சாமி போட்ட பிச்சை என் குடும்பம் வயிறாரத் தின்கிறது'' என்று சொல்லியபடி ஓட்டமும் நடையுமாகத் திரும்பிச் சென்றான்.

செவ்வப்பன் சாமியாரைக் குறிப்புடன் பார்த்தான்.

''ஒன்றுமில்லை. அவன் எப்போதும் இப்படித்தான். எப்பொழுதோ அவனுக்கு இரண்டு பசுக்கள் தருவித்துக் கொடுத்தேன். அவனிடம் இப்போது ஐந்து பசுக்கள் உள்ளன. அந்தப்பாலை வைத்துத்தான் அவன் குடும்பப் பிழைப்பு நடக்கிறது. அதனால் எப்பொழுது கண்டாலும் விழுந்து வணங்கி இந்த நான் போட்ட பிச்சை பல்லவியைப் பாடாமல் விடமாட்டான்'' என்று சொல்லிச் சிரித்தார்.

பின்பு, ''சரி, புறப்படலாம் வாங்க. நாம் நிறைய மலைப்பாங்கான இடங்களில் அலையவேண்டியிருந்தாலும் இருக்கலாம். சீக்கிரமே நான் தேடும் பாறை தென்பட்டாலும் ஆச்சரியப்படுவதற்கில்லை. நாம் எதற்கும் தயாராய் இருப்போம்'' என்று சொல்லிச் சாமியார் கிளம்பினார். அவர் காலில் அணிந்திருந்த மரத்தாலான பாதக்குறடு களுடன் மலைப்பாறைகளில் எப்படி ஏறி இறங்குவார் என்றே நாயக்கருக்குப் புரியவில்லை. இடையன் கூற்றிலிருந்து அவர் தயாள குணமும், இந்த பாதக்குறடுகளுடன் மலைப்பாங்கான இடங்களில் அவர் அலைவதிலிருந்து அவரது உடலின் திடமும் மன உறுதியும் மற்றவர்களுக்குத் தெளிவாயின.

அவர்கள் இரண்டு நாழிகை தூரம் நடந்திருப்பார்கள். எல் லோருக்கும் கொஞ்சம் சிரமமாகத்தானிருந்தது. சாமியார் திடீரென்று, ''அதோ! அங்கே பல பெரிய பாறைகள் தெரிகின்றன. அங்கே போகலாம் வாருங்கள்'' என்று கூவி அந்தப் பாறைகளில் வேகமாக ஏறினார். மற்றவர்கள் இருவரும் சற்றுச் சிரமத்துடனேயே பின்தொடர்ந்தனர்.

ரோகணன் சொல்லி அந்தக் குற்றவாளியைப் பின்தொடரச் சென்ற ஆட்கள் ஏமாற்றத்துடன் திரும்பினர். அவன் ஏதோ அதிராமபட்டின சதுப்பு நிலக்காட்டில் எங்கோ மறைந்துவிட்டதாகவும், சூரியனின் பளீரென்ற ஒளியும் அதன் எதிரொளியும் அவர்கள் கண்களைக் கூசச் செய்ததாகவும், கண்களைக் கசக்கிக்கொண்டு பார்த்ததில் அவன்

திடீரென்று எங்கோ மறைந்துவிட்டதாகவும் வருத்தத்துடன் தெரிவித்தனர்.

ரோகணனுக்குக் கொஞ்சம் ஏமாற்றம்தான். இருந்தாலும் சமாளித்துக்கொண்டு இவனை வேறுவிதமாக அணுகுவதென்று முடிவு செய்துகொண்டான்.

மாயாவை அழைத்து, ''இரண்டு பேருமே ஒரே சமயத்தில் கண்ணை மூடிக்கொண்டீர்களா?'' என்று விசாரித்தான் ரோகணன். ''அது எனக்குத் தெரியாதையா, பளீரென்ற ஒளி கண்களைக் கூசச் செய்தது. நான் சற்று கண்களைக் கசக்கிக்கொண்டு பார்த்தேன். அதற்குள் அவன் மறைந்துவிட்டான்.''

''உன் செய்தி என்ன?'' என்று அந்த ஆளைக் கேட்டார்.

''அதேதான் ஐயா... பிறகு பார்த்தபொழுது அந்தக் கண்ணைக்கூசும் ஒளியில் எதுவுமே சரியாகத் தெரியவில்லை, என்றுதான் கூறவேண்டும்'' என்றார்.

''அதைத் தெரிந்துகொண்டு அவன் அந்த வழியாக ஓடியிருக்கிறான்.''

''அப்படித்தான் இருக்கும். இப்பொழுது என்ன செய்யலாம் ஐயா?''

''நான்கு பக்கத்திலும் ஆட்களை விட்டுத் தேடச்சொல்வது ஒன்றுதான் வழி. அதைத்தவிர, நான் வேறு யோசனை செய்கிறேன். அடுத்த கிராமத்தில் பெரியண்ணன் என்றொருவர் இருக்கிறார். அவர் தெருக்கூத்து நாட்டியநாடகம் இவைகளில் வல்லவர். அதற்கு வரும் புதன்கிழமை ஏற்பாடு செய். அதில் மாயாவும் கலந்து கொள்ளவேண்டும். நீயும் கோவிந்தனும் எனக்குப் பின்னால் இருங்கள். அவர்கள் வந்தால் கொஞ்சங்கூடத் தயங்காமல் கைது செய்து இழுத்துக்கொண்டு வந்துவிடுங்கள். அதற்குத் தகுந்த ஏற்பாடுகளுடன் செல்லுங்கள்.'' ரோகணன் தீவிரத்துடன் மொழிந்தான்.

''தங்கள் ஆணை, பிரபு'' என்று சொல்லிச் சென்றான். அவன் யுக்தி பலித்தது. இருவருக்குப் பதிலாக மூவர் கைதானார்கள்.

36

திருமண அழைப்பிதழ்

விஜயநகரத்தில் திருமலாம்பாளின் மாளிகையில் கோலாகலமான சூழ்நிலை நிலவியது. செவ்வப்பன் நந்தி செதுக்குவதற்குப் பாறையைத் தேடி திருச்சிக்குச் சென்றுவிட்டதும், இனி அதிகத் தாமதம் ஆகாது என்றும் தெரிந்தது.

இளையராணி பண்டிதரை அழைத்து, செவ்வப்பன், மூர்த்திமாம்பா இருவர் நட்சத்திரங்களுக்கும் பொருத்த மான நாள் பார்க்கும்படிக் கேட்டுக்கொண்டார். பெத்த மல்லப்பரின் விருப்பப்படி கார்த்திகை மாதத்திலேயே ஒரு நல்லநாள் பார்க்கும்படிச் சொன்னார்.

அதன்படி கார்த்திகை 14ஆம் நாள் நல்ல நாளா யிருக்கிறதென்று பார்த்துச் சொன்னார்கள்.

அரசரும் திருமலாம்பாளும் அழைப்பிதழ் அனுப்ப வேண்டிய அரசர்கள், சிற்றரசர்கள், பிரபுக்கள் ஆகியவர்களைப் பற்றி, ராயசத்தையும் கலந்து ஆலோசித்தனர். தம்மிடம் போர் தொடுக்கவருவது சாத்தியம் என்ற கோல்கொண்டா சுல்தான், பாண்டிய மன்னர், திருவடி தேச மார்த்தாண்டவர்மன் ஆகி யோருக்கும் தவறாது அழைப்பு அனுப்பவேண்டியது அவசியம் என்று அரசர் சொன்னதும் அவர்கள் இருவருமே திகைத்தனர்.

அழைப்பிதழ் வழவழவென்றிருக்கும் மஞ்சள் காகிதத்தில் பச்சை ஓரிகை எழுத்துக்களுடன் பிரமாதமாக அமைந்திருந்தது. ஒரு பக்கம் அன்னை காமாட்சி ஏகாம்பரேசுவரர் லிங்கத்தைப் பூஜிப்பது போலும், இன்னொரு பக்கம் லக்ஷ்மி நாராயணனுமாக அச்சிடப் பட்டிருந்தது. அரண்மனையில் சிவனையும், பெத்த மல்லப்பர் குடும்பம் மகாவிஷ்ணுவையும் ஆராதிப்பவர்களாக இருந்தனர். விஜயநகர சாம்ராஜ்ய இலச்சினையும், நாயக்கர் வீட்டு அழைப்பிதழும் மிக நேர்த்தியாக, அவர்கள் குடும்ப இலச்சினையையும் தாங்கி வந்தது. கோவிந்த சூரி அதை மிக நுட்பமாக நந்தி உருவத்தைத் தாங்கும்படித் தயாரித்திருந்தார். அவர்கள் அழைப்புப் பட்டியலில் பிரபுக்களும், குறுநில மன்னர் களும், அரசாங்கத்தில் சேவை செய்யும் மூத்த அதிகாரிகளும் உறவினர்களும் இருந்தனர்.

சலகம் திருமலை சகோதரர்கள், காளிங்க ராயர், ராயசம் போன்ற வர்களுக்கு இரண்டு பக்கங்களிலிருந்துமே அழைப்பிதழ்கள் அனுப்பப்பட்டன.

அரவீட்டி ராமராயர், பொக்கையதேவர் போன்ற பழைய அதிகாரி களுக்கும் அழைக்கப்பட்டிருந்தன.

பலருக்கு இந்த ஏற்பாடு கொஞ்சம் வியப்பையே ஊட்டியது. பலர் சலகம் திருமலை சகோதரர்களுடன் அரசர் சம்பந்தம் செய்வார் என்று எதிர்பார்த்திருந்தனர். சலகம் உள்ளேயே உறவுமுறை என்பதினால், வெளியில் இளையராணி தங்கையைத் திருமணம் செய்வது சரியோ என்றுகூட சிலர் யோசித்தனர். ஆனால் செவ்வப்பன் தஞ்சைநாயக்கராகி, அவருக்கு ஒரு சிற்றரசு அந்தஸ்தும் வந்தவிட்டதே!

செவ்வப்பன் ஒரு சிறந்த வீரன். சிற்றரசு பேரரசாகக்கூட வாய்ப்புண்டு என்றனர் சிலர். ஆனால் பெத்த மல்லப்பர் குடும்பம் அரசருக்கு மிகுந்த விசுவாசமுள்ள குடும்பம் என்பதால், அச்சுத ராயர் காலத்தில் அம்மாதிரி எதுவும் நிகழாது என்றனர் பலர்.

சலகம் திருமலைக்கு வேண்டியவர்களோ அச்சுத ராயர் காலம் எவ்வளவு நாளைக்கு என்று சொல்லிச் சிரித்தனர்.

இப்படிப் பலபடியாக பேச்சுக்களும் வதந்திகளும் உலவின.

37

கோவிந்த ராஜுவின் விவேகம்

சலகம் திருமலை வீடுகளில் சூழ்நிலை முற்றும் மாறுபட்டதாயிருந்தது. பெரிய திருமலை காளிங்க ராயரின் செயலினால் ஆத்திரமும் அவமானமும் அடைந்தாலும் நிதானம் இழக்கவில்லை. ஆனால் அவர் மகன், ''எப்போதோ செய்யப்போகும் கலகத்தை இப்போதே செய்து அரசரையும் இளவரசனையும் கொன்று மூர்த்திமாம்பாளைக் கடத்தி வந்து தாலி கட்டிவிட்டால் என்ன?'' என்று பொருமினான்.

அவன் தந்தை அதற்குச் சம்மதிக்கவில்லை. அந்தச் செய்கை அனாவசியமாய் செவ்வப்பனை விஜயநகரத்தில் நுழைவதற்கு வழிவகுத்து, அவன் நம் எல்லோரையும் எமலோகத்திற்கு அனுப்பிவிட்டு, மூர்த்திமாம்பாவுடன் விஜயநகர சிம்மாசனத்தில் அமர ஏதுவாகிவிடும் என்றார் அவர். வேங்கடப்பன் வாயை மூடிக்கொண்டிருக்கவேண்டியதாயிற்று. ஆனால் சின்ன திருமலை கொதிப்படைந்தார். ஆத்திரத்தில் அவருக்கு என்ன சொல்கிறோம், என்ன செய்கிறோம் என்றே தெரியவில்லை. தஞ்சையில் ரோகிணி ரோகணன் திருமணம் நடந்த விஷயம் அவர் காதுகளுக்கு எட்டியிருந்தது.

''வரட்டும் பார்க்கலாம். இங்கு வந்துதானே ஆகவேண்டும்? வீட்டுக்குள்ளேயே குடும்பத்துடன்

பூட்டி வைத்து வீட்டோடு கொளுத்திவிடுகிறேன்'' என்று கறுவிக் கொண்டிருந்தார். ஆனால் அவர் குடும்பம் அங்கு வரவேயில்லை. திரும்பப் பரங்கிப்பேட்டைக்கே சென்றுவிட்டதாகவும், அவருடைய பெரிய மகன் செவ்வப்ப நாயக்கர் சேனையில் சேர்ந்து பணியாற்றுவதாகவும் தெரிந்தது. மேலும் யாவரும் எதிர்பார்த்தபடி பரங்கிப்பேட்டையில் ராஜா காளிங்க ராயரின் சொத்துக்கள் ஏதும் பறிமுதல் செய்யப்படவில்லை என்பது கொஞ்சம் ஆச்சரியமாகவும் குழப்பமாகவும் இருந்தது.

இதில் வேடிக்கை என்னவென்றால் கோவிந்த ராஜு மிக விவேக முள்ளவன் ஆகிவிட்டான். அவனுக்கு ரோகிணியின் சகோதரர் களின் செய்கை நன்றாகவே புரிந்தது.

''நயினா, இதில் கோபப்படவோ ஆத்திரப்படவோ ஒன்றுமே இல்லை. ரோகிணி விதுஷி. நிரம்பப் படித்தவள். வீராங்கனை. அவள் எப்படி நயினா என்னைக் கட்டிக்கொள்ள முடியும்? அப்படிச் செய்திருந்தால் நாங்கள் இருவரும் சந்தோஷமாயிருக்க மாட்டோம். நான் அவளைக் கண்டு பயப்படுவேன். அவளும் என்னை, அரசகுமாரன் என்ன, மனிதனாகவே பார்க்கமாட்டாள். அவளை மகாராணியாக்குவதாக காளிங்க ராயருக்கு வாக்குக் கொடுத்தீர்கள். அவரும் நம்பினார். என்றாவது இந்த முட்டாள் விஜயநகர சாம்ராஜ்ய மன்னனாக முடியுமா? அப்படியே நீங்கள் மன்னரையும் இளவரசனையும் கொன்று அரசைப் பிடித்தாலும் பெரியப்பாவும் அண்ணனும் உங்களிடம் அரசுக் கட்டிலைத் தூக்கி வழங்கிவிடுவார்களா?'' என்று தன் தகப்பனையே சாடும் அளவிற்கு விவேகியானான்.

38

பாறையின் பயணம்

சாமியார் கூறியபடி அந்த இடத்தில் இரண்டு மூன்று பெரிய பாறைகள் தென்பட்டன. செவ்வப்பனுக்கு மகிழ்ச்சி தாளவில்லை. அவருக்கே பாறைகளைப் பற்றிக் கொஞ்சம்தான் தெரியும். காஞ்சீபுரத்தில் இருந்ததினால் கைலாசநாதர் கோயில் சிற்பங்களைக் கண்டு ரசித்தது மட்டுமில்லாமல் அந்தக் கற்களைக் கண்டும் வியந்திருக்கிறார். அந்த மூன்று பாறை களுமே சரியானதாக இருக்கும் என்று நம்பினார்.

''அதோ, நடுவில் இருக்கும் பாறையைப் பார். அதில் கரும்பசுமை படர்ந்திருக்கிறது.''

சாமியார் சொன்ன பாறையை செவ்வப்பன் பார்த்தார். அதற்குள்ளே நந்தி ஒளிந்திருப்பதாக அவருக்குத் தோன்றியது.

எல்லாம் நல்லபடியாக நடக்கவேண்டுமென்று சிவபெருமானை மனத்தில் வேண்டியபடி, அந்தப் பாறையைக் கையினால் தடவினார் செவ்வப்ப நாயக்கர். அதே சமயத்தில் விக்கினமின்றி நடந்திட வேண்டுமென்று தீட்சிதர் விக்னேசுவரைக் குறித்து ஒரு கவிதையே இயற்றினார்.

சாமி 'சிவோஹம்' என்று திரும்பத் திரும்ப உச்சரித்தபடி அந்தப் பாறையை அசைத்துப் பார்த்தது.

''இதை எப்படி தஞ்சைக்குக் கொண்டுசெல்வது?''

''நான்கு ஜோடி காளைகள் பூட்டிய பாரவண்டியில் ஏற்ற வேண்டியிருக்கும்'' என்று தீட்சிதர் யோசனை சொன்னார்.

''எதற்கும் நம் வீரர்களைக் கலந்தாலோசிக்கலாம்'' என்று நாயக்கர் கையைத் தட்டியதும், நான்கு வீரர்கள் ஓடோடி வந்து நின்றனர்.

''இதைத் தஞ்சைக்குக் கொண்டுசெல்லவேண்டும். எப்படிச் செய்வீர்கள்?''

''செய்யலாம் ஐயா. நான்கு ஜோடி காளைகள் பூட்டிய பார வண்டியில் ஏற்றிச் செல்லலாம் ஆனால்...''

சாமியார் உடனே, ''வண்டி குடைசாயும் அபாயம் உள்ளது. அதுதானே.''

''ஆம் சாமி.''

''அதோ பார்.'' பெரிய பாறையில் கிட்டத்தட்ட பாதி அளவிற்கும் குறைவான அளவுள்ள இன்னொரு பாறையைச் சாமியார் காட்டினார்.

''முன்பக்கத்தில் வண்டிக்காரரைச் சேர்த்து நான்கு ஆட்கள் அமருங்கள். நந்திப்பாறை நடுவில் இருக்கட்டும். பின்னால் அந்தச் சிறுபாறை ஏற்றிவிட்டால் சமநிலையாக குடைசாய வாய்ப்பிருக்காது. அச்சு நல்ல கூர்மையுள்ளதாக இருக்கவேண்டும். கீழேயும் ஒரு சிறு பாறையைக் கட்ட வேண்டியிருந்தாலும் இருக்கலாம்.''

''சாமி அந்தச் சிறுபாறையை என்ன செய்யலாம்?''

சாமி சிரித்தது. ''அதுவா, நீ முருகன் சிலை செய்யவேண்டும் என்றுவேறு திட்டம் வைத்திருக்கிறாயே... மேலே பார். நீளவாட்டமாக இருப்பதுடன் மேலே ஒன்றரை அடி உயரத்திற்கு ஒரு பள்ளம்போல் தோன்றுகிறதே! அது அவன் கை வேலைக்குச் சரியாயிருக்கும் போலிருக்கிறதே!''

நாயக்கர், தீட்சிதர் இருவருமே திடுக்கிட்டனர்.

''சாமி, எப்படி?'' இருவருமே ஏககாலத்தில் கூவினர்.

''பூர்வாசிரமத்தில் இந்தக் கட்டையும் ஒரு சிற்பிதான்.''

இருவரும் வியந்தனர்.

தீட்சிதர், மிகுந்த வினயத்துடன், ''சாமி, நீங்கள்தான் தஞ்சைக்கு வந்து இதை நடத்திக் கொடுக்கவேண்டும். பிறகு அங்கேயே நீங்கள் சொல்லியபடி ஒரு முருகன் கோயிலும் வரவேண்டி உள்ளது.''

''துறவியான என்னை மறுபடி உலக பந்தத்தில் இழுக்கிறீர்கள்... இருக்கட்டும். கடவுள் சித்தம் அப்படியானால் அப்படியே ஆகட்டும்'' என்றார்.

நாயக்கர், தீட்சிதர் இருவர் முகத்திலும் ஆனந்தம் பரவியது.

நந்திப் பாறை மிக்க ஆடம்பரத்துடன் தஞ்சைக்குப் பயணமாகியது.

39

ராஜீவியின் மகிழ்ச்சி

மார்த்தாண்டவர்மன் கையில் ஒரு லிகிதத்தை வைத்துக்கொண்டு யோசனையிலிருந்தார்.

''என்ன அண்ணா, பலமான யோசனையிலிருக்கிறாய் போலிருக்கிறதே... கையில் என்ன?''

''ஆம். யோசனையில்தானிருக்கிறேன். இது அழைப்பிதழ்.''

''என்ன? அழைப்பிதழா?''

''ஆம்; திருமண அழைப்பிதழ்''

விஜயநகர சாம்ராஜ்யத்து இளையராணி திருமலாம் பாளின் சகோதரி மூர்த்திமாம்பாளுக்குத் திருமணம்.''

''அண்ணா, இந்தத் திருமணத்திற்கு நீங்கள் என்னை அனுப்புவதாக வாக்குக் கொடுத்திருக்கிறீர்கள். மறந்துவிட வேண்டாம்.''

''அதைப் பற்றித்தான் யோசித்துக்கொண்டிருந்தேன்.''

''அதில் யோசிப்பதற்கு என்ன இருக்கிறது? மறந்தே விட்டேனே... மாப்பிள்ளை யார்?''

''எல்லாம் நமக்குத் தெரிந்தவர்தான். தெரிந்தவர் என்றால் பரிச்சயமில்லை.''

''என்ன குழப்புகிறீர்களே... தெரிந்தவர் என்கிறீர்கள். பரிச்சயம் இல்லை என்ன இது?''

''சொல்கிறேன் கேள்... அது வேறு யாருமில்லை. செவ்வப்பன் தான். தவறு தவறு; சின்ன மல்லப்பர் தம்பி செவ்வப்ப நாயக்கர். இப்பொழுது நாயக்கத்தானம் வேறு கிடைத்திருக்கிறதே..''

''நம்மிடம் போர் செய்ய வந்தாரே அந்த செவ்வப்பனா?''

''ஆம், அவர் இப்பொழுது தஞ்சை நாயக்கர். அரசு புரிபவர். நம்மை வெற்றி கொண்டதற்காக விஜயநகர மன்னர் அச்சுத ராயர் கொடுத்த பரிசு.''

''இல்லை. அண்ணா, நானும் நம் ஒற்றர்கள் மூலம் செய்தியை எல்லாம் கவனித்துக்கொண்டுதான் வருகிறேன். விஜயநகர சக்கரவர்த்தி தன் திக்விஜயத்தின்போது ஸ்ரீரங்கத்தில், தஞ்சை, செஞ்சி, மதுரை மூன்று இடங்களிலும் மூன்று தலைவர்களை நாயக்கர்களாக நியமித்தார். அதில் செவ்வப்ப நாயக்கரும் ஒருவர். அதற்குப் பிறகுதான் நம்மிடம் போரே தொடங்கிற்று. சின்ன மல்லப்பர்தான் படை நடத்தி வருவதாகச் சொன்னார்கள். ஆனால் குதிரைப் படைக்குத் தலைமை தாங்கி வந்தவர்தான் செவ்வப்பன் என்று சொன்னார்கள்.''

''பரவாயில்லை எல்லாம் தெரிந்துவைத்திருக்கிறாயே... நீ செவ்வப்ப நாயக்கரைப் பார்த்தாயா?''

''இல்லை; போர் நடக்கையில் அண்ணி என்னை அந்தப்புரத்தை விட்டே நகர விடவில்லையே!''

''அதுதான் வேடிக்கை. நம் தளவாயும் ஊரிலில்லாததினால் அவனைப் பார்க்கவில்லை. நானும் பார்க்கவில்லை.''

''நீங்கள் பார்க்கவில்லையா? சமாதான உடன்படிக்கையின் போது சென்றிருந்ததாகக் கேள்விப்பட்டேனே...''

''ஆம், சென்றிருந்தேன். ஆனால் நான் நேரிடையாக அருகில் செல்லவில்லை. குஞ்சுண்ணிமேனனிடம் லிகிதத்தை அனுப்பி யிருந்தேன். கூட நம் உபதளபதியும் சென்றிருந்தார். அவர்கள் பக்கத்தில் சின்ன மல்லப்பரும், அவருடன்கூட வையப்ப நாயக்கரும் இருந்தனர். செவ்வப்பனை எங்குமே காணவில்லை. ஆனால் ஒன்று, இந்தப் போர் தோல்வியில் முடிந்திராவிட்டால், செவ்வப்பன் நம் வீட்டு மருமகனாயிருப்பான்.''

ராஜீவிக்குப் பகீரென்றது. 'நல்ல வேளை. இனிமையாகப் பேசும் ஆஜானுபாகுவான அந்த வணிகப்பெருமானிடம் என் மனது ஏனோ சென்றுவிட்டது. அவரை விட்டுவிட்டு ஒரு முரட்டு வீரர் யாருக்கு வேண்டும்? அண்ணா என்னை ஒரு வியாபாரம் செய்யும் வணிகருக்கு என்னை எப்படிக் கொடுப்பார்கள். அடுத்த தடவை வராமலா போகிறார்? வரும்போது அவரிடம் நைச்சியமாகப் பேசி, அவர் வியாபாரத்தை விட்டுவிடச் சொல்லி, அரண்மனையில் ஒரு நல்ல வேலை வாங்கிக் கொடுத்து விடவேண்டும். பார்த்தால் நன்கு படித்தவராகத்தான் தோன்றுகிறார்...' இப்படி ஓடியது ராஜீவியின் சிந்தனை.

''என்ன ராஜீவி, யோசனையில் ஆழ்ந்துவிட்டாய்?''

''ஒன்றும் இல்லை. திருமணத்திற்கு காஞ்சீபுரம் போவதைப் பற்றி யோசித்துக்கொண்டிருந்தேன். என்னுடன் யார் வருவார்கள்?''

அவள் தமையன் சிரித்தார். ''திருமணம் காஞ்சியில் இல்லை; தஞ்சையில். அதைப்பற்றியா யோசனை? கவலைப்படாதே. தளவாய் ராமப்பய்யனைக் கூட அனுப்புகிறேன். வெகுமதிகள் தாராளமாக இருக்கவேண்டும்.''

பாறையின் பயணம் தொடர்கிறது.

பாரவண்டியைப் பின்னால் வரவிட்டு, செவ்வப்ப நாயக்கரும் தீட்சிதரும் சாமியாரை வருமாறு அழைத்துவிட்டு, தஞ்சை திரும்பினர்.

வந்தவுடனேயே கோயிலில் எந்த இடத்தில் நந்திதேவரை பிரதிஷ்டை செய்யவேண்டுமென்பதைத் தீர்மானிக்க நிபுணரைக் கலந்து ஆலோசித்தனர். சுவாமி மலையிலிருந்து சுவாமிநாத ஸ்தபதியும் வரவழைக்கப்பட்டார். முதலில் நந்தியை ஏற்றுமள விற்குக் கருங்கல்லால் ஒரு மேடை செய்து, நந்திப் பாறையை அதில் ஏற்றி, அங்கேயே செதுக்கலாமென ஸ்தபதி கருத்துத் தெரிவித்தார்.

சாமியாரும் வேறு வழியாகத் தஞ்சை வந்துசேர்ந்தார். அவர் எப்படி அதற்குள் வந்து சேர்ந்தாரென்பது எல்லோருக்கும் வியப் பாயிருந்தது. ஆனால் இரண்டு நாட்களாயினும் பாரவண்டி வந்து சேரவில்லை. எல்லோருக்கும் அதுவே கவலையாயிருந்தது.

மூன்றாவது நாள் காலையில் ஒரு குதிரை வீரன் வியர்க்க விறுவிறுக்க ஓடிவந்து, ''வண்டியை பாண்டிய வீரர்கள் சூழ்ந்து கொண்டுவிட்டார்கள் பிரபோ. நாம் பாறை எடுத்த இடம் பாண்டிய நாட்டைச் சேர்ந்தது என்றும், வண்டியை மதுரைக்கு விடவேண்டு மென்றும் சொல்லுகிறார்கள் ஐயா. எங்களுக்கு என்ன செய்வதென்று புரியவில்லை...''

''எவ்வளவு வீரர்கள் இருக்கிறார்கள்?''

''சுமார் இருபது இருபத்தைந்து வீரர்கள் இருக்கலாம், அதற்கு மேலில்லை.''

''நம்மிடம் எவ்வளவு வீரர்கள் உள்ளார்கள்?''

வீரன் தலைகுனிந்துகொண்டான்.

''முப்பத்தைந்து.''

''பின் ஏன் பயமா?''

''பயமொன்றுமில்லை. இவர்களை அடித்துத் துரத்துவதினால் இன்னும் அதிக வீரர்களுடன் வந்து தாக்கப் போகிறார்களே என்ற யோசனைதான்.''

''அதுவும் உண்மைதான்'' என்றார். செவ்வப்பன் சாமியாரைப் பார்த்து ''அந்த நந்திப்பாறை பாண்டிய எல்லைக்குள்ளாகவா இருக்கிறது? இப்பொழுதுதான் பட்டம் ஏற்றதால் வளநாட்டு எல்லைகளைச் சரியாகப் புரிந்துகொள்ள நேரம் இல்லை.''

சாமியார், ''இது உன் நாயகத்தானத்தில்தான் உள்ளது. பாண்டிய எல்லைக்குப் போக இன்னும் முப்பதுகால தூரம் செல்ல வேணும். அவர்கள் பாண்டியவீரர்களில்லை என்று எனக்குத் தோன்றுகிறது. எதற்கும் சென்று பார்த்து வாருங்கள். தீட்சிதர் இங்கு இருக்கட்டும்! சில கணக்குகள் அவரை வைத்துக்கொண்டு போடவேண்டி யிருக்கிறது'' என்றார். பிறகு தொடர்ந்து, ''ஆரம்ப காலத்தில் ஒரு சிறு அம்மன் சிலையையும் செலுத்துவதுண்டு. நீங்கள் செல்லும் பொழுது வாள் வேல் எடுத்துச்செல்லுங்கள். ஆனால் ஞாபகமிருக் கட்டும். அவை உபயோகப்படுத்தப்படக்கூடாது. ஒரு தலைகூட கீழே சாயக்கூடாது. பக்குவமாக வாய்ப்பேச்சிலேயே காரியத்தை முடித்துக்கொண்டு வாருங்கள்'' என்று சொல்லி அனுப்பினார். செவ்வப்பன் சீற்றத்துடன் சென்றபோதிலும் சாமியார் கொடுத்த கட்டளையை அவர் மறக்கவில்லை.

அங்கு போன பிறகுதான் தெரிந்தது. அவர்கள் பாண்டியர்கள் இல்லை, வெறும் கொள்ளைக்காரர்களென்று. ஏதோ கிடைத்த வரை குதிரைகள், சிற்சில ஆயுதங்கள், பொன் கழஞ்சுகளை, பயமுறுத்தி வாங்கிக்கொண்டு ஓடிவிடலாம் என்ற நப்பாசையில் வந்திருக்கிறார்கள். அவர்கள் கும்பல் செவ்வப்பன் பஞ்ச கல்யாணிக் குதிரையில் வேகமாக வரும் தோரணையைப் பார்த்ததுமே ஓட்டம் பிடித்தது.

வண்டி நகர்ந்தது. இந்தத் தடவை சாமியார் சொன்ன வார்த்தையை மதித்து அவர்களை வெறுமனவே விட்டுவிட்டாலும், தன் நாட்டில் இம்மாதிரி சம்பவங்களை இனிமேல் நடக்கவிடக்கூடாதென்பதில் உறுதியாய் இருந்தார் செவ்வப்பர். பெரம்பலூர் கூற்றத் தலைவரிடமும் சொல்லி எச்சரிக்கை செய்யவேண்டுமென்று எண்ணிக்கொண்டார்.

40

அரண்மனைத் திருமணம்

காஞ்சீபுரத்தில், திருமலாம்பாளின் அந்தப்புரத்தில் திருமண ஏற்பாடுகள் கோலாகலமாக நடைபெறத் தொடங்கின. திருமலாம்பாளுக்கு ஓய்ச்சல் ஒழிவில்லாமல் வேலையிருந்தது. காஞ்சீபுரத்தில் உள்ள கைலாசநாதர் கோயில், ஏகாம்பரேசுவரர் கோயில், வரதராஜப்பெருமாள் கோயில், காமாட்சியம்மன் கோயில் என்று எல்லாக் கோயில் களிலும் அபிஷேக ஆராதனைகள் நடத்தப்பட்டன. அத்துடன் மூர்த்திமாம்பாளுக்காக பல நேர்த்திக்கடன் களும் பிரார்த்தனைகளும், விரதங்களும், அத்துடன் கூட பல விருந்துகளும் நடத்தப்பட்டன. எல்லா வற்றிலும் காஞ்சியில் உள்ள பல பிரபுக்களும் கலந்து கொண்டனர். சிதம்பரத்தில் மாரப்பத் தேவர் வந்து அநேகமாக எல்லா வைபவங்களிலும் கலந்து கொண்டார். இரண்டு மல்லப்பர் குடும்பங்களும் கலந்துகொண்டனர் என்று சொல்லத்தேவைஇல்லை. ஆனால் அவர்கள் விருந்து எதிலும் கலந்துகொள்ள வில்லை. நிச்சயதார்த்தம் முடிந்தபிறகு, திருமணச் சடங்குகள் முடியும்வரை சம்பந்தி வீட்டில் கைநனைப்பதில்லை என்ற வழக்கம்தான் காரணம்.

மல்லப்பர் வீட்டிலும் சமாராதனை, சுமங்கலிப் பூஜை, சத்யநாராயண பூஜை என்று பல சடங்குகள் நடைபெற்றன. திருமலாம்பாள் மட்டில் மாரப்பத்

தேவருடன் உணவு அருந்தாவிடினும் எல்லாவற்றிலும் கலந்து கொண்டார். ஆனால் மன்னர் எதற்கும் வருவதில்லை. பின்னால் ஏதாவது சர்ச்சை வரும்பொழுது, பாரபட்சமாக நடந்து கொண்டதாகப் பேச்சுவரக்கூடாது என்பதுதான் காரணம். ஆனால் இருவரும் ஏகோபித்து பொது இடத்தில் நடத்திய சத்தியநாராயண பூஜையில் மட்டும் கலந்துகொண்டார்.

சலகம் சகோதரர்கள் யாரும் அந்த விசேஷத்திற்கும் வரவில்லை. வரதாம்பிகைக்கு ஒரே குறை. ''ஏதோ பொருத்தமில்லாமல் ஏற்பாடு செய்த ஒரு கலியாணம் நின்றுவிட்டது என்றால் அரண்மனை விசேஷங்களுக்கு வராமல் முகத்தைத் தூக்கி வைத்துக் கொண்டிருப்பது எந்த விதத்தில் நியாயம்?'' என்று எல்லோரிடமும் குறைபட்டுக்கொண்டாள். ஆனால் மன்னரோ, இளையராணியோ அதைப் பொருட்படுத்தவேயில்லை. அத்துடன் இரண்டாம் முறை சென்று அழைக்கவுமில்லை. அதுவும் வரதாம்பிகைக்கு உறுத்தல் தான்.

எது எப்படி இருப்பினும் ராயசம் வெங்கண்ணா இரண்டு வீட்டு விருந்துகளிலும் கலந்துகொண்டு அமர்க்களப்படுத்தினார்.

காஞ்சீபுரத்து மாளிகை இவ்வளவு கோலாகலமாயிருந்தாலும், திருமணம் நடக்கப் போகும் இடமான தஞ்சையில் செவ்வப்ப நாயக்கர் மாளிகை மிக அமைதியாகவே இருந்தது. ஆட்படை தவிசுப்பிள்ளை இவர்களைத் தவிர யாருமே இல்லை. நாயக்கர் அதிகப்படியான நேரத்தைப் பெருவுடையார் கோயிலிலேயே கழித்து வந்தார். நந்தி செதுக்குவதற்கான மேடை தயாராகிவிட்டது. நந்திப் பாறையும் வந்து சேர்ந்துவிட்டது. அதை வண்டியிலிருந்து இறக்கி, மேடையில் சாற்று பூசி, சிற்சில ரத்தினங்களையும் வைத்து, சாமிசித்தர் விரும்பியபடி சரியான இடத்தில் அமர்த்துவதற்கே இரண்டு நாட்கள் பிடித்தன. ஏனெனில் பின்னால் அதை நகர்த்துவது சிரமசாத்தியமான காரியம் என்பதால், ஆரம்பத்திலேயே நூல்பிடித்து அளந்து சரியான இடத்தில் பொருத்தவேண்டி இருந்தது. சுவாமி மலையிலிருந்து சாமிநாத ஸ்தபதியும், தம் நாலைந்து உதவியாளர்களுடன் வந்து சேர்ந்தார். வேலை மும்முரமாகத் தொடங்கியது. முன்னங்கால் பக்கத்திலிருந்து வேலையைத் தொடங்கினார்கள்.

முருகன் சிலையை அடுத்தவாரம் தொடங்கலாமெனத் தீர்மானித் தார்கள். அதற்கும் வரைபடங்கள் வரைந்து மற்ற சிலைகளும் நிச்சயிக்கப்பட்டன.

நடுநடுவே நாயக்கர் கொஞ்சம் கொஞ்சம் அரசாங்க வேலையையும் கவனிக்கத்தான் வேண்டியிருந்தது. என்னதான் முதன் மந்திரியும் ரோகணனும் கவனித்துக்கொண்டாலும் நாயக்கர் சில அலுவல் களை சரிபார்க்க அவசியமிருந்தது.

இவர்களைக் கோயிலில் இயங்க வைத்து, ரோகணன் சும்மா இருக்கவில்லை. அவர் திருமணத்தின்போது செயல்படவேண்டிய சில பாதுகாப்பு ஏற்பாடுகளை ரகசியமாகச் செய்து வந்தார். வேளக்காப்படை என்று ஏற்கெனவே இருந்த படைப் பிரிவுகளைத் தவிர சில முக்கியமான படைப் பிரிவுகளை நியமித்தார். நம்பிக்கையுள்ள ஆட்களைப் பொறுக்கித் தேர்ந்தெடுப்பதில் அவர் எடுத்துக்கொண்ட சிரமம் கொஞ்ச நஞ்சமல்ல. அவர்கள் தீரத்துடனும் புத்திசாலித்தனத்துடனும் செயல்படுவதைத் தவிர, அரசருக்காக உயிரையும் கொடுக்கக்கூடிய தியாக உணர்வும் வீரமும் பொருந்தியவர்களாக இருக்கவேண்டும். இத்தனையும் சேர்ந்து அமைந்தவர்கள் கிடைப்பது சுலபமாயில்லை.

ரோகணன் தஞ்சைக்கு நல்லபழக்கமுடையவர் என்பதைத் தவிரவும், செல்லப்பாவிடம் விசுவாசமாயிருந்த ஆட்களை மிக சாமர்த்தியமாக நாயக்கர் பக்கம் சேர்த்துவிட்டார். நாயக்கருக்கு செல்லப்பாவிடம் எந்த விரோதமும் இல்லையென்றும், மதிப்பும் மரியாதையுமே உள்ளன என்றும் தெரிந்ததுமே வீரர்கள் விசுவாசமாக வேலை செய்யத் தயாராகிவிட்டார்கள். மேலும் அவர் மைத்துனர் காளிங்க ராயர் மகன், ரோகணனுக்கு வலது கையாக விளங்கினான். அவனுடைய செயல்திறனைக் கண்டபொழுது ரோகணனுக்கே வியப்பாயிருந்தது. ரோகிணிகூட அவ்வப் பொழுது வீரர்கள் செயல்திறன்களைக் கண்டுகளித்தாள். ஆக நாயக்கரின் விவாகத்தின்போதும், அதன்பிறகும் நாயக்கருக்காக ஒரு திறன்வாய்ந்த படை தயாராகிவிட்டது.

சின்ன மல்லப்பருக்கு காஞ்சியில் அதிகமாக வேலையிருந்ததால், பெத்த மல்லப்பரும் அவர் மனைவியும், சின்ன மல்லப்பர் குடும்பமும் பத்து நாள் இருக்கும்பொழுதே தஞ்சைக்கு வந்து விட்டனர். அவர்களுக்கும் விவாகத்திற்கு முன்பு சில விரதங்களும் அனுஷ்டானங்களும் செய்யவேண்டி இருந்தன. செவ்வப்ப நாயக்கரும் அவ்வப்பொழுது வந்து அவைகளில் கலந்து கொண்டார். பெத்த மல்லப்பருக்குத் தன் பெரியதம்பி அருகில் இல்லாததினால், தீட்சிதரின் உதவி எல்லா சடங்குகளுக்கும் மிகத் தேவையாயிருந்தது. தீட்சிதருக்கும் இதில் கரைகாணாத மகிழ்ச்சியே. அடிக்கடி ரோகணனுக்கு யோசனை கூறுவதும்,

அவ்வப்பொழுது கோயிலுக்குச் சென்று வேலைகளைக் கவனிப்பதுடன் சித்தர் சாமியை அங்குக் காண்பதுமாக அவர்பொழுது ஆனந்தமாகக் கழிந்தது.

விவாகத்திற்கு ஒரு வாரமே இருக்கும்பொழுது நாயக்கர் சித்தரைப் பார்த்து, ''சாமி, என் விவாகத்திற்குமுன் நந்தி சிலை முடியாது போலிருக்கிறதே'' என்று கவலைப்பட்டார்.

சாமி கடகடவென்று சிரித்தார். ''அது எப்படியப்பா முடியும்? உன் விவாகம் முடித்ததும் கைக் கங்கணத்துடன், உன் மனைவியுடன் பூஜை செய்து, பிறகு அல்லவா நீங்கள் இருவருமாகக் குடமுழுக்குச் செய்யவேண்டும்?''

''பிறகு முருகன் கோயில்?''

''அதுவும் நாளாகத்தான் செய்யும். தீட்சிதர் மகனுக்குப் பெயர் சூட்டுவிழா நடக்கும் தினத்தன்றே, நம் முருகனுக்கும் குட முழுக்குச் செய்துவிடலாம்'' என்றார்.

நாயக்கர் திடுக்கிட்டுத் தன் மந்திரியைப் பார்த்தார். அதில் என்னிடம் சொல்லவேயில்லை என்ற குற்றச்சாட்டு....

தீட்சிதரும் திடுக்கிட்டுக் குழப்பத்துடன் நாயக்கரைப் பார்த்தார்.

அதில் 'எனக்கு ஒன்றுமே தெரியாதே' என்ற பாவம் தொனித்தது.

நாயக்கர் சிரித்துக்கொண்டார்.

41

பெண் அழைப்பு

செவ்வப்பன் மாளிகை 'ஜே ஜே' என்றிருந்தது. சின்ன மல்லப்பர் காஞ்சீபுரத்திலிருந்து வந்துவிட்டார். உறவினர்களும் ஒவ்வொருவராக வந்து சேர்ந்தனர். ரோகிணி, நாகம்மா, செவ்வப்பனின் இரு அண்ணிகள், சின்ன மல்லப்பர் பையன் எல்லோரும் கலியாணக் கூடத்தை அலங்கரிப்பதில் ஈடுபட்டிருந்தனர். சின்ன மல்லப்பர் பிள்ளை ராஜப்பன் 'சித்தப்பா, சித்தப்பா' என்று நாயக்கரையே சுற்றிக்கொண்டிருந்தான். அவனுக்குத் தன் சித்தப்பா எப்பொழுதும் கோயிலுக்கு அல்லது சபா மண்டபத்துக்குப் போய் விடுகிறாரே என்ற வருத்தம். திருமணத்தன்றே புத்தகாலயத்தையும் திறந்துவிடுவது என்று தீட்சிதர் அதற்கான வேலைகளைக் கவனித்துக்கொண்டிருந் தார். எங்கிருந்துதான் இத்தனை ஓலைச்சுவடிகள், புத்தகங்கள், செப்புப் பட்டயங்கள் இவைகளெல்லாம் இந்த தீட்சிதர் அய்யாவிற்குக் கிடைக்குமோ என்று அவன் மலைப்புடன் அங்கு நின்றுகொண்டிருந்தான். நடுநடுவே அவைகளைப் பற்றித் தெரிந்துகொள்ளும் ஆவலில் ஏதோ கேள்விகள் கேட்டு நச்சரித்துக் கொண்டிருந்தான். அவன் சகோதரி (பெத்த மல்லப் பரின் பெண் ரேவதி) இவனுடன் சேர்ந்து விளையாட வராமல் ரோகிணியுடன் ஒட்டிக்கொண்டு விட்டாள்.

ரோகணன் இவைகள் எதிலும் பட்டுக்கொள்ளாமல் முக்கியமான பாதுகாப்பு ஏற்பாடுகளில் மும்முரமாக

ஈடுபட்டிருந்தான். சலகம் சகோதரர்கள் வீட்டிலிருந்து யாரும் வரப்போவதில்லை என்று தெரிந்ததும் அவனுக்கு நிம்மதியாயிருந்தது.

இருந்தாலும் ஆள்படைகளை அனுப்பி அவர்கள் தொந்தரவு கொடுக்காமலிருக்கவேண்டுமே என்றும் கவலையாயிருந்தது.

திருவடி தேசத்திலிருந்து தளவாய் ராமய்யருடன் ராஜகுமாரி ராஜீவியும் வரப்போகிறாளாம் என்று செய்தியைக் கேட்டதும் செவ்வப்ப நாயக்கருக்குக் கொஞ்சம் தயக்கமாய்த்தானிருந்தது.

மறுநாள் பொழுதுவிடிகையிலேயே இன்று பெண்ணழைப்பு என்ற நினைவுடனேயே எழுந்தான் செவ்வப்பன். காலைச் சடங்குகள், ஸ்நானம், சிற்றுண்டி இவைகளை முடித்துக்கொண்டு வெளியே பார்த்ததும் செவ்வப்ப நாயக்கருக்குத் தூக்கிவாரிப்போட்டது. ஓரிரவுக்குள் இத்தனை மாயையா என்று அதிசயப்பட்டான். எல்லார் வீடுகளிலும் வாசல் மெழுகிக் கோலமிட்டுத் தோரணங்களும் தென்பட்டன. அத்துடன் 'மூர்த்தி அம்மனே எங்கள் குலவிளக்கே வருக' என்ற வாசகங்கள் எழுதிய பிரம்மாண்டமான கொடிகளும் தென்பட்டன.

அதற்குள் காலையில் புத்தாடை மேலங்கி, ஜரிகை அங்கவஸ்திரம் இத்யாதி அலங்காரங்களுடன் தீட்சிதர் தென்பட்டார். நாயக்கர் சிரித்துக்கொண்டே, ''என்ன மந்திரியாரே அலங்காரங்கள் பலமாக இருக்கிறதே! பெண்வீட்டார் மாலைதானே வரப்போகிறார்கள்?''

''இல்லை. நாயக்கரே, அவர்கள் மதிய உணவிற்கே தஞ்சை வந்து சேர்ந்துவிடுவார்கள். மாலை வந்தால் வழியில் தாமதமானால் கொஞ்சம் பிரச்சினை ஆகிவிடும். மாலையில்தான் கிளம்புவார் களென்று எல்லோரும் எதிர்பார்த்திருப்பார்கள். ஆனால், எல்லோரையும் என் மாளிகையிலேயே இறக்கி உணவருந்தி கொஞ்சம் சிரமப் பரிகாரம் செய்துகொண்டால் பிறகு சம்பிரதாயங்களில் கலந்துகொள்ள வசதியாயிருக்கும் என்று கூறியிருக்கிறேன். மன்னர் மட்டும் நாளை சற்றுநேரம் வந்துவிட்டுப் போகிறாராம். மன்னருடன் ஒரு சிறுபடையும் திருமலாம்பாளுடன் பெரியபடையும் வருகிறதாம். அவர்களுக்கெல்லாம் படைவீடு அமைக்கும் பொறுப்பை ரோகணன், ரோகிணி, அவள் தனையன் ஏற்றுக்கொண்டிருக்கிறார்கள். திருமலாம்பாள், மூர்த்தி, வரதாம்பிகை, மாரப்பத் தேவர் குடும்பம் மட்டில் என் வீட்டில் தங்கி உணவருந்தி இளைப்பாறிய பிறகு, மாலை பெண்ணழைப்பு வைத்துக்கொள்ளலாம். மற்றவர்கள் எல்லோரும் விருந்தினர் மாளிகையிலேயே தங்கலாம். எல்லா ஏற்பாடுகளும் செய்யப் பட்டிருக்கிறது. கவலை வேண்டாம்.''

‘‘நீங்கள் இருக்கும்போது எனக்கு என்ன கவலை?’’ என்று சிரித்தார் நாயக்கர்.

அச்சுத ராயருக்கும் திருமலாம்பாளுக்கும் பிரயாணத்தில் எந்த அசம்பாவிதமும் நடக்காமலிருக்கவேண்டுமே என்று மிகக் கவலை. அவர்கள் மிக முக்கியமான படைகளை அவர்களுடன் அழைத்துச் சென்றாலும், தலைநகருக்கும் அந்தச் சமயத்தில் பாதுகாப்பு அவசியமாயிற்றே. ஆக ராயசம் வெங்கண்ணா மட்டில் பலமான படைகளுடன் தலைநகரத்திலேயே தங்கவிட்டு, மன்னர் மறுநாள் திரும்பிய பிறகு தஞ்சை சென்று மாலை வைபவத்தில் கலந்து கொள்வதென்று ஏற்பாடு செய்தார்கள். சிக்க வேங்கடாத்திரி ஒரே பிடிவாதமாக மூர்த்தி செல்லும் ரதத்திலேயே தானும் செல்ல வேண்டுமென்று சகோதர இடத்தைப் பிடித்துக்கொண்டான்.

மன்னர், வரதாம்பிகை ஒரு ரதத்திலும் மூர்த்தி, சிக்க வேங்கடாத்திரி திருமலாம்பாளுடன் இன்னொரு ரதத்திலும் முதல்நாள் காலையிலேயே பிரயாணமாயினார்.

விஜயநகர சிற்றரசர்கள் அனைவருக்கும் அழைப்பு அனுப்பியிருந்த படியால் நாயக்கர் சரியான ஏற்பாடுகள் செய்திருப்பார் என்று அரசர் நம்பினார்.

திருமணத்திற்கு முதல் நாள்காலை எட்டு நாழிகைக்குள்ளாகவே மூன்று ரதங்கள், சுற்றிலும் குதிரை வீரர்கள் புடைசூழப் புறப் பட்டன. அவர்களுக்குக் காலை உணவு திருவந்திபுரத்திலும் மதிய உணவு தஞ்சையிலும் ஏற்பாடுகள் செய்யப்பட்டிருந்தன. காளிங்க ராயர் திருமணத்தன்று அதிகாலையிலேயே பரங்கிப்பேட்டையி லிருந்து புறப்பட்டு வருவதாகச் செய்தி அனுப்பியிருந்தார். அவர்களுக்கும் தங்கள் மகன் மகள் இருவரையும் பார்க்கவேண்டு மென்ற ஆவல் இருந்தது. அரசருக்கு அவரைப் பற்றிக் கொஞ்சம் சந்தேகம் இருந்தாலும், ராயசத்திற்கு, காளிங்க ராயர் இப்போது அரசருக்கு நண்பராகிவிட்டார் என்ற நிச்சயம் இருந்தது.

எல்லோரும் மிகுந்த கவலையுடன் இருந்தாலும் அவர்கள் தடை ஏதுமின்றி அன்று மதியமே தஞ்சைக்குப் போய்ச் சேர்ந்துவிட்டனர். அதற்குள் சிதம்பரத்திலிருந்து மாரப்பத் தேவர் குடும்பமும் வந்து சேர்ந்திருந்தது.

அவர்களுக்கு நடந்த கோலாகலமான வரவேற்பைக் கண்டு மன்னரே பிரமித்தார். மன்னரும் அன்றே வருவது யாரும் எதிர் பார்க்காத ஒன்று. ஆனால் கோவிந்த தீட்சிதர் மட்டில் மன்னர் அப்படித்தான் செய்வார் என்று எதிர்பார்த்தார்.

பூரணக் கும்பங்கள், நாதசுர இசை மற்றும் பாண்டு முதலிய வாத்தியங்களின் இசை, மாலை மரியாதை - இவைகளைக் கண்டு திருமலாம்பாளுக்கு மிகத் திருப்தி. மூர்த்திக்கு ஒரே வெட்கம். 'நிமிர்ந்தே பார்க்கமாட்டாயா' என்று சிக்க வேங்கடாத்திரி அவளைச் சீண்டிக்கொண்டேயிருந்தான். நாயக்கர் மாளிகையின் உப்பரிகைக்கூடம் விஜயநகர சக்கரவர்த்திக்கும் அவரது பட்டமகிஷிக்கும் ஒழித்துவிடப்பட்டிருந்தது. ராணி வரதாம்பிகைக்கு, தனக்குக் கிடைத்த இவ்வளவு பெரிய வரவேற்பைக் கண்டு மிகப் பெருமையாயிருந்தது.

மதிய விருந்தெல்லாம் ஒருவாறு முடிந்தபிறகு, எல்லோரும் நன்கு இளைப்பாறியபிறகு, மாலை பெண்ணழைப்பு விமரிசையாக நடந்து முடிந்தது. அப்பொழுது ரோகிணியின் அண்ணனுக்கு, சலகம் ராஜுவின் மகன் கோவிந்த ராஜுவின் பெண்அழைப்புப் பற்றி நினைப்பு வந்து, சிரிப்பு வந்தது.

42

நாயக்கரின் திருமணம்

மூர்த்தி அம்மன் என்று மூர்த்திமாம்பாவைக் கல்வெட்டுகள் வர்ணிக்கின்றன. விஜயராகவ நாயக்கர் எழுதிய 'இரகுநாதப்யுதயம்' என்னும் நூலில் 'சுகுண சந்ததி திநச்யுதய சதிகியதினிசி பார்யை யாகில பூபால ஸதுவலோ நார்யை ஸன்னுதீ காஞ்சே!' என்று மூர்த்திமாம்பாவின் உருவ அழகைக் கூறுகிறார். திருவிடைமருதூர் திருக்கோயிலில் 'மூர்த்தி அம்மன்' என்று பெயர் பொறிக்கப்பட்டு இத்தேவியின் உருவச்சிலை உள்ளது. இவைகளைத் தவிர அவர் பெயரில் ஒரு சிற்றூரும் உள்ளது.

இவ்வளவு பிரசித்த பெற்ற மூர்த்திமாம்பாவை, பரமசிவனுக்கு உமாதேவியைப் போன்றும், மகாவிஷ்ணுவிற்கு மகாலஷ்மியைப் போலவும், செவ்வப்ப நாயக்கருக்கு மூர்த்திமாம்பா என்றும் குறிப்பிடப்பட்டிருக்கிறது.

இவ்வளவு பிரசித்தி பெற்றவர்களின் திருமணம், சக்கரவர்த்தி அச்சுத தேவராயர் தலைமையிலும், சாணக்கியனை ஒத்த கோவிந்த தீட்சிதரின் மேற்பார்வையிலும் நடந்ததைக் கூறுவதற்கு நமக்குச் சொற்கள் இல்லை. விமரிசையாக நடந்த நான்கு நாட்களிலும் யார் வீட்டிலும் அடுப்பு மூட்டக்கூடாது என்பது சேனாதிபதி ரோகணனின் கட்டளை.

ஏதோ ஒரு சில சிற்றரசுகளைத் தவிர, மற்ற எல்லா சிற்றரசுகளும், செஞ்சி, மதுரை நாயக்கர்களும் வந்திருந்தனர். திருவடி தேசத்திலிருந்து இளவரசி ராஜீவியும் தளவாய் ராமய்யரும் வந்திருந்தனர்.

மூர்த்திமாம்பா மிகுந்த அழகி என்று ராஜீவி ஏற்கெனவே கேள்விப்பட்டிருந்தாள். அவளுக்கு வந்த மணாளன் செவ்வப்ப நாயக்கனைக் காண்பதற்கு அவள் மிகுந்த ஆவலுடன் இருந்தாள்.

மணமேடையில் மாப்பிள்ளை அலங்காரங்களுடன் செவ்வப்பனைக் கண்டதும் முதலில் அவளுக்குப் புரியவில்லை. இவ்வளவு கம்பீரமா என்று நினைத்து சற்று ஊன்றிக் கவனித்ததும் அவளுக்கு விஷயம் தெள்ளென விளங்கிற்று. தன்னிடம் பட்டு, நவரத்தினங்கள் விற்ற வணிகர் இவர்தானென்றும், தான் நன்றாக ஏமாற்றப்பட்டு விட்டதையும் புரிந்துகொண்டாள். தன் அண்ணி 'ஒற்றனாகக்கூட இருக்கலாம்' என்று கூறியதை நினைத்துக்கொண்டாள். 'எவ்வளவு சரியான சொற்கள்!' பரிசுகள் வழங்க அருகில் சென்றபொழுது ''நலமா இளையராணி'' என்றார் நாயக்கர்! ''வாழ்த்துக்கள் வணிகரே!'' என்று கூறிவிட்டுக் கும்பலோடு நகர்ந்தாள்.

ஆனால் அவளும் உபதளபதியைப் போன்றே திருடனுக்குத் தேள் கொட்டியது போன்று வாளாயிருக்கவேண்டியதாயிற்று. அதை அண்ணன், அண்ணியிடம் கூறினால் தன் அசட்டுத்தனம் வெளியாவதுடன், அண்ணன் தஞ்சையுடன் போர் தொடுப்பது சாத்தியம் என்றும் தோன்றியது. அவள் அரசியல் தெரிந்தவளாகையால் தன் நாட்டிற்கு ஒரு பலமான எதிரியை ஏற்படுத்த விரும்பவில்லை.

43

சரஸ்வதி மகால்

நந்தி, முருகன் கோயில் - இரண்டு வேலைகளுமே துரித கதியில் நடந்துகொண்டிருந்தன. இரண்டு மூன்று தடவை மூர்த்திமாம்பாளும் தினசரி கோயிலுக்குச் செல்லும் நாயக்கருடன் சேர்ந்துகொண்டாள்.

ஒருநாள் அதிகாலையில் செவ்வப்ப நாயக்கர் வெளியே கிளம்பினார். ''எங்கே இவ்வளவு அதிகாலையில்? அதற்குள் சிற்பிகள் யாரும் வந்திருக்கமாட்டார்களே!'' என்றாள் மூர்த்தி.

''இல்லை. கோயிலுக்கு இல்லை. இன்று கோயிலுக்கே போகமுடியாது என நினைக்கிறேன். பத்து நாழிகைக்கு ரோகணனைச் சந்தித்துப் பேச வேண்டும். வரச்சொல்லி இருக்கிறேன். வரிதண்டுவோரையும் வரச்சொல்லி இருக்கிறேன். அந்த விஷயமாகவும் பேசவேண்டும். ஆனால் இப்பொழுது இங்கு சமீபத்தில் ஒருவர் புத்தகாலயம் ஒன்று நிறுவ வேண்டும் என நினைக்கிறாராம். அவரிடம் சில அபூர்வமான சுவடிகள் உள்ளனவாம். அவைகளைப் போய்ப் பார்த்து அவைகளைப் பாதுகாப்பதற்கு ஏதாவது செய்யலாமென்று பார்க்கிறேன். அதுதான் இவ்வளவு காலையில்'' என்றார்.

''தீட்சிதர் வரவில்லையா?''

''அவர் வராமலா? அவர் நேரே அங்கு வந்துவிடுவதாகச் சொன்னார்.''

''நீங்கள் இருவரும் திடுதிப்பென்று அங்கு போய் நின்றால் அவருக்குச் சங்கடமாயிருக்காதா?''

''அப்படி ஏதும் இல்லை. அவர்தான் நேற்று வந்து அவைகளைப் பார்வையிடும்படிக் கேட்டுக்கொண்டார். இந்த வேளையை விட்டால் வேறு சமயம் கிடைக்காதென்று சொல்லி வர ஒப்புக் கொண்டிருக்கிறேன்.''

''சுவடிகள் எந்த மொழியில் உள்ளனவாம்?''

''அங்குதான் பிரச்சினையே. சில தமிழிலும் சில வடமொழி நாகரி லிபியிலும் உள்ளனவாம். ஆனால் பல சுவடிகள் பழந்தமிழ் இலக்கிய மொழியாகிய சிரந்தம் எனும் மொழியில் உள்ளனவாம். எனக்கு தமிழ், தெலுங்கு, சம்ஸ்கிருதம் மூன்றுமே தெரியும். ஆனால் சிரந்தம் அவ்வளவாகத் தெரியாது. ஏதோ கொஞ்சம் பயிலத் தொடங்கி, எங்கோ வடக்கே போர்ப் பயிற்சிக்குச் செல்லவேண்டி யிருந்ததினால் அதை அப்படியே விட்டுவிட்டேன். கற்றதுகூட இப்போது மறந்திருக்கும். தீட்சிதருக்குத் தெரிந்திருக்கலாம்.''

''அவருக்குத் தெரியாமல் இருக்குமா? எனக்குக்கூட அதில் கொஞ்சம் பயிற்சி உண்டு. கவிதைகூட புனையலாம் என முயன்றேன். அக்காதான் 'புழக்கத்தில் இல்லாத மொழியில் கவிதை புனைவானேன்' என்றார்கள்.''

''சரிதான்! நீயும் என்னோடு வருகிறாயா?''

''எனக்கும் சுவடிகளைப் பார்க்க ஆவல்தான். ஆனால்...''

''ஆனால் என்ன?''

''இன்று பத்து நாழிகைக்குமேல் திரைச்சீலை விஷயமாக ஒரு தையற்காரரை மாதிரித்துணிகள் கொண்டுவரும்படிச் சொல்லி இருக்கிறேன்.''

''அதனால் என்ன, பத்து நாழிகைக்கு மேல்தானே! அதற்குள் திரும்பிவிடலாம். எனக்கும் சீக்கிரம் திரும்பியாக வேண்டும். ரோகணனை வரச்சொல்லி இருக்கிறேன். இன்று வெறுமே பார்த்து விட்டு பிறகு ஒருநாள் சாவகாசமாக அவற்றைப் பற்றி விசாரிக்கலாம். சிவிகைக்கு ஏற்பாடு செய்கிறேன்.''

அவர்கள் நினைத்தபடி வெறுமே பார்த்துவிட்டு வரமுடியவில்லை. அன்று காலை முழுதும் அங்குதான் இருக்கவேண்டிவந்தது.

ரோகணனையும் அங்கேயே வரவழைத்தார். நாயக்கர் தெலுங்குச் சுவடிகளையும், ரோகணன் தமிழ்ச் சுவடிகளையும், தீட்சிதர் ஸம்ஸ்கிருதத்தையும் பரிசோதனை செய்தார்கள். தீட்சிதருக்குப் பரமதிருப்தி. அவர் சில வருடங்களாகவே கேள்விப்பட்டு, பார்க்க ஆர்வத்துடன் இருந்த பல சுவடிகள் அங்கே கிடைத்தன. இவ்வளவு நாட்களாக அவைகளைக் கவலையுடன் கூடிய பொறுப்புடன் பாதுகாத்து வந்தவருக்கும் பெரிய நிம்மதி.

பிறகு தொடர்ந்து மூன்று நாட்கள் எல்லோரும் அங்கே அமர்ந்து சுவடிகளைத் தரம் பிரித்தனர். பக்கத்திலிருந்த பெரிய கட்டடம் ஒன்று தற்காலிகமாக ஒதுக்கப்பட்டது.

இம்மாதிரியாக உலகப்புகழ்பெற்ற தஞ்சை சரஸ்வதி மகால் புத்தகாலயம் செவ்வப்ப நாயக்கர் காலத்தில் தொடங்கப் பெற்றது. அவர் மகன் போன்ற ரகுநாத நாயக்கர் முதலியவர்களும் அதைக் கவனத்துடன் பாதுகாத்ததுமல்லாமல், தாங்களும் கவிதை சம்பூ முதலியவைகளை எழுதி அதைச் சிறப்பித்தனர். மேலும் காசி, உஜ்ஜயினி, நாளந்தா முதலிய இடங்களிலிருந்து சுவடிகளைக் கொண்டுவந்து சேர்த்தனர்.

இப்பொழுதும் அது உலகப் புகழ்பெற்ற புத்தகாலயம். அங்கே உள்ள பழம்பெரும் சுவடிகள் வேறு எங்குமே கிடையாது.

44

நந்தி மகோற்சவம்

இந்த நவீனம் எழுதப்பட்டதே புகழ்பெற்ற தஞ்சைக் கோயிலின் பிரம்மாண்டமான (6மீ X 3.7மீ) நந்தியைப் பற்றிதான். நந்தி செதுக்கி முடிந்த பிறகுகூட சிறுசிறு வேலைகள், மற்ற கண்கவர் அலங்காரங்களும் செய்து முடித்தாயிற்று.

அன்று காலை நாயக்கர் மிக உற்சாகத்துடன் காணப் பட்டார். மூர்த்தி அவரிடம், ''என்ன? இன்று ஒரே உற்சாகமாயிருக்கிறாப் போல!'' என்று கேலியாகக் கேட்டார்.

''எனக்கே தெரியவில்லை. மனம் ஒரேயடியாகத் துள்ளுகிறது. முதலில் ஸ்நானம் செய்துவிட்டுக் கோயிலுக்கு நடந்தே செல்ல விரும்புகிறேன்.''

''சரி, அப்படியானால் நம் வீரன் (குதிரை) இங்கேயே இருக்கட்டும். நாம் இருவருமே நடந்தே செல்வோம்.''

இரு வீரர்கள் இரண்டு பக்கமும் வர அவர்கள் பெருவுடையார் கோயிலுக்கு நடந்தே சென்றார்கள். அங்கு சென்றால் அவர்களுக்குப் பெரிய ஆச்சரியம் காத்துக்கொண்டிருந்தது. சாமி வரச்சொன்னதாகக் கூறி அங்கு தீட்சிதர், நாகம்மா, ரோகணன், ரோகிணி எல்லாரும் வந்திருந்தனர். நாயக்கருக்குக் கொஞ்சம்

குழப்பமாயிருந்தது. 'நம்மை வரச்சொல்ல வில்லையே' என்று சாமியாரைப் பார்த்தார்.

''நீ வருவாயென்று தெரியும்'' என்றார் அவர் சுருக்கமாக.

பிறகு ''இன்று உனக்கு மிகவும் பிரியமான ஒருவர் வரப்போகிறார். பொறுத்திருந்து பார்'' என்றார்.

மூர்த்தி இதொன்றையும் கவனியாமல் நந்தியைப் தொட்டுத் தடவிப்பார்த்தபடி நின்றாள்.

சாமி திடீரென்று, ''நம பார்வதீ பதயே!'' என்று முழங்கினார்.

எல்லோரும், ''ஹர ஹரமகாதேவ'' என்று பக்தியுடன் ஒலி எழுப்பி சாமியாரின் முகத்தையே பார்த்தனர்.

பின்னாலிருந்து 'ஹர ஹர மகாதேவ' என்ற உரத்த ஒலி கேட்க, எல்லோரும் அந்தப்பக்கம் திரும்பினார்கள்.

ஒவ்வொரு தடவையும் பயணத்தின்போது செவ்வப்பனைக் காப்பாற்றியவர் விபூதி ருத்திராட்சங்களுடன் அங்கே பிரசன்ன மானார்.

''என்ன செவ்வப்பா, நலமாயிருக்கிறாயா?''

சாமியார் கனிவான குரலுடன் கேட்டதும் நாயக்கருக்குக் கண்ணில் ஜலம் வந்துவிட்டது. 'அதைச்செய், இதைச்செய்' கட்டளையைக் கேட்டுத்தான் பழக்கமே ஒழிய இந்தக் குரலைக் கேட்டதில்லை.

''தம்பிரான் அவர்களே வருக, வருக!'' என்றார் சாமி. மேலும் ''சரியான சமயத்தில்தான் வந்துள்ளீர்கள்'' என்றார்.

நாயக்கர் தம் மனைவியுடன் அவரை வணங்கத் தொடங்கிய பொழுது, அதை அவர் தடுத்து, ''இந்த இடத்தில் என் அப்பன் இறைவனுக்குத்தான் எவர் வணக்கத்தையும் ஏற்க உரிமையுண்டு!'' என்றார்.

நாயக்கருக்கு இன்னும் ஒரு விஷயம் தெளிவாகப் புரியவில்லை. சாமி எதற்காக எல்லோரையும் கோயிலுக்கு வரவழைத்தார் என்பதுதான் அது.

''தம்பிரான் அவர்களே தாங்கள் வந்த காரியத்தைத் தொடங்கலாமா?''

அதே நேரத்தில் ஸ்வாமி நாதஸ்தபதியும் வந்து எல்லோருக்கும் முகமன் கூறி நின்றார். அவரும் யாரையும் வணங்கமுயலவில்லை என்பது குறிப்பிடத்தக்கது. பிறகு, ''நாயக்கரே, தாங்கள் நந்தியைப் பார்வையிட்டீர்களா? நேற்று மாலையுடன் முழுமையாகப் பூர்த்தி ஆகிவிட்டது.''

அவர் சொற்கள் எதுவுமே கூற இயலாமல் மகிழ்ச்சியில் அவரைக் கட்டி அணைத்துக்கொண்டார். பேச சொற்கள் எழவில்லை! ஸ்தபதி சமாளித்துச் சற்று விலகி, ''நாயக்கரே, என்ன இது! எல்லா வற்றிற்கும் தாங்கள்தானே மூலகாரணம்! நான் வெறும் கருவி தானே! அதுகூட முழுமையாக நான் செய்யவில்லை. அதோ நிற்கிறார்களே ஏழு பேர். என் உடன் பிறவாமல் பிறந்தவர்கள். இவர்கள் இல்லாவிட்டால் என்னால் ஒன்றுமே செய்திருக்க முடியாது!''

எல்லோர் கண்களும் அந்த ஸ்தபதிகள் பக்கம். சிறுவர்களும் பெரியவர்களுமாக ஏழு பேர் நின்றுகொண்டிருந்தனர். சொல்லி வைத்தாற்போல் நாயக்கர், தீட்சிதர் இருவருமே சென்று அவர்கள் எல்லோருக்கும் மிகுந்த பிரியத்துடன் வாழ்த்துக் கூறினர்.

தம்பிரான் அவருக்கே உரித்தான உரத்த குரலில், ''எல்லோரும் சற்று இங்கு வாருங்கள். நாம் யாரும் நாம் செய்ததாகப் பெருமைப் பட்டுக்கொள்ளத் தேவையில்லை. எல்லாம் அவன் செயல். அவனுக்குத் தனக்குச் சரியான வாகனம் தேவையென்று தோன்றி யிருக்கிறது. செயல்பட்டுவிட்டான். நம்மையெல்லாம் கருவியாக்கிக் கொண்டானே என்று நாம் எல்லோரும் மகிழ்வதிலும் நியாயம் இல்லாமல் போகவில்லை. நான் வந்தபோது மகாராணியார் தொட்டுத்தடவிப் பார்த்ததைக் கண்டு மகிழ்ந்தேன். இனி சீக்கிரமே குடமுழுக்குச் செய்யவேண்டும். வரும் சுக்கில பஞ்சமி அன்று அனுகூலமான தினம். அதுவரை நந்தி பகவானை தென்னங் கீற்றுக்களால் மூடி, பாதுகாப்பிற்கு நான்கு வீரர்களை நியமனம் செய்யுங்கள்.

''அதுவரை, செவ்வப்பா, நீயும் உன் மனைவியும் தீட்சிதர் தம்பதிகளும் காப்புக் கட்டிக்கொண்டு விரதம் காக்கவேண்டும். ஒரு வேளை மட்டும் சைவ உணவு கொள்ளவேண்டும். இரவில் பால் பழம் மட்டும்தான். நாளைக் காலை சூரியோதயத்தின்போதே இங்கு சிவகங்கையில் நித்யகர்மானுஷ்டானங்களை முடித்துக் கொண்டு இந்த இடத்திற்கு வந்து காப்புக் கட்டிக்கொள்ளுங்கள். என்ன ஸ்தபதியாரே நீங்கள்...''

''ஆம் ஐயா நானும் காப்புக் கட்டிக்கொள்ளும் வழக்கம்தான்! நானும் காலை வந்துவிடுகிறேன்.''

அத்துடன் கூட்டம் கலைந்தது. எல்லோரும் கர்ப்பகிருகத்தை நோக்கிச் சென்றனர்.

அங்கு அர்ச்சகர் அபிஷேக ஆராதனைகள் முடிந்து இவர்களுக்காகக் காத்திருந்தார். இவர்களைக் கண்டதும் நாயக்கர் மூர்த்திமாம்பா பெயரில் அர்ச்சனை செய்து, விபூதி, குங்குமப் பிரசாதம், தேங்காய் மூடி, இறைவனுக்கு அணிவித்த மாலை எல்லாம் அளித்தார். தம்பிரான், 'சம்போ சங்கர உமாபதே. சாம்ப சுத்தர பசுபதே' என்று உரத்த குரலில் பாடத் தொடங்கினார். குரல் உரத்து இருந்தாலும் அதில் இனிமையும் வேண்டுதலும் நிரம்பிக் கிடந்தன. அனைவரும் அதில் லயித்துக் கிடந்தார்கள். திடீரென்று குரல் நிற்கவும், ஒவ்வொருவரும் திரும்பினர். தம்பிரானை அங்கே காணவில்லை.

45

செவ்வப்பன் ஏரி

சந்நிதியிலிருந்து திரும்புகையில் நாயக்கர் அங்குப் பல கங்ககாளங்களில் நீர் நிரம்பியிருந்ததைக் கண்டார். மேலும் ஓரிருவர் குடங்களில் நீர் கொண்டுவந்து கொண்டிருந்தனர்.

நாயக்கர் அதைக் கண்டு ''இறைவனுக்கு காலை அபிஷேகம் முடிந்துவிட்டதல்லவா?'' என்று வினவினார்.

''ஆகா, ஆயிற்று, இது உச்சி கால அபிஷேகத்திற்காக.''

''தினமும் எத்தனை அபிஷேகம்?''

''சாதாரண நாட்களில் காலை, மாலை இரண்டு வேளை மட்டும்தான். ஆனால் இன்று சோமவாரம் இல்லையா. அதனால்தான். திங்கள், வெள்ளி, பிரதோஷம், பௌர்ணமி, அமாவாசை ஆகிய நாட் களில் ஐந்து கால அபிஷேக ஆராதனைகள் உண்டு.''

''இந்த நீரை எங்கிருந்து கொண்டுவருகிறீர்கள்?''

''பின்னால் ஒரு கேணி உள்ளது. அங்கிருந்துதான்.''

''சிவகங்கையிலிருந்து இல்லையா?''

''இல்லை. சிவகங்கை கொஞ்சம் தொலைவு அல்லவா? மேலும் குடத்தை ஏந்திக்கொண்டு படிகளில் ஏறும்பொழுது பாதி நீர் சிதறி வீணாகிவிடும்.''

நாயக்கர் தீட்சிதர் பக்கம் திரும்பி, ''கேணியில் எப்பொழுதும் நீர் சுரக்குமா?''

''ஐயா, அதை ஏன் கேட்கிறீர்கள்? கோடையில் நீர் வற்றிவிடும். சிவகங்கையில் நீர் மிகவும் கீழே போய்விடும். காவேரியும் கொஞ்சம் வற்றித்தான் இருக்கும். இருந்தாலும் அங்கிருந்துதான் பாரவண்டிகளில் தவலைகளை ஏற்றி நீர் சேர்த்து வருவோம். இயற்கையின் கொடுமைக்கு யார் என்ன செய்யமுடியும்?'' என்றார் பிரதான அர்ச்சகர்.

நாயக்கர் ஏதும் பேசவில்லை. சிந்தனையுடன் வீடு திரும்பினார். அன்று முழுதும் சிந்தனையிலேயே இருந்தார்.

அன்று மாலை சபை கூடுவதாக இருந்தது. அதற்குச் சற்றுநேரம் முன்னால் நாயக்கர் ரோகணனை விளித்து, ''நீர் ஊற்று குளம், கேணி இவைகளைப் பற்றித் தெரிந்த வல்லுனர்களையும் பொறியாளர் களையும் சபைக்கு வரச்சொல்லமுடியுமா என்று முயற்சி செய்யுங்கள். இன்றே கண்டுபிடிப்பது கடினம் என்றால் நாளை காலையில் வரட்டும்'' என்று உத்தரவிட்டார்.

ரோகணனுக்கு தர்மசங்கடமாகிவிட்டது. அம்மாதிரியான மூன்று வல்லுனர்கள் செல்லப்பாவிற்கு எதிராகக் காளிங்க ராயருடன் சேர்ந்துவிட்டார்கள். ஆனால் பரங்கிப்பேட்டையில் அப்பொழுது தண்ணீர்ப் பஞ்சம் ஏதும் இல்லை. என்ன செய்வது என்று புரியவில்லை.

தீட்சிதர் அவர் சங்கடத்தை உணர்ந்து ''நீங்கள் கவலைப்பட வேண்டாம். இதை நான் கவனித்துக் கொள்கிறேன்'' என்றார்.

இந்த வேலையில் தீட்சிதர் மிகச்சாமர்த்தியமாக செயல்பட்டார் என்றுதான் சொல்லவேண்டும். ரோகணனின் சகோதரன் துறைமுகத்தில் ஸலீமிடம் சென்று அரபு நாட்டுக் குதிரைகள் வந்திருந்தால் வாங்கி வரும்படிச் சொன்னார். அத்துடன் அவனிடம் தண்ணீர் நிபுணர்களிடம் எப்படிப் பேசவேண்டுமென்றும் விவரித்துக் கூறினர். அவர்களுக்குப் பொன்னாசை, மண்ணாசை காட்டும்படிக் கூறிவிடுவாரோ என்ற தயக்கம் தீட்சிதருக்கு இருந்தது. அவர்களை விட்டால் வேறு ஆட்கள் கிடைப்பது கடினம்

என்பதுடன், அவர்கள் மூவருமே தங்கள் வேலைகளில் வல்லுனர்கள். அவர் யுக்தி பலித்தது.

கோயிலுக்குப்பின்னால் அப்பொழுது ஏற்படுத்திய அந்த நீர்நிலை செவ்வப்பன் ஏரி என்று பிரசித்தி பெற்று பல நூற்றாண்டுகளுக்கு ஒரு வரலாற்றுச் சித்திரமாகவே அமைந்தது.

46

சுக்ல பஞ்சமி குடமுழுக்கு

சாமியார் கூறியபடி குடமுழுக்கு நடக்கும் தினத்தை, எல்லாக் கூற்றத்திற்கும் செய்தி அனுப்பி, பறையறிவித்துத் தெரிவிக்கச் சொன்னார்கள். மற்ற இரு நாயக்கர்களுக்கும், விஜயநகர அரண்மனைக்கும், நாயக்கர் கைப்பட லிகிதம் அனுப்பப்பட்டது. மூர்த்திமாம்பா தன் சகோதரிக்குத் தானே எழுதினாள். ஆசுகவிகளும் மற்ற கலைஞர்களும் வேதம் ஓதும் அந்தணர்களும் தஞ்சையை நோக்கிப் படையெடுக்கத் தொடங்கினர்.

நாயக்கரின் அண்ணன்மாரும் திருமலாம்பாவும் வருவதாகச் செய்தி வந்தது. வரும் பெருந்தகைக்காரர்களுக்கெல்லாம் இடவசதி செய்து கொடுப்பதிலும், நாயக்கரின் பாதுகாப்பு ஏற்பாடுகளிலும் ரோகணன் மும்முரமாயிருந்தார். தீட்சிதர் வைதீகச் சடங்குகளில் எந்தக் குறையும் வராமலிருக்கவேண்டி எல்லா ஏற்பாடுகளையும் தானே கவனித்துக்கொண்டார்.

குடமுழுக்கு நாள் நெருங்க நெருங்க தஞ்சையில் ஜன நெருக்கம் அதிகமாயிற்று. சத்திரங்கள் எதிலும் அறைகள் காலி இல்லை. இதைக் கண்டு ரோகணன் கோயிலுக்கு அருகிலேயே கீற்றுக்கொட்டகைகள் போட்டு, சுற்றிலும் கீற்றுக்களாலேயே மறைப்புக்கள் செய்து, உள்ளே மேடு பள்ளம் இல்லாமல் மணலைப்

பரப்பி, அங்கங்கே தண்ணீர் பந்தல்களுக்கும் ஏற்பாடு செய்தார். நாட்டுக்கோட்டை செட்டிமார்களும் அவரவர் தருமமாக அன்னதானம் தண்ணீர்ப் பந்தல் ஏற்பாடு செய்தனர். அரண்மனை மூலமாகவும் அன்னதானம் குறைவில்லாமல் நடந்தது.

முதல் நாளிலிருந்தே வீதிகளெல்லாம் அலங்கரிக்கப்பட்டு, தோரணங்களும், பனை ஓலையில் கிளி போன்ற பொம்மை களுமாக மலர்களினாலேயே செய்த தீபாலங்காரங்களும், தேர், மயில் போன்ற சித்திரங்களும், பெரிய கடைத்தெரு, அய்யன் கடைத்தெரு ஆகிய இடங்களில் அலங்கரிக்கப்பட்டு, தஞ்சையின் மலர்ச் செல்வம் எத்தகையது என்பதைக் காண்பித்தன.

சிவகங்கை தீபாலங்காரங்களுடன் ஜகஜ்ஜோதியாய்த் திகழ்ந்தது.

காஞ்சியிலிருந்து முதல்நாள் வந்த பெத்த மல்லப்பர் மற்றும் சின்ன மல்லப்பர்கள், தன் தம்பி செய்திருக்கும் காரியங்களைப் பற்றி எண்ணி எண்ணிப் பெருமைப்பட்டனர். குடமுழுக்கிற்கு முன்னாலேயே ஏரிக்கு வேண்டி வெட்டிய சில இடங்களில் நீர் ஊற்றுப் பெருகியதனால் சிவகங்கை, பின்னாலிருந்த கேணி எல்லாவற்றிலும் நீர் நிரம்பி வழிந்தது.

நாதஸ்வர கோஷ்டியை திருப்பனந்தாள் மடத்துத் தம்பிரான் அனுப்பியிருந்தார். இரண்டு நாட்களுக்கும் சதிர் கச்சேரிகூட ஏற்பாடு செய்யப்பட்டிருந்தன. நாற்சந்திகளில் சிறு சிறு மாற்றல்கள் போடப்பட்டு, அங்கங்கே சிறுவர்கள் காலில் 'ஜல் ஜல்' என்று சலங்கை ஒலிக்க கும்மி கோலாட்டம் ஆடிக் கொண்டிருந்தனர். இன்னொரு சதுக்கத்தில் தஞ்சைக்கே உரித்தான பொய்க்கால் குதிரை ஆட்டமும், கோஷ்டி நடனமும் நடைபெற்றுக் கொண்டிருந்தன. வாண வேடிக்கைக்காரர்கள் இருட்டுவதற்காகக் காத்துக்கொண்டிருந்தனர். விடிந்து ஒரு நாழிகைக்குள் குடமுழுக்கு என்பதால் இரவு சிலர் கோயிலிலேயே தங்கத் தொடங்கினர்.

ஐயன் கடைத்தெரு வெளியிலிருந்து வந்த சில்லரை வியாபாரிகள் கடைபரப்பி இருந்தனர். மலிவுப்பொருட்களுடன் பெரிய கடைகளில் முத்து, ரத்தினம், பொன்னணிகளும் இரண்டு தினங்களுக்காக வரவழைக்கப்பட்டு விளம்பரப்படுத்தப்பட்டன.

செவ்வப்பனின் குடும்பம், திருமலாம்பா எல்லோரும் நாயக்கரின் மாளிகையின் உப்பரிகையிலிருந்து இந்த கோலாகலங்களைக் கண்டுகளித்தனர்.

இதுவரை நந்தி பகவானை மூடியிருந்த கீற்றுக்களைப் பிரித்து, சுத்தம் செய்திருந்தார்கள். பளபளவென்று முழுவதும் எண்ணெய் தடவப்பட்டு நந்தி ஜொலித்தது. செவ்வப்பன் மூர்த்திமாம்பா இருவருமே தொட்டுத் தொட்டுத் தடவி மகிழ்ந்தனர். அப்பொழுது தான் பெத்த மல்லப்பர் கூறியபடி நந்தியின் பாறையின் கருமையில் ஒரு பசுமை நிறம் கலந்து இருப்பது அவர்களுக்கும் தெரிந்தது.

திருமலாம்பாளுக்கு அந்த நந்தியைக் காணும்பொழுது மெய்சிலிர்த்தது. பார்க்கப் பார்க்க அந்த ரிஷபம் எழுந்து நிற்கத் தயாராயிருப்பதுபோல் ஒரு தோற்றம்.

கோலாகலங்களுக்கிடையே பொழுது விடிந்தது. செவ்வப்ப நாயக்கருக்கு, தான் முதன்முதலில் தலையில் கட்டுடன் தஞ்சை வந்திருந்தபொழுது கண்ட கனவு நிறைவேறியது. அவருடைய உள்ளம் அந்தப் பெருஉடையாரின் கருணையை நினைத்து நன்றி செலுத்தியது. தனக்கு இதைச் செய்யவேண்டும் என்று தோன்றியதே அந்த ஈசனின் அருள்தான் என்பதில் அவருக்கு அசைக்க முடியாத நம்பிக்கை.

ரோகணன் கும்பலைச் சமாளிக்க எவ்வளவோ ஏற்பாடுகள் செய்தும், கூட்டம் மூங்கில் தட்டிகள், கீற்றுக்கள் எல்லாவற்றையும் உடைத்துக்கொண்டு முன்னேறினர். அரசாங்க அதிகாரிகளுக்கும் சிற்றரசர்களுக்கும் இரும்புகிராதி வளைவு கட்டி, மக்கள் அமர கம்பளம் விரித்திருந்தனர்.

கோவிந்த தீட்சிதர், கோயில் சிவாச்சாரியர், சிதம்பரத்திலிருந்தும் திருவாரூரிலிருந்தும் வந்திருந்த வேறு விற்பன்னர்கள் என எல்லாரும் சேர்ந்து வேத கோஷம் முழக்கினர். குடம் குடமாகப் பாலும் தேனும் பழச்சாறும் மற்ற அபிஷேக திரவியங்களுடன் பெரிய ஆவுடையருக்கு அபிஷேக ஆராதனைகளும் அலங்காரமும் முடிந்தன.

பிறகு நந்தி தேவருக்கு கங்கை, யமுனை, கோதாவரி, நர்மதா, சிந்து, காவேரி ஆகிய புண்ணிய தீர்த்தங்களினின்று கொண்டுவரப்பட்ட புனித நீரால் அபிஷேகம் நடந்தது. பிறகு சம்பிரதாயப்படி இறைவனின் நிர்மால்ய தீர்த்தத்தினாலும் அபிஷேகம் நடந்தது. 'நம: பார்வதி பதயே, ஹரஹர மகாதேவ' என்று கோஷம் அலை அலையாகக் கிளம்பி சுற்றுவட்டாரங்களிலெல்லாம் எதிரொலித்துத் தஞ்சையைப் புனிதமாக்கியது.

காமாட்சி கோயிலிலும் அபிஷேக ஆராதனைகள் நடந்தன. முருகன் கோயில் முடிவதற்கு இன்னும் நாளாகும் என்றாலும் எல்லோரும் அங்கு சென்று அபிஷேகத் தீர்த்தமும் விபூதிப் பிரசாதமும் வாங்கிக்கொண்டு திரும்பினர்.

கோயிலுக்கு வெளியே பெரிய பந்தல் போட்டு அரண்மனை சார்பில் அன்னதானம் நடைபெற்றது. முதல் இலையில் மூர்த்தி மாம்பா, சர்க்கரைப் பொங்கலும் சித்ரான்னமும் பரிமாறினாள்.

கும்பாபிஷேக வைபவம் இனிது முடிந்தது. செவ்வப்ப நாயக்கர் ஸ்தபதியை அழைத்து அவரிடம் அப்பெரிய நந்தியைச் சுற்றி ஒரு அழகான மண்டபம் கட்டும்படியும் அதன் மேல் விதானத்தில் அழகான வண்ணச் சித்திரங்கள் வரையும்படியும் சொல்லிவிட்டுப் புறப்பட்டார்.

முருகன் கோயில் வேலையுடன் இதையும் செய்யும்படி யோசனை கூறினார். அழகான மண்டபம் உருவாகத் தொடங்கியது.

47

கோவிந்த தீட்சிதர்

கோவிந்த தீட்சிதர், கோவிந்த சூரி, மகாமந்திரி என்றழைக்கப்படும் அந்நாளில் புகழுடன் திகழ்ந்த மகாவித்வானைப் பற்றிக் கூறாவிட்டால் நந்தி நாயகன் சரித்திரம் முழுமையடைந்ததாகாது.

தீட்சிதர் மகா பண்டிதர். சிறுவயதிலேயே தமிழ், தெலுங்கு, கன்னடம், சம்ஸ்கிருதம் ஆகிய மொழிகளுடன் சோதிடம், சங்கீதம், பரதம் ஆகிய கலைகளிலும் விற்பன்னராகத் திகழ்ந்தார். இவரைப் பற்றி சரித்திரச் சான்றுகள் தஞ்சை மாவட்டத்தில் இன்றும் காணக் கிடைக்கின்றன. கோவிந்தபுரம், கோவிந்தகுடி என்னும் ஊர்கள் இவர் பெயரிலேயே விளங்குகின்றன.

இவர் கன்னட பிராம்மணர். தீர்க்கசைலம் என்று இயம்பப்படும் நெடுங்குன்றத்து ஆரணியில் இவரது தந்தை தசரதராம தீட்சிதர், அவரது உறவினர்களைச் சந்திக்க வந்தார். அப்பொழுது சந்தர்ப்பவசமாக விஜயநகர சக்கரவர்த்தி அச்சுதப்ப நாயக்கர் இவர்களைச் சந்திக்க நேர்ந்தது. இவருடைய இளம் வயதையும் இவருக்கிருந்த பல்கலை நிபுணத்துவத்தையும் கண்டு, விஜயநகர அரண்மனைக்கு வருமாறு அழைப்புவிடுத்தார். அவரது தந்தையும் தம் குமாரருக்குச் சந்தோஷமாகவே விடைகொடுத்தார்.

கோவிந்த தீட்சிதரைத் தன்னுடனேயே அழைத்துச் சென்றார் அச்சுதப்ப நாயக்கர்.

அங்கு விஜயநகர சம்ஸ்தானத்தில் கோவிந்த தீட்சிதருக்கு நல்ல மரியாதையும் மதிப்பும் இருந்தது. பிரதம மந்திரி அநிருத்த பிரம்மராயர் அரசாங்க விஷயங்களில்கூட இவரைக் கலந்து கொண்டே செயல்பட்டார்.

சங்கீதத்திலும் வீணை வாசிப்பதிலும் மிகத் திறமையும் தேர்ச்சியும் பெற்றிருந்ததுடன், 'சங்கீத சுதா' என்னும் விரிவான நூலையும் இயற்றியிருந்தார்.

இவருடைய இரண்டாவது மகன் 'வேங்கடமகி' என்பவர் தற்கால சங்கீத சாஸ்திரத்தின் பிதாமகனாகக் கருதப்படுகிறார்.

இவர் தன் குருவான நாராயண தீட்சிதர் மகளான நாகம்மாளைத் திருமணம் செய்துகொண்டார். இவருக்கு எட்டுப் புத்திரர்கள் பிறந்தார்கள். எல்லோருமே கல்வி கேள்விகளில் சிறந்தவர்களாக இருந்ததுடன், பல நூல்களையும் இயற்றியதாகத் தெரிகிறது.

சிறுவயதிலேயே செவ்வப்ப நாயக்கர் நாயக்கத்தானம் ஏற்று தஞ்சை செல்லுகையில், விஜயநகர மன்னர் அச்சுத ராயர் இவரை பிரதம மந்திரியாக நாயக்கருடன் செல்லும்படிப் பணித்தார். அதன் பிறகு நாயக்கருடன் சேர்ந்து தஞ்சை அரசிற்குப் பல தொண்டுகளை ஆற்றியதாகத் தெரிகிறது. அத்துடன் இவர் அங்கு மூன்று தலைமுறைகளுக்கு செவ்வப்ப நாயக்கர், அவர் மகன் அச்சுதப்ப நாயக்கர், ரகுநாதநாயக்கர் ஆகிய மூன்று மன்னர்களுக்கு மந்திரியாகச் செம்மையாகப் பணி புரிந்தார்.

ராஜநீதியில் சாணக்கியரைப் போன்று செயல்திறன் படைத்தவர். அதேசமயம் சாணக்கியருக்கு இருந்த பழிவாங்கும் வெறியும் வெஞ்சினமும் இல்லாத உயர்ந்த மகான். பிற்காலத்தில் இவரது மகன்கள் மற்றும் பலவிதமான அறிஞர்கள் இவரைப் பற்றி இயற்றிய கணக்கற்ற நூல்களில் சில, இப்போதுகூடக் காணக் கிடைக்கின்றன.

இவரைப் பற்றி வேடிக்கையான ஒரு கதை சொல்வார்கள்.

தஞ்சை வந்ததுமே செவ்வப்ப நாயக்கர் தனக்கென்று ஒன்றும், தன் மந்திரிக்கென்று ஒன்றும் மாளிகைகள் கட்டத் தொடங்கினார்.

அரசரின் மாளிகை பெரியதாகவும் பகட்டாகவும் இருப்பது நியாயம்தான். அப்போது செவ்வப்ப நாயக்கர், ''எங்கள் வம்சத்தில்

அதிகமாகப் பிள்ளைகள் பிறப்பதில்லை. ஆனால் அந்தணர் வீடுகளில், அவர்களுக்கு வைதீக காரியங்களுக்கு நடுவிலும், குடும்பத்தில் அதிகமாகப் பிள்ளைகள் பிறக்குமென்று கேள்விப் பட்டிருக்கிறேன். அதனால் மந்திரியார் மாளிகையும் பெரியதாகவே இருக்கட்டும்'' என்றாராம். அவருடைய ஹாஸ்யம் அப்படியே பலித்ததுதான் வேடிக்கை. நாயக்கருக்கு அச்சுதப்பன் என்று ஒரு குழந்தை, அவர்களுக்கும் ஒரே குழந்தை ரகுநாதநாயக்கர். ஆனால் தீட்சிதர் குடும்பமோ ஓர் ஆலமரம். அவருக்கு எட்டுப் பிள்ளைகள். எல்லோருக்கும் கல்வி கேள்விகளில் தேர்ச்சியும் உண்டு. விரிந்த குடும்பமும் உண்டு.

முதன்முதலில் தஞ்சையில் சிறு நந்தியை நாயக்கர் கண்டபொழுது, அவர் மனத்தில் மிகப் பெரியதாக நந்தி ஒன்றை நிறுவ வேண்டுமென்று பெரும் ஆதுரத்தை ஏற்படுத்தியவர் இவரே. திருவண்ணாமலையில் நிலைநிண்கோபுரம் எடுக்கும்படி ஏற்பாடு செய்ததும் இவரே!

பின்னுரை

செவ்வப்ப நாயக்கரின் சரித்திரத்தை எழுதி வருகையில் அதற்கு வேண்டிய ஆதாரங்களைத் தேடும்பொழுதுதான் தஞ்சை நாயக்க வம்சத்து அரசர்கள் எவ்வளவு செய்திருக்கிறார்களென்பது அறிய முடிந்தது. பின்னால் வந்த மராத்தியர்கள் அந்நாட்டின் வளர்ச்சிக்கு உதவினர் எனினும், ஏற்கெனவே செழிப்பான நாடாகத்தான் தஞ்சை அவர்கள் கையில் கிடைத்தது. அதை மேலும் விருத்தி செய்தனர் என்பதே உண்மை.

மகான் கோவிந்த தீட்சிதரைப் பற்றி எழுதும்போதே எனக்கு மனத்தில் பெருமை உண்டாயிற்று. அவரைப்பற்றியும் தஞ்சை சரஸ்வதி மகால் பற்றியும் சகலவிவரங்களும் கிடைத்தன. நாவலின் முக்கியமான பாத்திரங்கள் சான்று படைத்தவை. குடவாசல் பாலசுப்ரமணியன் எழுதிய 'தஞ்சை நாயக்கர் வரலாறு' என்ற நூலிலிருந்தும் சில விவரங்கள் கிடைத்தன. கதைப் போக்கில் சில உண்மைகளோடு சேர்ந்து சில கட்டுக் கதைகளும் உருவாயின.

செவ்வப்ப நாயக்கர் வரலாறே இப்புத்தகாலயத்தில் முழுமையாக இல்லை. பின்னால் அவர் செய்த, செய்வித்த பல காரியங்கள், விரிவு காரணமாக இதில் இடம்பெறவில்லை. தஞ்சைப் பெரிய மாளிகை, செவ்வப்பன் ஏரி, திருவண்ணாமலை நிலைக்கோபுரம் முதலியவைகளைக் குறிப் பிடலாம்.

செவ்வப்ப நாயக்கர் தன் மகனுக்கு விஜயநகர மன்னரிடம் இருந்த மரியாதை விசுவாசத்தினால், அவர் பெயரையே தம் மகனுக்குச் சூட்டினார்.

மகனை மடியில் வைத்துக்கொண்டு செவ்வப்பன் தீட்சிதரிடம், ‘இவன் எங்கள் இருவரை விட மிகப் பேரரசனாக விளங்குவான்’ என்று சந்தோஷமாகக் கூறினாராம்.

அது சத்தியவாக்காயிற்று. செவ்வப்ப நாயக்கருடன்கூடவே அச்சுதப்பநாயக்கரும், பின்னால் அச்சுதநாயக்கருடன்கூடவே ரகுநாத நாயக்கர் கொஞ்ச காலம் அரசு செலுத்தி வந்தார்களென்று சரித்திரம் கூறுகிறது. இவர்கள் அனைவருக்கும் கோவிந்த சூரியே மந்திரியாயிருந்து பிரம்மிக்க வைத்தார்.

நான் முதன்முதலில் ஒரு சரித்திர விற்பன்னரிடம் ‘ஒரு சரித்திர நவீனம் எழுத எனக்கு ஆவல் உள்ளது’ என்று தெரிவித்தேன். ‘சேர, சோழ, பாண்டியர்களைப் பற்றி பல நவீனங்கள் வந்துவிட்டன. ஆதலால் நீ நாயக்கர் காலத்தைப் பற்றி எழுது’ என்று முதலில் யோசனை தெரிவித்ததே அவர்தான். அத்துடன் நில்லாமல் விவரங்கள் கிடைக்கும் சில இடங்களையும் சொன்னார். இருந்தாலும் எனக்கு எழுதுவதற்கு இரண்டு வருடத்திற்கு மேலாகவே ஆகிவிட்டது. சம்பவங்களும் முக்கியப் பாத்திரங்களும் சரித்திர சார்புடையவையே. ஆனாலும் கதையில் விறுவிறுப்பும் அழுத்தமும் கொண்டுவருவதற்குச் சில கற்பனைச் சம்பவங்களும் உண்டுதான்.

விஜயநகரப் பேரரசுடைய ஆசியில் தஞ்சை, செஞ்சி, மதுரை மூன்று நாயக்கத்தானங்களும் கிளம்பியவாதலால், முதலில் சில அத்தியாயங்கள் எழுதுவது இன்றியமையாததாகிவிட்டது. மன்னர், செல்லப்பாவிற்குச் செய்த துரோகத்தையும், அவர் பையன் ரோகணனைக் கொண்டுவர வேண்டியிருந்ததினாலும் அந்த நாளிலும் ரோகிணியைப் போல் வீராங்கனைகளும், மாயாவைப் போன்ற பல அதிகாரிகளும் இருந்ததைக் காண்பிக்க வேண்டி இருந்ததாலும், சில கற்பனைச் சம்பவங்களைக் கொண்டு வரவேண்டி ஆயிற்று. ஆனாலும் எல்லாச் சம்பவங்களும், சரித்திரச் சான்றுகளையும் பாத்திரங்களின் குணநலன்களையும் கொண்டே எழுதப்பட்டிருக்கின்றன.

எழுதும்பொழுது இது இவ்வளவு விரிவான நவீனமாக இருக்கும் என்று எண்ணவில்லை. ஆனால் ஒவ்வொருவரையும் பலமாகக் கொண்டுவருகையில் நாற்பது அத்தியாயங்களுக்கு மேலேயே நகர்ந்துவிட்டது.

கதை முடிந்ததும் ஒரு நிம்மதி பிறந்தாலும், நாயக்கர் வம்சத்தோடு தொடர்பு விட்டுப்போய்விட்டது போன்ற ஒரு ஏக்கமும்

உண்டாகவே செய்தது. பின்னால் ரகுநாத நாயக்கரைப் பற்றி ஒரு நூல் எழுத வாய்ப்புக் கிடைக்குமோ என்னவோ... இது எப்போது வெளிவரும் என்பது தெரியாது. வாசகப் பெருமக்களை இது எவ்வளவு ஈர்க்கும் என்பதையும் பொறுத்திருந்துதான் பார்க்க வேண்டும்.

இதை வாசிக்கப் போகும் வாசகர்களுக்கு முன்கூட்டியே நன்றி கூறுகிறேன்.

வணக்கம்.

மங்களம்

www.ingramcontent.com/pod-product-compliance
Lightning Source LLC
LaVergne TN
LVHW101404051026
849519LV00005BC/1648
* 9 7 8 9 3 8 6 7 3 7 0 5 2 *